கொடக்கோனார் கொலை வழக்கு

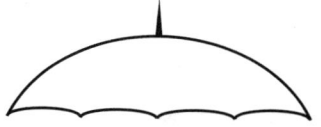

கொடக்கோனார் கொலை வழக்கு

அப்பணசாமி

எதிர்
வெளியீடு

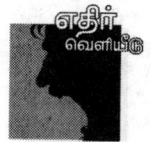

கொடக்கோனார் கொலை வழக்கு

அப்பணசாமி ©

முதல் பதிப்பு: அக்டோபர் 2016
இரண்டாம் பதிப்பு: ஆகஸ்ட் 2022

எதிர்வெளியீடு,
96, நியூ ஸ்கீம் ரோடு, பொள்ளாச்சி - 642002
தொலைபேசி: 04259 - 226012, 99425 11302

வடிவமைப்பு: ஜீவமணி

விலை: ரூ. 250

KodaikkoNar kolai vazakku
Appanasami ©

First Edition: October 2016
Second Edition: August 2022

Layout: Jeevamani

Published by
Ethir Veliyeedu, 96, New Scheme Road. Pollachi - 2
email: ethirveliyedu@gmail.com
www.ethirveliyedu.in

ISBN: 978-93-84646-79-0

All rights reserved. No part of this book may be reprinted or reproduced or utilised in any form or by any electronic, mechanical or other means, now known or hereafter invented, including Photocopying and recording, or in any information storage or retrieval system, without permission in writing from the Publisher.

எனக்கு முதன்முதலில்
கதை சொல்லிய,
என் அப்பாவைப் பெற்ற
தாத்தா நினைவுகளுக்கு ...

முன்னுரை

கொலையாளிகளே விசாரணை அதிகாரிகளாக...

எனது ஐம்பத்தைந்தாவது வயதில் என் முதல் நாவல் வெளிவருகிறது. என் முதல் சிறுகதை 1981 இல் வெளியானது. அப்படிப் பார்த்தால் கடந்த 35 ஆண்டுகளாகப் பல வடிவப் புலங்களில் எழுதிக் கொண்டிருக்கிறேன்.

எனக்கும் நாவல் எழுதும் ஆர்வம் தொடக்கத்திலேயே இருந்தது. அது ஒரு அபலைப் பெண்ணின் துயரக்கதை. தமிழ் சினிமா கதாநாயகிகளுக்கே உரிய அனைத்து அம்சங்களும் பொருந்திய கிராமத்துப் பேரழகி. மூர்க்கமான கணவனால் சித்திரவதை செய்யப்பட்டு ரத்தக் கோலத்துடன், கைக் குழந்தைகளுடன் கிராமத்திலிருந்து வெளியேறி வரப்புகள் வழியே பல மைல் தூரம் நடந்து, வரும் வழியில் தென்பட்ட பாழுங்கிணற்றில் குழந்தைகளை வீசி, தானும் பாய இருந்த நேரத்தில் ஒரு கரம் அவளை இழுத்துக் காப்பாற்றுகிறது. இதுதான் அதன் தொடக்கம். ஆமாம் நவீன நல்லதங்காள்தான்! அப்போதே அதை எழுதியிருந்தால் பாரதிராஜா, பாக்கியராஜ் பாதிப்பிலான எழுத்தாகத்தான் அது இருந்திருக்கும். ஏனென்றால் அப்போது சினிமா என்னை ஆட்டிப் படைத்தது. கலை அம்சம் கொண்ட வித்தியாசமான கதைகள் கொடுத்தால்

தமிழ் சினிமா உலகத் தரத்துக்கு உயர்ந்துவிடும் என்ற 'அக்மார்க்' கற்பனையில் இருந்த காலம் அது.

பள்ளிப் பருவத்தில் வெறும் அறிவை மட்டுமே நம்பிய நாத்திகவாதம், கணக்கு, இயற்பியல் பாடங்களில் அதீத ஆர்வம், மார்க்சியத்தை அரைகுறையாகப் புரிந்து கொண்டதால் ஏற்பட்டிருந்த கற்பனாவாதம். இக் குறைந்த ஒளியில்தான் அந்த நாவலை அப்போது நான் திட்டமிட்டேன். எழுதியிருந்தால் அப்பெண்ணைச் சுற்றியிருந்த குடும்பங்களின் கதையாக அது வெளிவந்திருக்கும். அதற்கான சம்பவங்கள் என்னிடம் ஏராளமாக இருந்தன.

ஆனால் அப்போதுதான் வாசிப்பு விசுரூபமெடுத்தது. படைப்புகள் மட்டுமல்லாமல் கோட்பாடுகள் சார்ந்த வாசிப்புகளும் விரிவடைந்தன. கலைக் கோட்பாடுகள், அரசியல் தத்துவம் சார்ந்த கோட்பாடுகள், வரலாற்றுக் கோட்பாடுகள், பண்பாட்டுக் கோட்பாடுகள் என வாசிப்பு விரிந்து விசுவரூபம் கொண்டது. அது நாவல் குறித்த தேடல்களை அதிகரித்துக்கொண்டே சென்றது.

உண்மையைச் சொல்ல வேண்டும் என்றால் எனது நாவல்களுக்கான தேடல்கள்தான் கடந்த 35 ஆண்டுகளாக என்னை இயக்கி வந்திருக்கிறது. இப் பெரும் காலகட்டத்தில் வாழ்க்கை, வேலை, படைப்புகள், அரசியல் என என் செயல்பாடுகளில் எத்தனையோ வடிவங்களுக்குள் கூடுவிட்டுக் கூடு பாய்ந்து வந்திருக்கிறேன். ஆனால் அனைத்திலும் எனது நாவல்களுக்கான தேடல் அறாமல் நீடித்தே வந்திருக்கிறது.

இரண்டு ஆண்டுகளுக்கு முன்பு அது நிறைவடைந்ததாக உணர்ந்தேன். மேலும் படைப்புகளில் ஈடுபடுபவன் வாழ்பனுவ முதிர்ச்சி பெற்றிருப்பவனாக இருக்க வேண்டும் என்ற பிளேட்டோவின் கூற்றிலும் எனக்கு உடன்பாடு உண்டு. அதன்படியும்கூட எழுதத்

தொடங்குவதற்கான பருவம் அடைந்துவிட்டதாக உணர்ந்தேன்.

அநேகமாக இனி நாவல்தான் எனது எழுத்து வடிவமாக இருக்கும் என்று நினைக்கிறேன். இந்த முதல் நாவல் மிகச் சிறிய நாவல். குறைந்தபட்சம் இருநூறு பக்கங்கள் கொண்டதாக இருக்கும். 'முப்பது ஆண்டுகள் தீவிரமாக உழைத்து இவ்வளவு குறைந்த பக்கங்கள்தானா?' என்பது எனக்கே வியப்புதான். இதனை ஒரு 2000, 3000 பக்கங்கள் கொண்ட நாவலாக என்னால் எழுதியிருக்க முடியும்.

ஆனால் நாவல், கொலைக்கருவி அல்லவே. கொலைக் கருவிகளைக் கையில் வைத்திருக்கும்போது ஏற்படும் அச்ச உணர்வே செங்கல் கனத்தில் புத்தகங்களைக் கையில் வைத்திருக்கும்போதும் ஏற்படுகிறது. 'கானகத்தின் குரல்', 'அன்புவழி', 'குட்டி இளவரசன்', 'அந்நியன்', 'கடலும் கிழவனும்', 'சித்தார்த்தன்', 'கடல் புரத்தில்' போன்ற என்னை மிகவும் கவர்ந்த நாவல்கள் அனைத்தும் கையடக்கப் பிரதிகள்தாம்! அந்த அளவுக்கு வாசகர்களுக்கு என்னால் நியாயம் செய்ய முடியாது என்றாலும் பக்கங்களைக் காட்டிப் பயமுறுத்தாமலாவது இருக்கலாம் அல்லவா!

மேலும் நாவல் என்பது புனைவு என்பதை அதன் முழு நிறைவான அர்த்தத்தில் முயன்று பார்த்திருக்கிறேன். இதில் என்னையோ என் குடும்பத்தினரையோ, என்னைச் சார்ந்தவர்களையோ நீங்கள் கதாபாத்திரங்களாகக் காண முடியாது. அவர்களது குணங்களைக் காணலாம். இந் நாவலில் வரும் கதாபாத்திரங்கள் யாரையும் எனக்குத் தெரியாது. எழுத்து என்பது ஆழ்நிலைச் செயல்பாடு என்பதில் உறுதியான பற்று கொண்டிருப்பவன் நான். அதோடு இடங்கள், கட்டடங்கள், மலைகள் என அனைத்தையும் கலைத்துப் போட்டிருக்கிறேன். வேண்டுமென்றே இந்த நாவல் நடைபெறும் ஊரின்

பெயரையும் நான் கூறவில்லை. இருப்புப்பாதை போடப்பட்டதன் விளைவாகப் பல புதிய சிறு நகரங்கள் உருவாயின. அவற்றில் ஒரு சிறு நகரத்தின் வளர்சிதை மாற்றம் என்று மட்டும் கூறலாம்.

ஆனால், அந்த நாவல் நிகழும் நிலத்தின் பண்புகளை மாற்றவில்லை. பண்பாட்டு மரபைச் சிதைக்கவில்லை. நிறைய வரலாறு பேசினாலும் இது சமகால நாவல். சமகாலத்தில் எழுப்பப்பட்ட சில கேள்விகளின் முடிச்சுகளைத் தேடிய கலைப்பயணம்.

நாடகக் காதல் என்று சொல்கிறார்கள் இல்லையா? நான் சில காதல் நாடகங்களை உருவாக்கியிருக்கிறேன்.

பிறந்த மதத்துக்குத் திரும்புதல் என்கிறார்கள். பிறப்பில் மதம் எங்கே இருக்கிறது என்று கேட்கிறேன்.

ஆனால் இவற்றை நாவலில் வலை போட்டுத் தேடினாலும் கிடைக்காது. ஏனென்றால் நாவல் 'கொடக்கோனார் கொலை வழக்கு' குறித்து மட்டுமே பிரஸ்தாபிக்கிறது. இதில் கொலையாளிகளே விசாரணை அதிகாரிகளாக உள்ளனர். புரிகிறவர்கள் புரிந்து கொள்ளுங்கள்!

'எழுதுடா, எழுத ஆரம்பிச்சிட்டீன்னா எல்லாம் சரியாயிரும்டா' என்று குலசாமி கோயில் பூசாரிபோல கூறிக்கொண்டிருந்தவன் அண்ணன் கோணங்கி. விபத்தில் கிடந்த கோலம் பார்த்து அரண்டு திரும்பிய கோணங்கிதான் மீண்டும் வந்து திருநீறு பூசுவதுபோல 'எழுதுடா, எழுத்துதாண்டா உன்னை சரிப்படுத்தும்' என்று சொல்லி 'கல்குதிரை'யைக் கொடுத்துச் சென்றான். அதன் பலம் நிச்சயமாக இந் நாவலில் இருக்கத்தான் செய்யும். தம்பி முருகபூபதியும் என்னிடம் தொடர்ந்து எழுத்தையே எதிர்பார்த்துக் காத்திருக்கிறான். எழுத்தின் வழியாகவே எனது புனர்வாழ்வு சாத்தியம்

என நம்பிய இவர்களின் எதிர்பார்ப்பு ஓரளவுக்குப் பூர்த்தியாகியிருப்பதாகவே நம்புகிறேன்.

ஆனால் கடந்த ஐந்தாண்டுகளுக்கும் மேலாக அன்றாடம் பேசி நச்சரித்து வந்தவன் உயிர் நண்பன் உதயசங்கர் தான். இந் நாவல் வாசகர்கள் மனதில் ஏதாவது செய்தால் அதனால் மிகவும் மகிழ்பவன் உதயசங்கராகத்தான் இருப்பான். இந்த நாவல் செயல் வடிவம் பெறுவதை சாத்தியமாக்கியவன் உதயசங்கர் தான்.

அடுத்து அண்ணன் அ. வெற்றிவேல். முகம் தெரியாமல் முகநூல் வழியாக நட்பாகி அவரது பாசத்தால் குடும்பத்தவர் போலப் பழகி வருகிறோம். அவரது ஊக்கம் இந் நாவலின் முழுமையில் மிக முக்கியப் பங்களிக்கிறது.

பெங்களூர் செந்தில் எங்களில் ஒருவன். இருந்தாலும் நினைத்தபோதெல்லாம் மிஸ்டுகால் கொடுத்தால் பேசுவான். இரண்டு மணி நேரம், மூன்று மணி நேரம் நாவல் குறித்துப் பேசுவதையெல்லாம் அமைதியாகக் கேட்டு ஆலோசனை சொல்வான்.

இந்த நாவலை முழுவதுமாக வாசித்தவர்கள் இரண்டு பேர். ஒருவன் இளைய தலைமுறை வாசகர் சரவணன் சந்திரன். இந்த நாவலை எத்தனை தடவைகள் ரீ ரைட் செய்தாலும் ஒவ்வொரு முறையும் முழுமையாக வாசித்துத் தனது கருத்துகளை வெளிப்படையாகக் கூறியவன்.

அடுத்தவர் நான் எது எழுதினாலும் முதலில் வாசிப்பவர். பலமுறை அவரது விமர்சனங்களுக்குப் பயந்து அவரிடம் காண்பிக்காமலேயே அனுப்பி விடுவதுண்டு. ஆனால் அதில் ஏதோ சில குறைபாடுகள் இருப்பதான அதிருப்தி என்னுள் இருந்துகொண்டே இருக்கும்.

இந் நாவல் அவருக்கு எந்த அளவுக்கு நிறைவு தரும் என்ற பயத்துடனேயே படித்துப் பார்க்கக் கொடுத்தேன்.

அவர் இந்தளவுக்குத் திருப்தி அளித்திருக்காவிட்டால் இந்த நாவல் அச்சுக்கே போயிருக்காது. இந் நாவலை முழுமையாகச் சத்தம் போட்டு வாசித்துக் காண்பித்து, மெய்ப்பு திருத்திக் கொடுத்தவர் பா. ஜீவசுந்தரி.

அட்டை மற்றும் பக்கங்களை வடிவமைத்துத் தந்த ஜீவமணி, பதிப்பிக்க முன்வந்த எதிர் வெளியீடு அனுஷ் அனைவருக்கும் நன்றிக்கடனாக அன்பைக் காணிக்கையாக்குகிறேன்.

நான் பேசும்போது 'எப்போதாவது' நியாயமும் நிதானமும் பெருந்தன்மையும் தொனிக்கும்போது அது என் தாத்தாவின் குரல் என்பதை அடையாளம் கண்டு எனக்குள் நானே அதிர்வதுண்டு. ஆமாம் என் பிரிய தாத்தாதான் என் முதல் கதை சொல்லி. தனது ஒரே மகனுக்காகத் தாயுமானவனாகத் தனது வாழ்க்கை முழுவதையும் தத்தம் செய்தவர் அவர். எனது 13 வயதுக்குள்ளாக மறைந்து போனாலும் அவர் கைப்பிடித்து அழைத்துச் சென்ற பாதைதான் என்னை இங்கு கொண்டுவந்து நிறுத்தியுள்ளது. அவர் நூறாண்டுகளுக்கு முன் வாங்கிப் படித்த 'பதினெண்கீழ்ச் சித்தர்கள்' நூலையே எனது பிதிர் வழிச் சொத்தாகப் பாதுகாத்து வருகிறேன். 'உன் தாத்தாவின் பதினெண்கீழ்ச் சித்தர்கள்' உன்னுடன் இருக்கும் வரைக்கும் எழுத்து உன்னை விட்டுப் போகாதுடா' என்று எங்கள் பால்யத்தில் கோணங்கி கூறியதும்கூட ஒரு முக்கிய காரணமாக இருக்கலாம்.

எனக்கு முதன்முதலில் கதை சொல்லிய, என் அப்பாவைப் பெற்ற தாத்தாவுக்கு இந்த நாவலை அர்ப்பணம் செய்கிறேன்.

நன்றி

அப்பணசாமி
புத்த பூர்ணிமா (வைகாசி விசாகம்), 2016

"தாயோளி மவன், கொடையில வெட்டு விழும்னு எதிர்பாக்கல. புத்திசாலின்னா என் முதுகில் மாட்டியிருந்த கொடையக் கீழ தள்ளி விட்டுட்டுல்ல கழுத்துல அரிவாளப் பாச்சியிருக்கணும், அந்தக் கூதிமவனுக்கு அவ்வளவுதான் புத்திக்கூறு" என்றார் கொடக் கோனார்.

டவுன் பஜாரில் உள்ள ஏகாம்பர முதலியார் ரெடிமேட் ஸ்டோர்ஸ் கடைத் திண்ணையில் வைத்து இந்தக் கதையைக் கொடக்கோனார் சொல்லிக்கிட்டிருந்தார். ஏகாம்பர முதலியார் கடை பதினெட்டடி அகலம். வெளியே பெரிய திண்ணை. இடது ஓரத்தில் இரண்டு ஸ்டூல்களில் ஒன்றில் கலியாணத் தலையணைகளும் மற்றொரு ஸ்டூலில் ஜமக்காளங்களும் அம்பாரமாக அடுக்கி வைக்கப்பட்டிருக்கும். வலது ஓரத்தில் உள்பக்கமாக ஒரு இரும்பு வாளியில் தண்ணீர் இருக்கும். உள்ளே பதினெட்டடிக்கு முப்பதடிக் கூடம். அவ்வளவுதான். கூடம் சிமெண்ட் தார்சால் (மட்டப்பா) போடப்பட்ட கட்டடம். கூடத்தில் ஒரே நேரத்தில் பத்து இருபது பேர் உட்கார்ந்து துணிமணிகளைப் பார்க்கப் போதுமான இடம் இருந்தது. மூணு பக்கத்திலும் அலமாரிகள் நிறுத்தப்பட்டு ஜவுளிகள் அடுக்கப்பட்டிருக்கும். விலை உயர்ந்த துணிக்குக்கூட கண்ணாடி அலமாரி எதுவும் கிடையாது. பேருக்குச் சில டியூப் லைட்டுகள் மட்டும் அழுது வடிஞ்சுக் கிட்டிருக்கும். அக்கடையின் திண்ணையில் வைத்துதான்

கதை சொன்னார் கொடக்கோனார். ஏகாம்பர முதலியார் கடைத் திண்ணை எப்போதும் கதைகளுக்காக இடம் ஒதுக்கிக் காத்திருக்கும். தங்கள் சொந்தக் கதைகள், கேள்விப்பட்ட கதைகள், கேள்விப்படாத கட்டுக் கதைகள், வதந்திகள், புரளிகள், புதுமைகள் என்று எல்லா ஊர்க் கதைகளும் திண்ணைக்கு வராமல் போகாது.

திண்ணை பிரஜைகளில் முக்கியமானவரான கொடக் கோனாரே இன்று தனக்கு ஏற்பட்ட ஒரு அனுபவத்தைச் சொல்ல நேர்ந்துவிட்டது. ஆனால், அவர் கதை சொன்ன விவரணைத் தொனி என்னமோ, யாரோ ஒரு மூணாவது மனுசனுக்கு நேர்ந்த அனுபவத்தைக் கூறுவது போலவே இருந்தது.

கதையைத் தொடர்ந்தார் கோனார்:

“திடீர்னு கொடையில அருவா விழுந்ததுல சைக்கிள் பாலன்ஸ் தவறுச்சு. உடனே காலை ஊனி நின்னு திரும்பிப் பாக்கவும் அவனுக்குத் தொடை நடுங்கிப் போச்சு. கொடயக் கையில மாத்திப் பிடிச்சு கொடக்காம்பால அவன் கழுத்துல மாட்டி இழுத்தேன். அப்ப, அவன் கண்ணுல பயத்தப் பாத்தேன். சைக்கிள வேற ஒரு கையால பிடிச்சிருந்தனா, அதனால ஈசியா உருவிக்கிட்டு பள்ளத்துல எறங்கி விவசாயப் பண்ணைச் சோளக் காட்டுக்குள்ள பூந்துட்டான். இந்தக் கோனாரோட கொடையோட எந்த அருவாளும் மோத முடியாதுன்னு அப்பத்தான் அவனுக்குப் புரிஞ்சுருக்கும். இந்தக் கொடைக்கு அவ்ளவு பவரு இருக்கு. நானும் சைக்கிள ரோட்டுல அனாதையா விட்டுட்டுச் சோளக்காட்டுல எறங்கி அவனை வெரட்டிப் புடிக்க விரும்புல. சைக்கிள எவனாவது உருட்டிட்டுப் போயிட்டாம்னா...? மேலவும், என்ன இருந்தாலும்

அவன்கிட்ட வலுவான ஆயுதம் இருந்துச்சுல்ல. தலைக்கு வந்தது கொடையோட போச்சுன்னு ஒரே அழுத்துல ஊருக்கே திரும்பீட்டேன்" என்று சொல்லி நிறுத்தினார்.

ஞாயிற்றுக்கிழமை என்றாலும் தீவாளி நெருங்குகிறது என்பதால் பஜார் சுறுசுறுப்பாக இருந்தது. எல்லாம் உள்ளூர்க் கூட்டம். பெரிய ஜவுளிக்கடைகளின் 'லவுடு ஸ்பீக்கர்' விளம்பரம் காதைத் துளைத்துக் கொண்டிருந்தது. ஆனால், ஏகாம்பர முதலியார் கடையிலோ தீவாளிக் கூட்டத்துக்கான அறிகுறி ஏதும் காணப்படவில்லை. ஒரு கணக்குப் போட்டு ஜவுளிகளை ஏராளமாகக் கொள்முதல் செய்திருந்தார். கடை முழுவதும் புதிய ஜவுளிகள் அம்பாரமாக அடுக்கி வைக்கப்பட்டிருந்தன. திண்ணையில் ஜவுளி பேல்கள் நாலைந்து உடைக்கப்படாமல் உட்கார இடமில்லாமல் அடைத்துக் கொண்டு கிடந்தன. சின்னவன் ஒரு பேலை கடைக்கு வெளியே இழுத்துப் போட்டு ஆணி பிடுங்கியால் உடைத்துக் கொண்டிருந்தான். மதியச் சாப்பாட்டுக்கு வீட்டுக்குப் போன முதலியார் இன்னும் கடைக்குத் திரும்பி வரவில்லை. வழக்கமாக மத்தியானச் சாப்பாட்டுக்குப் போனால் அப்படியே ஒரு குட்டித் தூக்கம் போட்டு விட்டுத்தான் வருவார். ஆனா இன்னிக்குச் சீக்கிரமே வந்தாலும் வந்துருவார். தீவாளிச் சரக்குகளுக்குப் பட்டியல் போடணும். அடுக்கி வைக்கணும். கொள்ளவேல கெடக்கு. தூக்கம் எப்படி வரும்?

மறுநாள் வாரச்சந்தை. சுத்துப்பட்டிகளில் வளரும் ஆடு - மாடுகளுக்கான விற்பனைச் சந்தை அதுதான். நாளைக்குச் சந்தையைப் பொறுத்தவரை, சம்சாரிகளின் நெனைப்பு இப்பிடி இருந்தது: 'மழை பெய்தால் விவசாய வேலைகளைத் தொடங்கப் பணம் வேணும்.

அப்புறம் இந்தா, தீவாளி வந்துவிட்டது. அதுக்கும் பணம் வேணும்.' அதனால தொலைவில் உள்ள சம்சாரிக மொதல் நாளே தங்களது ஆடு - மாடுகளை ஓட்டிக்கொண்டு வந்துவிட்டார்கள். மொத யாவாரமா தமது கால்நடைகளைப் போக்கிவிட வேண்டும். அப்போதுதான் ஓரளவு நல்ல வெல கிடைக்கும்.

ஆமாம்! மழை ஆரம்பிச்சிருச்சுன்னா உழணும், விதைக்கணும். வெள்ளாமய ஆரம்பிக்கணும் இல்லியா?. அதுக்குக் காசு - பணம் வேணுமே! அதுக்குத்தாம் ஆட்டவித்து மாட்டுல போடணும். அப்புறம் அந்த மாட்டவித்து நெலத்துல போடணும். இது எல்லாத்துக்கும் பதில் சொல்ல அந்த ஊர்ச் சந்தை காத்திருக்கிறது. அதுவும் இந்தச் சந்தை தீவாளிச் சந்தை. சந்தைக்கு முதல் நாள் ஞாயிற்றுக்கிழமை என்பதால் சந்தையோரத்தில் உள்ள பஜாரில் கடைகள் அடைத்துதான் கிடக்கும். அக்கடைகளின் முன்புள்ள நடைகளில் தங்கள் கால்நடைகளைக் கட்டிப் போட்டுவிட்டு அப்படியே படுத்துத் தூங்கிவிடுவார்கள். ஒவ்வொரு கடை முன்னாலும் கூடை கூடையாகப் புழுக்கையும், சாணமும் குவிஞ்சு கால்நடைகளின் மூத்திரம் அதைக் கரைத்துக் கோலம் போட்டிருக்கும். மறுநாள் கடை திறக்க வருபவர்கள் வாயில் வந்தபடி வைது கொண்டே நடையைக் கழுவி விட்ட பிறகுதான் கடையைத் திறப்பார்கள்.

சம்சாரிகளைத் தவிர மத்த சனங்களைப் பொறுத்த வரையில் போனஸை எதிர்பார்த்துக் காத்துக் கிடந்தாக. ஊரில் உள்ள ரெண்டு பெரிய மில்களில் போனஸ் போட்டாத்தான் அதைப் பாத்து மத்த மத்த இடங்களில் போனஸ் போடுவதைப் பத்தி யோசிக்க ஆரம்பிப்பான். பெரிய மில்லுக்காரனும் லேசுப்பட்ட ஆளு இல்ல. எப்படியும் டிமிக்கி கொடுக்கத்தான் பார்ப்பான்.

அப்படி டிமிக்கி கொடுத்துவிட்டால் 'அவ்வளவு பெரிய கோடீஸ்வரனே நட்டமுங்குறான். நாங்கள்லாம் ஏப்ப சாப்பைக. எங்க போயி போனஸூம் கீனஸூம் கொடுக்குறது' எனச் சவுகரியமாகச் சொல்லிக் கைகழுவி விடலாம். ஜனங்க வாயில மண்ணு! ஆனா மில்லுத் தொழிலாளிங்க லேசுல விடமாட்டாங்க. கொடி பிடிச்சு, போராட்டம் அது இதுன்னு ஆனப் பிறகுதான் மில்லுக்காரனும் மசிவான். தீவாளி நெருக்கமா வந்தப் பெறகுதான் போனாப் போகுதுன்னு போனஸ் அறிவிப்பான். அதுக்கும் பெறகு மத்த மத்த ஆபீசுகளில் 'விரலுக்குத் தக்க வீக்கம்'ங்கற மாதிரி 'பொன்னு வைக்கற இடத்துல பூவ' வைப்பான். அவங்களுக்கும்தான் எத்தன எத்தனையோ காரணங்கள் இருக்கும்ல. அச்சாபீசுகள், தீப்பெட்டியாபீசுகள் இதில் அடக்கம். இதெல்லாம் பெரிய ஜவுளிக்கடைகளில்தான் போய்க் குவியும். ஆனாலும் சின்னக் கடைகளின் கதையே தனி. அதெல்லாம் மானாவாரிக் கரிசல் சம்சாரிகளை மட்டுமே நம்பி உள்ளது. அதாவது போனஸ் இல்லாத வர்க்கம். அவற்றில் ஏகாம்பர முதலியார் ரெடிமேட் ஸ்டோர்ஸூம் ஒன்று.

ஏகாம்பர முதலியார் ரெடிமேட் ஸ்டோர் தீவாளிக்காக மட்டுமல்ல. எல்லா ஞாயித்துக்கிழமையும் திறந்துதான் இருக்கும். எப்போதுமே லீவு கிடையாது. அதுவும் இல்லாமல், வெள்ளன விடியக் கடையைத் திறந்தாரானால் நடுராத்திரி தாண்டினாலும் கடையைச் சாத்த மனசு வராது. கலியாணமாக இருந்தாலும், கருமாதியாக இருந்தாலும், காது குத்தாக இருந்தாலும் கிராமத்து ஜனங்க ஏகாம்பர முதலியார் கடைக்குத்தான் வந்தார்கள். அவ்வளவு ஜனங்களும் அங்கு மொய்ச்சதுக்கு ஒரே காரணம் பேரம் பேசும் வசதிதான். ஆயிரம் ரூபாய் சரக்கை நீங்கள் ஐம்பது ரூபாய்க்குக் கூடக் கூசாமல் கேக்கலாம். கொஞ்சம்கூட

கோபப்பட மாட்டார். மலர்ந்த முகம் அப்படியே இருக்கும். "அசல்கூட வரல்லயே அய்யனேரி," "கட்டுப்படியானா தரமாட்டனா கூசாலிப்பட்டி" என்று அன்பாக மறுப்பார். கடைக்கு ஒரு நாளைக்கு நூறு பேராவது வருவார்கள். அவர்கள் ஒவ்வொருவரின் ஊர் விலாசங்களையும் துல்லியமாகத் தெரிந்து வைத்திருப்பார் முதலியார்.

ஏகாம்பர முதலியார் ரெடிமேட் ஸ்டோர்ஸ் கடை அப்படியொன்றும் பெரிய கடையெல்லாம் கிடையாது. ஊரில் அதைவிட மிகப் பெரிய கடைகள் குறைஞ்சது ஏழெட்டாவது இருந்தது. எல்லாம் ஷோகேஸ் கடைகள். ஒவ்வொன்றிலும் ஒரே நேரத்துல நூறு பேராவது ஜவுளிபோட முடியும். அத்தனையும் நாகரிக மோஸ்தரில் மாடர்னாக இருக்கும். வெளியே புடவை கட்டிய பொம்மைகள். கண்ணாடி ஷோகேஸ்கள். யாரும் தரையில் உட்கார வேண்டியதில்லை. நாற்காலி, ஸ்டூல்களில் உட்கார்ந்து கொண்டு கவுண்ட்டரில் விரித்துப் போட்டுக் காண்பிக்கப்படும் துணிவகைகளை ஜில்லுனு ஃபேன் காத்தில் பார்த்து வாங்கலாம். எக்கச்சக்கமான டியூப் லைட்டுகளும், மெர்க்குரி லைட்டுகளும் துணிமணிகளின் கலரை எடுப்பாகத் தூக்கிக் காட்டும். மாடியில் பட்டுப்புடவைகள் பார்க்க 'குளுகுளு' ஏசியும் உண்டு. கரண்ட் நின்னுபோனா ஜெனரேட்டர் கரண்ட்டுகூட வச்சுருக்கான். ஆனா, கண்ணாடி அலமாரிகளின் நெத்தியில் 'ஒரே விலை', 'கறார் விலை' என்ற வாசகங்கள் முறைத்துக் கொண்டிருப்பதுதான் சம்சாரிகளுக்குப் பிடிக்காது. எத்தனை ஆயிரத்துக்கு ஜவுளி வாங்கினாலும் அரையணாக்கூட குறைக்க மாட்டான். 'லைட்டப் போட்டு ஏமாத்துறான். இவ்வளவு லைட்டுக்கும், காத்தாடிக்கும் ஆகும் செலவ நம்ம தலையிலதான கட்டுவான்' என்று சம்சாரி

சொல்லுவான். 'லைட்டப் போட்டுக் கலர மாத்திக் காம்பிச்சுருவான்' என்றும், 'அங்க போனா பேசறதுக்கு வாயே இருக்காது' என்றும் விஷயம் தெரிந்தவர்கள் கூறுவார்கள்.

ஆனால், ஏகாம்பர முதலியார் ரெடிமேட் ஸ்டோர்ஸ் கடையில் அப்படி எல்லாம் இல்லை. வாய் நிறையப் பேசலாம். வாய்க்கு வந்த விலைக்குக் கேட்கலாம். பேசப் பேச வியாபாரம் திகையும்.

தனது பையன்கள் மூன்று பேரையுமே கடையிலேயே போட்டு விட்டார் ஏகாம்பர முதலியார். அது போக உதவிக்கு வெளியாள் ஒருவன். அவ்வளவுதான். கூட்ட நேரங்களில் இதுவும் சந்தைக்கடை போலத்தான் இருக்கும். சளசளவென பேரம் பேசும் சத்தங்கள் கேட்டுக்கொண்டே இருக்கும். உள்ளே எவ்வளவு களேபரம் நடந்தாலும் முதலியார் 'யாருக்கு வந்த விருந்தோ' என வலது பக்கத் திண்ணை விளிம்பில் சம்மணம் கூட்டி கன்னத்தில் கைவைத்தபடி உட்கார்ந்திருப்பதைப் பார்க்க முடியும். அல்லது யார் கூடவாவது ஊர்க்கதைகள் பேசிக் கொண்டிருப்பார். கடைக்குள் ஜவுளி வாங்க வருபவர்களை 'வாங்க' என்பார். தெரிந்த நபர்கள் என்றால் ஊர் பேரைச் சொல்லி அழைப்பதுதாம் அவர் வழக்கம்.

'கூசாலிப்பட்டி, வாங்க ஆளையே பாக்க முடியலியே...'

'செம்பகப்பேரி வருதுப்பா...',

'தோணுகாலா வாங்க... வாங்க' எனத்தான் அழைப்பார்.

அப்புறம் வீட்டாளுகளின் நலம் விசாரிப்பார். அப்புறம் அந்த ஊரைச் சேர்ந்த பெருசுகள் பேரைச் சொல்லி 'சவுக்கியமா இருக்காகளா?' என்பார்.

விலை திகஞ்சு (திகைந்து) ஜவுளி வாங்கிக் கொண்டு வெளியேறும்போது கைக்கூப்பி வணங்கி வழியனுப்புவார். "அடுத்துப் பொங்கலுக்குத்தான் இனி பாக்க முடியுமா?" என்று ஒரு கேள்வியைப் போட்டுவிட்டுப் பதிலைக்கூட எதிர்பார்க்காமல் மறுபடியும் கன்னத்தில் கைவைத்தபடி அந்தப் பக்கம் திரும்பிக் கொள்வார். அவர் பொங்கலுக்கு எனச் சொன்னது தைப் பொங்கலை அல்ல; ஊர்க் கோயில் அல்லது குல தெய்வம் கோயில்களுக்குக் கொடை எடுப்பதைத்தான் அப்படிச் சொல்வார். கோயில் கொடைகள்!

உள்ளே நடக்கும் வியாபாரத்துக்கு என ஏற்கனவே விதிக்கப்பட்ட விதிகள் உண்டு. யாராக இருந்தாலும் அவரவருக்கு வேண்டிய துணிமணிகளைத் தனியே எடுத்து வைத்துவிடுவார்கள். ஏகாம்பர முதலியாரின் பையன்களில் ஒருவன் ஒரு சிலேட்டில் அதற்கான விலைகளை எழுதுவான். பின் மொத்தத் தொகையை எழுதி அதைக் காட்டி 'இவ்வளவு' என்பதைச் சொல்லுவார்கள். பேரம் தொடங்கும். எவ்வளவு குறைவாகக் கேட்டாலும் யார் முகத்திலும் சிரிப்பு மாறாது. அதே நேரம் மனசுக்குள் ஒரு கணக்கு இருக்கும். அந்தத் தொகை வந்தால் கொடுத்துவிடலாம் என அனைவருக்கும் தெரியும். ஆனால், அவர்களாகவே 'சரி' என்று சொல்லிவிட மாட்டார்கள்.

முகத்தை அப்பாவியாக வைத்துக் கொண்டு சிலேட்டை எடுத்து வந்து முதலியாரிடம் காண்பிப்பார்கள். அதில் கிராக்கிகள் கேட்கும் தொகையும் எழுதப்பட்டிருக்கும். 'இந்த விலைக்குக் கேட்கிறார்கள். ஆனால் கட்டுப்படியாகாது; அசல்கூட தேறாது. என்ன செய்வது?' என்பது போலப் பார்ப்பார்கள்.

முதலியார் சிலேட்டைக் கையில் வாங்கிப் பார்ப்பார். “இது என்னது? இது என்னது?” என்று கேட்பார்.

அது என்ன துணி என்பதை உள்ளேயிருந்தபடியே எடுத்து எடுத்துக் காண்பிப்பார்கள். இவரும் தலையை உயர்த்திப் பார்ப்பது போல பார்ப்பார். பிறகு அப்பாவும், மகனும் சங்கேத மொழியில் பேசிக் கொள்வார்கள். அந்த நாடகம் துணி வாங்க வந்தவர்களுக்காக ரெண்டு பேரும் சண்டை போடுவது போல இருக்கும்.

கடைசியாக, துணி வாங்க வந்தவரை ஊர் பேரால் அழைத்து, உதாரணமாக அவர் அய்யனேரிக் காரரர் என்றால் “அய்யனேரியார் நம்ம கடைக்கு முக்கியப் புள்ளியப்பா. அவர விட்டுக் கொடுத்துராதே. இந்த வியாபாரம் இல்லாட்டா இன்னொரு வியாபாரத்துல பாத்துக்கலாம்” என்று சொல்லி விலையை முடித்து வைப்பார். வந்தவர்களுக்கோ ஒரே சந்தோசமாகி விடும்.

அல்லது “நீங்க கேக்கறது கரெக்டுதான். முன்ன அந்த விலைக்கு நானே கொடுத்திருக்கேன். ஆனா, இப்ப, பருத்தி என்னா விலை விக்கிதுன்னு ஒங்களுக்குத் தெரியாதா? எவ்வளவு கூலி கொடுத்தாலும் படுபாவிக காணாது, காணாதுங்கறான். எல்லாத்தயும் ஒங்ககிட்டதான வாங்க வேண்டியிருக்கு. கொஞ்சம் மனசு வச்சிங்கன்னா வியாபாரம் திகைஞ்சிரும்” என்று இழுப்பார்.

கரிசல் சம்சாரிக பருத்தி விவசாயிக தானே! ஒவ்வொரு சாகுபடி சமயத்துலயும் இந்த வருசம் கொஞ்சம் அதிகமா வெல கெடைக்குமான்னு ஏங்கிக் கிடக்கிறவன்தான் கரிசல் சம்சாரி. அதனால ஒரு யாவாரத் தந்திரமாக அப்பிடி சொல்லுவாரு. அதும்படியே வந்தவுகளும் முதலியாரு

சொன்னதுக்காகக் கொஞ்சம் விலையைக் கூட்டிச் சொல்வார்கள். உடனே "நெறஞ்ச மனசோட கொடுத்து விடப்பா" என்று சம்மதம் தெரிவிப்பார்.

அதன் பெறகு அந்த ஜவுளிகளைக் கட்டி கிழக்குப் பக்கமாகத் திரும்பி உட்கார்ந்து பொட்டலத்தைக் கடவுளுக்குத் தூக்கிக் காட்டிக் கும்பிட்டுக் கொடுக்கப்படும். கடேசி வரை திகையாத யாவாரங்களும் இருக்கும். அது போன்றவை தான் மற்றச் சிறு கடைகளுக்குப் போகும்.

எல்லா நேரங்களிலும் யாவாரம் விறுவிறுப்பாக இருக்காது. கோயில் கொடை நடக்கும் காலங்களில் யாவாரம் சுறுசுறுப்பாக இருக்கும். முதலியார் கடை மட்டுமல்ல, வாரச் சந்தைகளும்கூட களைகட்டும். பஜாரில் உள்ள சிறிய கடைகளிலும்கூட சம்சாரிக ஜவுளி போடுவதைப் பார்க்க முடியும். பெரும்பாலும் பங்குனி உத்தரம் முதல் கடைசி ஆடி வரை கிராமங்களில் கொடைகள் எடுப்பாக. சில கோயில்களில் மாசியிலும் கொடை எடுப்பாக. எந்தக் கோயிலில் எப்போது கொடை என்பது முதலியாருக்கு அத்துப்படி. அது போலச் சடங்குகள், சாங்கியங்கள். அப்புறம் தீபாவளி, பொங்கல். இதெல்லாம்விட கோயில் கொடைதான் கிராமங்களில் மிக முக்கியம். எந்த நாட்டுக்குப் பிழைக்கப் போனவர்களும் கோயில் கொடைக்கு ஊர் திரும்பீருவாக. அப்படித் திரும்புறவுக பஸ் இறங்கியதும் நேரா முதலியார் கடைக்கு வந்து, கொண்டுவந்த பணத்தையெல்லாம் கரைத்து விட்டுத்தான் தங்கள் கிராமத்துக்கு வண்டி பிடிப்பார்கள். அதை விட்டால் வீட்டு விசேசங்கள். கலியாணம், காதுகுத்து. ஏன் ஒரு இழவு விழுந்தால் கூடப் போதும். முதலியாருக்கு ஒரே கொண்டாட்டம்தான்.

முதலியார் விடிகாலை ஆறு மணிக்கெல்லாம் கடை திறப்பதன் சூட்சுமம் இதில்தான் இருக்கிறது. அந்த அகால நேரத்தில் வேற எவனும் கடையத் திறந்து வைக்க மாட்டாம்ல. அந்த நேரத்துல முதலியாரு மட்டுந்தான் கடை தெறந்திருப்பாரு. இது பல வருசப் பழக்கம்! சுத்துப்பட்டி கிராமங்களில் விடியவும் முதலியார் கடையைத் திறந்துருவாருன்னு பேச்சாயிருந்தது.

சம்சாரிக அதுக்கும் முன்பாகவேகூட வந்து அழுத மூஞ்சிகளோடு காத்திருப்பாக. செத்த பிணத்துக்குக் கோடி போட வேண்டுமே! இழுத்துக் கொண்டிருக்கும் கிழடுகளின் உயிர் எப்போதுமே நடுராத்திரிகளிலோ அல்லது விடிகாலைகளிலோதான் பிரிகிறது. உடனேயே சம்பந்தி வீட்டுக் கோடி, பிறந்த வீட்டுக் கோடி போட்டுவிட வேண்டும். இல்லாவிட்டால் ஊர் கேவலமாகப் பேசிவிடும்.

எத்தனை இழவுகள் விழுந்தாலும் முதலியார் கடையில் காடா மல் பீஸ்களுக்குப் பஞ்சம் வந்ததே கிடையாது. இதற்காக மில்களில் இருந்து லாட்-லாட்டாக பீஸ்களை நேரடியாகக் கொள்முதல் செய்து வைத்து இழவுகளுக்காகக் காத்திருப்பார். மேலும், கோடி போடும் உறவுமுறைகள் எவ்வளவு பேர் இருந்தாலும் அத்தனை பேருமே தனித்தனியாகக் கோடி போடுவதுதான் கவுரவம். இல்லாவிட்டால் ஊர் காறித் துப்பிவிடும். ஆனா பணம் வேணுமே! இதுக்காகவே வட்டிக்குக் கடன் கொடுப்பவர்கள் ஊர் ஊருக்கு இருக்கத்தான் செய்தார்கள். வட்டிப் பாக்கிக்காக பெறகு மாடு கன்றுகளைப் பத்திக்கொண்டு வந்தால் போகிறது. அப்படித்தான் கிராமத்துச் சம்சாரிகளின் சம்பாத்தியங்கள் கரைகிறது.

அதேபோல செத்த பின் வருகிற கருமாதி - காரியமும் முக்கியம். காரியம் வைக்கும் அன்றும் முறை உள்ளவர்கள் கோடி போட வேண்டும். பல அண்ணன் தம்பிகளோடு பிறந்தவள் என்றால் எல்லோரும் ஒரே மாதிரி செய்ய வேண்டும். அதனால் ஒரே விலையில் ஒரே நிறத்தில் சேலையோ, வேட்டிக்கரையோ இருக்க வேண்டும். குறிப்பாகக் கருமாதி, கலியாணம் போன்ற காரியங்களில் வேட்டியின் கரை மாறினாலே பிரச்சனைதான். 'அவனுக்கு மட்டும் உசத்தித் துணி, எனக்கு மட்டும் மட்டமான துணியா?' என்று மாமன் - மச்சான்மார்களுக்குள் மனஸ்தாபம் ஏற்பட்டு, அடி- தடி, வெட்டுக் குத்துகள் வரை போய்விடும். இதற்கான தீர்வாக ஏகாம்பர முதலியார் ரெடிமேட் ஸ்டோர் கடை இருந்தது. அதற்காக மக்களுக்குப் பிடித்த கலர்களில் மொத்தமாகக் கொள்முதல் செய்து வைத்திருப்பார். அதை இது போன்ற கிராக்கிகள் வந்தால்தான் வெளியே எடுப்பார். அவ்வாறு செட்டாக வாங்கியது போக மிஞ்சும் ஒத்தைகள், விக்காமல் நாள்பட்டுத் தங்கியுள்ள துணிகள்தான் சில்லரை வியாபாரத்துக்குக் காண்பிக்கப்படும். கலியாணம் என்றாலும் இதே கதைதான். தவிரவும் கோயில் கொடை, தீபாவளி, பொங்கல் போன்றவற்றிலும் வீட்டில் உள்ள பிள்ளைகள் மத்தியில் சண்டை வரும் என்பதற்காக எல்லாருக்கும் ஒரே கலர், ஒரே டிசைனில்தான் டவுசர், சட்டை, கவுன், பாடி-பாவாடை, தாவணிகளை சம்சாரிகள் எடுப்பார்கள். மயில் கழுத்து, அஜந்தா ப்ளூ, பச்சை, சந்தனம், மஞ்சள், வெந்தயம், மாம்பழம், கிளிப்பச்சை, அரக்கு, குங்குமச் சிவப்பு, வாடாமல்லி சாம்பல் இதெல்லாம் கரிசல் சம்சாரிகளுக்குப் பிடிச்ச கலர்.

சுத்துப்பட்டிகளின் கரிசல் வாழ்க்கையின் அத்துகளை முதலியார் நன்றாகத் தெரிந்து வைத்திருந்தார். அவர்

அடிக்கடிச் சொல்லும் வசனம்: "சம்சாரி வாழ்க்கை சடங்கு, சாங்கியம்னு வெட்டிக் கவுரவம் பாத்தே சீரழிஞ்சிரும்." அதற்கு அவர் சொல்லும் உதாரணம்: "பொண்டாட்டி மீதான ஆத்திரம் அடங்கலன்னா நம்ம ஆளுக்கு மாமனார் வீட்டப் பழி வாங்கினாத்தான் தீரும். இந்த வாரமே கோயிலுக்கு மொட்டை போடப் போறேன்னு வயித்துல புளியக் கரைப்பான். பயல் வேணும்டுத்தான் சொல்றான்னு தெரியும். இருந்தாலும் கோயில் காரியமாச்சே, தடுக்க முடியாது. ஒரு கெடாவ வெட்டணும். இல்ல பொங்கல வைக்கணும். அம்புட்டுப் பேத்துக்கும் புதுத் துணி எடுத்துக் கொடுக்கணும். இல்லாட்டா, மானம் போயிரும்ல. வயித்தெரிச்சலோட இம்புட்டயும் செஞ்சு முடிப்பாக."

சல்லிசான விலை, பேரம் பேசும் வசதி, மற்றபடி தரம் எல்லாம் ஒன்றும் கிடையாது. எந்தத் துணியை எடுத்தாலும் கண்ணை மூடிக்கொண்டு 'சாயம் போகாது, சுருங்காது. இதுவரைக்கும் இதுல ஆயிரம் உருப்படிகள் குடுத்திருக்கேன். ஒரு கம்ப்ளைண்டு வரல்ல' என்று அடித்துச் சொல்வார் முதலியார். கோயில் பூசாரிகள் குறி சொல்வது போலத்தான் அதுவும். துணி வாங்குபவர்களும் பூசாரியின் வாக்கை நம்புவது போல அதே நம்பிக்கையோடுதான் வாங்கிக் கொண்டும் போவார்கள். ஆனால், சாயம் போகாத துணியைத் தம் வாழ்நாளில் ஒரு தடவைகூட தாம் உடுத்தியதில்லை என்பது அந்த சம்சாரிகளுக்கும் நன்றாகவே தெரியும்.

இதுபோன்ற நல்லது, கெட்டதுகளை நம்பித்தான் ஏகாம்பர முதலியார் ரெடிமேட் ஸ்டோர்ஸின் வியாபாரம் உள்ளது. மத்த நேரங்களில் ஈ ஓட்டிக் கொண்டுதான் இருக்கணும். அந்த நேரங்களில் தப்பித் தவறி டவுனுக்கு வரும் முதலியாரின் ரெகுலர் கிராக்கிகள் கடையின் வெளித் திண்ணையில்

உக்கார்ந்து ஊர்க்கதை பேசிச் செல்வார்கள். மேலும் ஊர்க்கதைகள் முதலியாருக்கும் அவசியம். ஊர் நிலவரங்களை எல்லாம் இக்கதைகளில் இருந்துதான் சலித்து எடுத்துத் தெரிந்து கொள்வார். பிறகு அதே தகவல்களை கிராக்கிகளிடம் போட்டு வாங்கிக் கவுத்தி விடுவார். 'ஏயப்பா... முதலியாரு எம்பூட்டு வெவரம் தெரிஞ்சவரு'ன்னு தம் ஊரு கதையை முதலியார் வாயால் கேட்ட கிராக்கிகள் நினைச்சுக்குவாங்க.

அதனால் கதைகளை 'உம்' கொட்டிக் காது கொடுப்பார். 'உம்' கொட்டுவதென்றால் நேரடியாக 'உம் கொட்டுவதில்லை. இடையிடையே 'சர்தான்... சர்தான்' என்பார். அப்படியென்றால் 'இதுவரை சொன்னதை அப்படியே நம்பிவிட்டேன். நீ மேலே சொல்லு' என்று அர்த்தம். அப்படியில்லையென்றால் 'ப்ச்...' என்ற சத்தம் மட்டும் அவர் வாயிலிருந்து வரும். அதற்கு என்ன அர்த்தம் என்பது முதலியாருக்கே தெரியாது.

இப்படி முதலியார் கடைத் திண்ணையில் ஆஜராகும் ரெகுலர் கிராக்கிகள் முதலியார் கடைப் பேரங்களை முடித்து வைப்பதிலும் உதவுவார்கள். அது எழுதப்படாத விதி.

அந்தத் திண்ணைக் கச்சேரியின் பிரஜையான மேலே சொன்ன கொடக் கோனாருக்கு ஊத்துப்பட்டி போற வழியில் உள்ள கெச்சலாபுரம் தான் சொந்த ஊர். அவருக்குத் தொழில் புரோக்கர் வியாபாரம்தான். அவரது பாசையில் 'ஆடு பிடிக்கிறது, மாடு பிடிக்கிறது நம்ம வேலை' என்பார். அவர் இப்படிச் சொல்வதையும் கேட்டு, அவரது உடல் கட்டையும் பார்ப்பவர்களுக்கு எருதுக்கட்டில் காளைகளை அடக்குபவர் என்றே நினைக்கத் தோன்றும். அந்த அளவுக்குச் சதைக்கோளங்கள் உருண்டு திரண்டு

வடிவாக இருப்பார். கோனாக்கமார் என்பதால் வீட்டில் மோர், தயிருக்குப் பஞ்சமிருக்காதோ என்னவோ! தோல் மினுமினுக்கும். அவரது கருப்பு உடம்பு எண்ணெய் தடவிய சறுக்கு மரம் போல பளபளக்கும். ஆடு தழையை மெல்லுவது போல எப்போதும் வெத்தலையை மென்றுகொண்டே இருப்பார். அவ்வளவு வெத்தலை போட்டாலும் பல்லு மட்டும் காவியேறாது. அதற்காகப் பல் வெள்ளையாகவும் இருக்காது; என்றாலும் நாள் பூராவும் வெத்தலை போடுபவர்கள் அளவுக்குப் பல்லில் காவி ஏறி இருக்காது. வெத்தலையை மென்றவுடன் துப்பிவிட்டு உடனே ஒரு சொம்புத் தண்ணீரால் வாயைக் கொப்பளிப்பதும் காரணமாக இருக்கலாம். அவ்வளவு சுத்தம். மழுங்கச் சிரைத்த முகம். கிராப் வெட்டிய சுருட்டைத் தலை மயிரில் அங்கொன்றும் இங்கொன்றுமாகத்தான் நரையைப் பார்க்க முடியும். இத்தனைக்கும் வயது ஐம்பதைத் தாண்டிவிட்டது. இடுப்பு வேட்டி மட்டும்தான். தோளில் துண்டு இருக்கிறதோ இல்லையோ முதுகில் பின்பக்கமாக ஒரு கொழும்புக் குடை எப்போதும் தோளில் தொங்கிக் கொண்டிருக்கும். ஆணியடிச்சுத் தொங்கவிட்ட மாதிரி கழுத்தெலும்பில் கச்சிதமாக மாட்டியிருக்கும். யாரும் இழுத்தாலும்கூட இழுக்க முடியாது. நடந்து போனாலும் சைக்கிளில் போனாலும் குடை முதுகில் தொங்கின மாதிரிதான் இருக்கும். அந்தக் குடையைத் தரையில் ஊன்றினால் இடுப்புக்கும் மேலாக உயரமாய் இருக்கும். ஒரு நல்ல சிலம்பத்துக்குண்டான வலு அந்தக் குடைக்கு உண்டும். வெயில், மழைக்கு மட்டுமில்லாமல் ஒரு பாதுகாப்புக்காகவும்தான்! துடைத்துப் பளபளப்பான பழைய ஹெர்குலிஸ் சைக்களில் போகும்போது முதுகில் தொங்கும்

குடையை வைத்தே 'அங்கே போறது கொடக் கோனார்தாம்' என்று சொல்லி விடலாம்.

இன்னிக்கு, ஆணி பிடுங்கியால் ஜவுளி பேலின் ஆணிகளைப் பிடுங்கிக்கொண்டே எங்கேயோ வெறித்துப் பார்த்துக் கொண்டிருந்த சின்னவனின் பார்வை வெளிக்குள் 'உஸ், அப்பாடா!' என்றபடி கொடக்கோனார் நுழைந்தார். கொடக்கோனாருக்கும் சின்னவனுக்கும் எப்பவும் ஒரு நெருக்கம் இருக்கும். முதலியார் கடையில் கொடக்கோனார் முப்பது வருச கிராக்கி இல்லையா! அதனால சின்னவனைச் சின்ன வயசில் இருந்தே ரெம்ப நல்லாத் தெரியும். அதனால் கொஞ்சம் உரிமை எடுத்துக்கொண்டு சீண்டுவதும் பேசுவதும் இரண்டு பேருக்கும் உண்டு. அவருக்குக் 'கொடைக் கோனார்' என்று பெயர் வைத்தவனே அவன்தான். எப்போதும் குடையுடன் இருப்பதால் அப்படி அழைத்தான். அதுவும் நழுவி கொடக்கோனார் ஆகியது.

அவர் வந்து தோளில் கிடந்த துண்டைத் தரையில் போட்டு உக்கார்ந்ததும் "என்ன கொடக்கோனாரே உம்ம நெம்ப நாளாக் காணோம். ஏதும் வடக்கத்தி யாவாரமா?" என்று சின்னவன் கேட்டான். அப்படித்தான் இந்தக் கதை தொடங்கியது.

ராஜபாளையம் அல்லது கமுதி பக்கமிருந்து வியாபாரிகள் வந்து மந்தைகளை மொத்தமாக வாங்குவதும் உண்டு. அதற்குத் தகுந்த ஆள் கோனார்தான். அவருக்குத்தான் எந்த ஊரில், யார்யார் வீட்டில் குட்டிகள் கட்டிக் கிடக்கிறது என்பதும் யார் யாருக்கு உடனடியாகப் பணம் தேவைப்படுகிறது என்பதும் தெரியும். இத் தகவல்களை வைத்து அவர் வைக்கும் குறி எப்போதும் தப்பாது. வியாபாரத்தை

நேக்காக முடித்துத் தந்து விடுவார். அப்படித் திகைந்த மந்தையை ஓட்டிக் கொண்டு போய் வாங்கியவர்கள் ஊரில் விட்டுவிட்டு வருவதும் உண்டு. கடந்த சில நாள்களாக அவரைக் காணாததால், ஒருவேளை அப்படி மந்தையை ஓட்டிக் கொண்டு வெளியூர் போய் வந்தாரா என்பதற்காகவே அப்படிக் கேட்டான் சின்னவன்.

அவன் அப்படிக் கேட்டதும் கொடயின் முகம் ஒரு வினாடிக்குச் சுருங்கியது. அந்தச் சுருங்கலில் ஒரு இனம் தெரியாத வலி தெரிந்தது. இருந்தாலும் அது கவனிக்கப்படுவதற்குள் சமாதானமடைந்தது. பிறகுதான் அந்தக் கதையை ஆரம்பித்தார். பேலின் மேல் பலகையைச் சின்னவனுடன் சேர்ந்து இழுத்து ஒரு ஓரமாக வைத்துவிட்டு, உள்ளே இருந்த ஜவுளிகளை எடுத்துத் திண்ணையில் அடுக்கியபடியே பேசிக் கொண்டிருந்தார். ரெண்டு நாளைக்கு முந்தி, நள்ளிக்குப் பக்கத்தில் உள்ள தோட்டிலோவன்பட்டியில் ஒரு மாடும், கன்னும் (கன்றும்) விலைக்குக் குடுப்பதற்காகக் கட்டிப் போடப்பட்டிருப்பதாக வந்த தகவலையடுத்து விசாரித்து வருவதற்காக சைக்கிளில் போய்க் கொண்டிருந்திருக்கிறார். வெயில் அதிகமாக இருந்ததால் அந்தி சாய்கிற நேரமாகத்தான் கிளம்பியிருக்கிறார். பை-பாஸ் கடந்ததும் திடீரென மேகம் திரண்டதால் இருளத் தொடங்கியது. காத்தும் சொழற்றி அடித்தது. எதிர்காத்துதான். ஆனாலும் மழைக்காத்து. நெஞ்சில் மோதியது. கோனார் இன்னும் உற்சாகமாகப் பெடலை மிதித்தார்.

ஆனால் 'கோனார் இன்ன காரியத்துக்காக இன்ன இடத்துக்குப் போறாரு. அவர் மட்டும் தனியாத்தாம் போறாரு'ன்னு துப்புக் கிடைச்ச ஒருத்தன் விவசாயப் பண்ணையின் வேலியை ஒட்டி வளர்ந்து கிடந்த புதருக்குள் அரிவாளோடு பதுங்கி இருந்திருக்கிறான்.

கோனோரோட சைக்கிள் கடந்ததும், பம்மியிருந்த அந்த நபர் பாய்ந்து வந்து, பின்னாடியிருந்து அருவாளை சரியா கழுத்துக்குப் பாய்ச்சியிருக்கிறான். ஆனா, வாட்டமா மாட்டாமல் குடை மீது பட்டுத் தெறித்துவிட்டது. கோனார் இந்த வாட்டி தப்பிவிட்டார். இதைத்தான் கொஞ்சம்கூட பதட்டம் இல்லாம கோனார் சொல்லிக் கொண்டிருந்தார்.

சின்னவன் கவனமாகக் கதைக்குத் திரும்பினான்: "கொட, அவனச் சும்மா விட்டுருக்கக் கூடாது. சத்தம் கொடுத்திருந்தா நாலு பேரு ஓடி வந்திருப்பாக. அவனப் பிடிச்சு ஒதைச்சு மேட்டுக்குக் கொண்டு வந்திருக்கணும்" என்றான். அதாவது ஊர் நடுவே நீளமான பாறை பெரிய்ய்ய்ய திண்ணை வச்ச மாதிரிக் கிடக்கும். அதனால பள்ளத்துல பாதி ஊரு இருந்துச்சு. மேட்டுல பாதி ஊரு இருந்துச்சு. போலிஸ் ஸ்டேசன், கோர்ட், தாலுகா ஆபீஸ், அரசாங்க ஆசுபத்திரி போன்ற அரசு அலுவலகங்கள் எல்லாம் டவுனின் மேடான பகுதியில்தான் இருந்தன. அதை மேடு என்று அழைத்தனர். அரசு ஆஸ்பத்திரிக்குப் போவதை மற்ற ஊர்களில் தர்மாஸ்பத்திரி என்றுதான் சொல்லுவார்கள். ஆனால் இங்கு அதைக்கூட மேட்டாஸ்பத்திரி என்றனர். மாட்டாஸ்பத்திரியும் மேட்டில்தான் இருந்தது. தாலுகாபீசில் மனு கொடுப்பது, கோர்ட் வாய்தாவுக்குப் போவது, போலீஸ் ஸ்டேசனில் கம்ப்ளைண்ட் கொடுக்கப் போவது ஆகிய காரியங்கள் பற்றிப் பேசும்போது 'ஒரு தடவ மேட்டுக்குப் போய்ட்டு வரணும்' என்றோ, 'ஒரு சோலியா மேட்டுக்குப் போய்ட்டு வந்தேன்' என்றோதான் ஆரம்பிப்பார்கள். யாரையாவது திருடனைப் பிடித்துவிட்டாலோ அல்லது சண்டையின்போது போலிஸ் ஸ்டேசனில் கம்ப்ளைண்ட் கொடுப்பேன் என்று மிரட்டும் போதோ 'அவன மேட்டுக்கு இழுத்துட்டுப் போ' என்றோ,

அல்லது ‘உன்ன மேட்டுக்குக் கொண்டு வரனா இல்லையா பாரு’ என்றோ சொல்வது வழக்கம். அப்படித்தான் கொடக்கோனார் மீது கொலை முயற்சியில் ஈடுபட்டவனைப் பிடித்து போலிஸ் ஸ்டேசனுக்குக் கொண்டு வந்திருக்க வேண்டும் என்பதையே சின்னவனும் அப்படிக் கூறினான்.

அவன் அப்படிக் குறிப்பிட்டதும் கோனார் தொடர்ந்தார். “அது என்னன்னா, எந்தவொரு காரியத்தச் செய்யணும்னாலும் அதுக்குன்னு ஒரு முன் தயாரிப்பு இருக்கணும். எதிராளி யாரு? அவன எப்படி அடிச்சாச் சாய்வாம்னு ஒரு கணக்கு இருக்கணுமுல்ல. மழை, வெயிலுக்குப் பயந்துதான் நான் கொட எடுத்துட்டு வரேன்னு நெனச்சுக்கிட்டு இருக்கானுங்க. இது கொழும்புக் கொட சின்ன மோலாளி. ஒரு வேல்கம்பு கையில இருக்கறதுக்குச் சமம் தெரியும்ல. கழுத்துல மாட்டிப் புடிச்சுக்கிட்டு, அவன் கால் கவட்டையில் என் கெண்டைக்காலால பின்னி லேசா இழுத்தா, மட்ட மல்லாக்க விழுந்துருவாம். அப்புறம் கொடையைத் திருப்பிப் புடிச்சுக்கிட்டு தொண்டைக்குழியில் இறக்குனா... சோலி முடிஞ்சிரும். தெரியுமுல்ல” என்றார்.

“பின்ன ஏம் சும்மா விட்டுட்டு வந்தீரு?” என்றபடி சாய்ந்து கிடந்த குடையைப் பார்த்தான். கைப்பிடி மரத்தில் செய்யப்பட்டு, கழுத்தில் மாட்டி இழுக்கும் அளவுக்கு வாகாக வளைந்து இருந்தது. குடைக்கம்பியும் நல்லா உருட்டுக்கம்பி போல இருந்தது. பின் பக்கம் குத்தீட்டி போல கூராக இருந்தது. ‘இத நம்பித்தான் ஒத்தையாளா ஊரு ஊரா சுத்துறாரோ கோனாரு’ன்னு நினைச்சுக்கிட்டான் சின்னவன்.

“அதாம் சொன்னம்ல சின்ன மோலாளி. நான் ஒரு கையால சைக்கிளப் பிடிச்சிருந்தம். இன்னொரு கையில கொடைய மாத்திப் பிடிச்சு அவன் கழுத்துல மாட்டுனம். ஆனால் வழுக்கீருச்சு. மேலவும் அருவா குறி தப்புனதுல அவனும் பதட்டமாயிருப்பாம். மேலவும் என் கொடை அடி அவன் கழுத்து மேல விழுந்ததுலயே அவனுக்குத் தெரிஞ்சிருக்கும், இனி கொடையோட மோத முடியாதுன்னுட்டு ஓடிப் போய்ட்டாம். நான் அவன எங்கிட்டுப் போய் தேட?” என்றார்.

கோனார் பேச்சு இப்போது சின்னவனுக்குச் சலிப்பாக இருந்தது. ‘வெட்ட வந்தவன் யாரு? ஏன் வந்தாங்கிற சமாச்சாரத்தச் சொல்லாம தம் பெருமையையே பேசுறாரே’ என்று கொடை மீது எரிச்சலடைந்தான்.

“ஒருத்தன் உம்ம சோலியயவே முடிக்கப் பாய்ஞ்சிருக்கான். நீரு பாட்டுக்கு அசால்ட்டா இருக்கீரு. யாரு, என்னன்னு பாக்காண்டாமா? முளையிலயே கிள்ளி எறிஞ்சாத்தானே உமக்குப் பாதுகாப்பு” என்றான் சின்னவன்.

ஆனா, கோனாருக்கு மேற்கொண்டும் இந்தப் பேச்சைத் தொடர விருப்பமில்ல. ரெண்டு நாளாவே மனசுக்குள்ள எத்தனையோ நெனைப்புகள். எத்தனையோ கணக்குகள். இப்பிடி யாவாரத்துக்குப் போற இடம், வாற இடம் பத்தி துப்பு சேகரிச்சுருக்காம். இப்பிடி எத்தனை நாளா துப்புக்குக் காத்துக் கெடந்தானோ? கத்தி வீசுற அளவுக்கு அம்புட்டு வன்மம் இருக்கணும்னா அவன் ஆரு? என்னன்னு மனசு கணக்குப் போட்டுக்கிட்டு இருந்தது. ஆனா, அதையெல்லாம் யாருகிட்டவும் கோனார் பேச விரும்பல. அதை மறக்கத்தான் அவரு டவுன் பக்கமா வந்திருக்காரு. அதனாலயே

மேக்கொண்டும் இந்தப் பேச்சை வளத்த அவரு விரும்புல.

அது மாதிரிச் சம்பவத்தைக் கேக்கிறவுக பொதுவாப் பதட்டமடையாம இருக்க மாட்டாக. இப்படியான ஆபத்து நிலைமை உள்ள மனுசன் ஒருத்தன் பக்கத்துல இருக்குறதக்கூட விரும்ப மாட்டாக. அப்பிடியாப்பட்ட ஆளு சீக்கிரமே இடத்தக் காலி பண்ணினாக்கூட பரவாயில்ல என்றுதான் எண்ணுவார்கள். ஆனா, கோனார வேத்து மனுசனா நெனக்க முடியல. கோனார் முப்பது வருசக் கிராக்கி. அது மட்டுமில்லாம, அவர் உக்காந்தார்னா திகையாத யாவாரத்தையும் தன் பேச்சால் முடிச்சுக் கொடுத்து விடுவார். அதற்காகவும் தமது பதற்றத்தைக் காட்டிக் கொள்ள வேண்டியிருந்தது.

முதலியார் கடைத் திண்ணையில் இது போன்ற எத்தனையோ கதைகள் பேசப்பட்டுள்ளதுதான். தூரத்தில் இருந்து பார்ப்பவர்களுக்கு அங்கே ஒரு பஞ்சாயத்து கூடியிருப்பது போலக்கூடத் தோன்றலாம். அந்த அளவுக்குக் காரசாரமாக வார்த்தைகள் வந்து விழும். அதெல்லாமுமே ஒரு கிராக்கி கடை வாசலை மிதிக்கும் வரைதான். அதன் பிறகு கப்சிப் என அடங்கி விடுவதும் உண்டு. சில நேரங்களில் உள்ளே வியாபாரம் நடந்து கொண்டிருக்கும்போது பெரிசுகள் திண்ணையில் உட்கார்ந்து ரகசியமாகக் கிசுகிசுப்பதும் உண்டு. பல நேரங்களில் ஊர் நடப்புகள் குறித்துத் தங்கள் அபிப்பிராயங்களைத் தெரிவித்துக் கொள்வதும் உண்டு. ஆனா, எல்லாமுமே நேரத்தைக் கடத்துவதற்கு மட்டும்தான் என்பதுதான் அங்கு எழுதப்படாத சட்டம். அதாவது, அங்கு ஒரு திண்ணைப் பேச்சு அபூர்வமாக நடந்து கொண்டிருக்கும். அது சில நேரங்களில் அந்தப் பக்கத்து சம்சாரிகளின் மனசாட்சியாகவும் வெளிப்படக்கூடும். எப்படியிருந்தாலும் எல்லாமும்

வெறுமனே நேரத்தைக் கடத்துவதற்கு மட்டும்தான் என்பதை மீண்டும் நினைவுபடுத்திக் கொள்வது நல்லது.

அந்த வரம்புக்குள்தான் கொடக்கோனார் மீது நடந்த கொலை முயற்சி பற்றியும் பேச்சு நடந்தது. மற்றபடி நாளைக்கே கொடக்கோனார் கொலை செய்யப்பட்டாலோ கூட அங்கு யாரும் அதற்காகக் கவலைப்படப் போவதில்லை. கொலைகாரன் யார் என்பது தெரிந்திருந்தாலும், முன்விரோதம் பற்றி அறிந்திருந்தாலும்கூட யாரும் சாட்சிக்கூண்டில் ஏறப் போவதில்லை. இருந்தாலும் கதை கேட்பதின் குறுகுறுப்புதான் உள்ளே இருக்கும் ரகசியங்களைப் பாதாளக்கரண்டி போட்டு வெளியே அள்ளிக் கொண்டு வந்துவிட எப்போதும் துடிக்கிறது. ஆனால் எப்படிக் கேட்டாலும் கொடக்கோனார் எதையும் வெளிக்காட்டுபவராக இல்லை.

"அட விடுங்க சின்ன மொலாளி. எதோ ஒரு பய தப்பாக் கணக்குப் போட்டுட்டான். குறியும் தவறிப் போச்சுல்ல. அவ்ளோதான். அந்தப் பய ஓடி மறைஞ்சதும் கூடுன மேகமும் கலைஞ்சு போச்சு." என்று முடித்துக் கொண்டார். கொலைவெறி வன்மம் கொண்ட பகைமையின் ரகசியங்கள் அவ்வளவு எளிதாக வெளிக் கொணரப்படுவதில்லை. சிதைந்த சட்டகமாகத்தான் ஊகிக்க முடியும். ஆனால், வதந்திகள் அவற்றை முழுச் சட்டகமாகக் கட்டமைத்து விடுகின்றன. அது முதலியாருக்கும் நன்கு தெரியும். அவர் பையன்களுக்கும் தெரியும். ஏன் வாரச்சந்தை முழுமைக்குமே அது தெரியும். பரவிக் கொண்டேவும் இருக்கும்.

பொதுவாக கொடக்கோனார் யோக்யமானவர். வம்பு வழக்குகளில் ஞாயமாகத்தான் பேசுவார். கிராமத்திலும்

யாருக்கு எதுவென்றாலும் முதல் ஆளாக நிற்பார். எப்போதுமே நூத்துக்கும் அதிகமான ஆடுகள் அவரது பிடியில் இருக்கும். ஆனால் ஒரு நாளாவது அவரது ஆடு யார் வீட்டுப் புஞ்சையிலாவது மேய்ந்தது என்ற பிராது வந்ததில்லை. வாய்க்காத் தகராறு, வரப்புத் தகராறு என எந்தக் கரட்டு வழக்கானாலும் அவரது பேச்சு எல்லாருக்கும் பொதுவாகத்தான் இருக்கும். அவரை யாரும் கை நீட்டி ஒரு குத்தம்குறை சொல்ல முடியாதபடிக்குத்தான் இருந்து வந்தார்.

இருந்தாலும் அவருக்கும் ஒரு பகை இருந்தது. அது இருபது, முப்பது வருசங்களுக்கு முந்தைய பகை. அது வாலிபப் பருவம். இப்படித்தான் யாவார விசயமாக இந்தா வடக்க ரெண்டு மைல் தள்ளி உள்ள ஒரு கிராமத்துக்குப் போக வர இருந்தார். அதிலும் ஒரு குறிப்பிட்ட வீட்டிலேயே மாடு பிடிப்பது, விற்பது என நேர்ந்தது. அந்த வீட்டில் அவருக்குக் கைராசிக்காரர் என்ற பெயர் ஏற்பட்டுவிட்டது. ஒரு செனை மாட்டை வாங்கிப் பராமரிச்சு பால் மாடாக்கை மாத்துனா சமயத்துல நானூறு, ஐநூறுகூடக் கிடைச்சுது. எப்போதும் அஞ்சாறு பால் மாடுகளோ, செனை மாடுகளோ கட்டப்பட்டிருந்தன. எப்படியும் வருசத்துல டஜன் மாடுகளாவது அந்தத் தொழுவத்துல இருந்து கை மாறுச்சு. அதனால தொழுவத்தைக்கூட பெருசாக்கினார். அதோட பால் வியாபாரமும் தாராளமா நடந்துக்கிட்டு இருந்தது. இது அந்தக் குடும்பத்துக்கு நல்ல வருமானம். ஒரு அரைக் குறுக்கம், முக்காக் குறுக்கம் விதைப்பாடுள்ள புஞ்சை நில விளைச்சலைப் போல ஒரு கூடுதலான தைரியம் அந்த வீட்டுக்கு. எல்லாமே கொடக்கோனார் மூலமாகத்தான். அதனால் அந்த வீட்டுக்கும் அவருக்கும் ரெம்பவும் நெருக்கமாகிப் போனது. மாமா, மச்சான் என அழைக்கும் அளவுக்கு அது நெருங்கியது. அவர் எப்பவும் வருவார். எப்பவும்

போவார். அவர் இஷ்டம்தான், வீட்டுக்குள்ளயும் எல்லா இடத்துலயும் சுதந்தரமாகப் பொழங்குவார்.

பொம்பளப் பிள்ளைகளும் கூச்சமில்லாம, ஓடி ஒளியாமப் பொழங்கிச்சுக. வீட்டுல கோழி அறுத்தாக் கட்டாயமா கொடைக்கும் அழைப்புப் போகும். வந்து சாப்பிட்டாலும் உடனடியாக் கிளம்பறதுல்ல. அப்படியே வெத்தலய மென்னுக்கிட்டு ஊர்க் கத பேசறது. அப்படீயே கண்ணு சொருகுச்சுன்னா 'இப்படித்தான் செத்த கண்ணசருங்களேன் மச்சான்' என்பார் வீட்டுப் பெரிய ஆம்பிள. அப்படியே திண்ணையில மதியத் தூக்கம் போடறது. எழுந்திருச்சுக் காப்பித் தண்ணியக் குடிக்கறது. சில சந்தர்ப்பத்துல சோழி, ஆடுபுலி ஆட்டம் திண்ணையிலயே நடக்கும். அது அப்படியே நாளடைவில் கூடத்துக்கு நகர்ந்துச்சு. பொம்பளப் பிள்ளைகளும் கத்துக்கிருச்சுங்க. தாயம், பல்லாங்குழின்னு ஆட்டம் நடக்கும். என்னன்னா, இதுல எல்லாம் வீட்டு இளந்தாரிப் பொம்பளப் பிள்ளைகள ஒதுக்கி வைக்கிறதில்ல. அவுகளும் சகஜமா விளையாட்டுல கலந்துக்கிருவாக.

இப்படி இருக்கும்போது அந்த வீட்டில் இருந்த ஒரு இளந்தாரிப் பெண்ணுக்கும் அவருக்கும்தான் பழக்கமாகிப் போனதாகக் கூறுகிறார்கள். அந்த வீடு அவர் சாதியில்லை. வேற சாதி. அந்தச் சாதி இளந்தாரிப் பெண்ணுக்கும் கோனாருக்கும் பழக்கம் என்பது எந்த அளவுக்கு உண்மை என்பது யாருக்கும் தெரியாது. அவள் சாதிக்கேற்ற நிறமில்லாமல் நல்ல மாநிறம். கண்ணெல்லாம் ரெண்டு பக்கமும் நீளமாக ஓடும். கண்ணை ஒரு சொழட்டு சொழட்டித் தலைக்குப் பின்னால நிக்கறவுகளக்கூடப் பார்த்து விடுவாள். ஆனால் மொகமோ சாந்த மொகம். குனிந்த தலை நிமிர மாட்டாள். கம்மாய்க் கரைக்குப் போயிட்டு வந்தாலும்

குனிஞ்ச தலை நிமிராமத்தான் இருக்கும், உள்ளுக்குள் அவள் சிரிக்கும் சத்தம் குறும்பாட்டின் கழுத்து மணி ஆடுவதுபோல மென்மையாகக் கிலுகிலுவென அவள் தோழிகளுக்கு மட்டுமே கேக்கும். ஆனால், வீட்டுக்கு வந்து சேர்றதுக்குள்ள கடந்து போன, முந்திப் போன மனுசாள மட்டுமல்லாம, வழியெங்கும் பறந்த தட்டான், காக்காக் குருவி அத்தனையவும் கண்ணு படம் பிடிச்சிட்டு வந்திரும். வீட்டுக்குள்ள அண்ணன்மார்கிட்ட, மதினிமார்கிட்ட வாய்கிழிய வம்பளப்புதான். வெளிய போய்ட்டு வர பெரிய பொம்பளைகளுக்கும் ஆம்பளைகளுக்கும்கூட தெரியாத ஊர்ச் சங்கதிக எல்லாம்கூட அவளுக்குத் தெரிஞ்சிருக்கும். அப்பேர்க்கொத்த கூறான பிள்ளை அது. தலைமுடி கருகருன்னு இடுப்புக்குக் கீழ வரைக்கும் நீண்டிருக்கும். சுமாரான உயரந்தான். சாதி மட்டும் வித்தியாசம் இல்லன்னா, கொடக்கோனாருக்கும் அவளுக்கும் நல்ல ஜோடிப் பொருத்தந்தான் என்று கொண்டாடியிருப்பாக.

அவளும் விளையாட்டுகள்ல கலந்துக்கிருவா. அவ்வளவுதான். வேற ஒண்ணும் விகல்பமா நடந்துக்கிட்ட மாதிரித் தெரியல. என்ன ஒரு தடவை, வெள்ளிக்கிழமையன்னிக்கு அந்தப் பொண்ணு தலைக்குக் குளிச்சிருந்தா. அவளோட மதினிக அவ தலைமுடிக்கு சாம்பிராணிப் புகை போட்டுக்கிட்டிருந்தாக. கொஞ்ச நேரத்துல ஒவ்வொருத்தரா ரெண்டு பேரும் எழுந்திருச்சிப் போயிட்டாக. ‘போதும், சீக்கிரமா தீக்கங்கை எடுத்துட்டு வாடி; பெறவாசல்ல தலை வாரிக்கலாம்’னு மூத்த மதினி உள்ளயிருந்து குரல் கொடுத்தா. இவ தலைமுடிய மூஞ்சிக்கு முன்ன விரிச்சுப் போட்டு அழகு பாத்துக்கிட்டிருந்தா. மதினிட்ட இருந்து திரும்பவும் குரல் வரவும் கங்குக் கரண்டிய தள்ளி வச்சுட்டு

எழுந்திருச்சா. தலைமுடி அலையலையா முகத்துல விழுந்து கிடந்துச்சு. அப்பப் பாத்து கொட வேகமா உள்ள வந்துட்டாரு. இவ இருந்ததக் கவனிக்கல. அதனால ரெண்டு பேரும் நேருக்கு நேரா மோதிக்கிற மாதிரி ஆயிடுச்சு. இவளும் கொஞ்சம் தடுமாற அவரும் கொஞ்சம் தாங்கிப் பிடிச்சு நிறுத்தினாரு. தலைக்குக் குளிச்சு சாம்பிராணி போட்ட வாசனை அவரை ஒரு நிமிசம் கிறக்குச்சுதான். ஒரு நிமிசம்தான். அந்தப் பிள்ளையும் ஏதோ மோதிட்ட அதிர்ச்சியில் 'அம்மா' என சத்தம் போட்டுச்சு. உள்ளேயிருந்து மதினிகள் ஓடி வந்தாளுக. 'என்னடி?' எனக் கேட்டபடி. கொடயும் 'வீட்டுல வேற யாரும் இல்லையா?' என்று சன்னமான குரலில் கேட்டுவிட்டு வெளியேறத் தொடங்கினார். கொடை வெளியேறுவதையும் இவள் நிற்பதையும் பார்த்து கண்ணாலேயே கேள்வி எழுப்பினர். இவள், 'ஒண்ணுமுல்ல. அவுக வாரதக் கவனிக்காம எந்திருச்சுட்டேன். அதான் தடுமாறிப் போச்சு' என்றாள். கொடையும் திரும்பி 'நானும் சத்தம் கொடுக்காம வந்துட்டேன்' என்றவர் 'பெரிய மச்சான் இல்லியா?' என்றார். 'ஏண்டி! தலைய முடிஞ்சுச்கிட்டு எந்திருக்கிறதில்ல. கிறுக்குச் சிருக்கி' என மதினிகள் சிரித்தனர். அதுதான் நடந்தது. வீட்டாளுக கண்ணுக்கு எதுவும் விகல்பமாகத் தெரியவில்லை. ஆனா, வெளியே இருந்து பார்த்த கண்ணு ஒன்னு இத அப்படிப் பார்க்கல போலத் தெரியுது. அது அப்படியே புகைந்தது. புகைச்சல் எரியத் தொடங்கியது. மரத்தடி, குளத்தங்கரை என தீயாய்ப் பரவியது.

ஒரு நாள் கொடக்கோனார் அங்க வந்துட்டுத் திரும்பும்போது பொறக்கடையில நின்னு சிக்கெடுத்துக் கொண்டிருந்தவளின் ரெண்டு முழநீளத் தலைமயிர் ஒன்று பறந்துவந்து இவர் மேல் விழுந்தது. அதைக் கையில எடுத்தவரு அதன் நீளத்தைப் பார்த்து, 'அந்தப்

பொண்ணுக்கு இத்தத் தண்டி நீள மசுரா?'ன்னு நம்பாமத் திரும்பிப் பாத்திருக்காரு. இது போதாதா?

அந்த வீட்டு ஆம்பிளைக ஊர் சொல்வதை அப்போது நம்பினர். இதனால்தான் அந்த இளந்தாரிப் பெண்ணுக்கு மாப்பிள்ளை அமைவது தள்ளிப் போய்க்கொண்டே இருப்பதாகத் தவறாகப் புரிந்து கொண்டனர். உடனே, கொடக்கோனாரை வெட்டுவேன், குத்துவேன் என ஆரம்பித்தனர். சமாதானம் சொல்ல கோனாரும் எவ்வளவோ முயற்சி செஞ்சாரு. அதற்குள் காரியம் மிஞ்சிவிட்டது. அந்தப் பொண்ணு அரளி விதையை அரைச்சுக் குடிச்சு உயிரை விட்டிருச்சு. அதனால "எந்த உறவுமில்ல, ஒண்ணுமில்ல"ன்னு கோனாரு என்ன சத்தியம் செஞ்சும் யாரும் நம்பத் தயாராக இல்ல. அவரு உயிரக் காவு வாங்குறது ஒண்ணுதான் இதுக்குப் பிராயச்சித்தம்னு அந்த வீட்டுக்காரங்க அலையத் தொடங்குனாங்க. அந்தப் பகை இன்னமும் தொடருது.

இந்த அளக பாகத்துக்கும் காதல் கொலைக்கும் நெம்ப நாளாவே ஒரு தொடர்பு இருக்கும் போல. எத்தென எத்தென கதைகள்! காதல் நாடகக் கொலைகள்! இங்க மட்டுந்தானா? மேக்கே, திருநேலிக்கும் மேக்கே ஒரு பெரிய மிராசு இருந்தாராம். அவருக்கு பக்கத்தூரு சாயுபு ஒருத்தர் நெம்ப நெருக்கம். அவரு பேர் மேத்தப் பிள்ளை. ரெண்டு பேரும் அப்பிடித்தான் இதப் போலவே உயிருக்கு உயிரா பழகுனாக. சாயுபுவும் பெரிய வியாபாரி. அரபு நாட்டுக் குதுரையிலதான் வருவாராம்; போவாராம். அப்பிடி ஒரு நாள் மிராசோட ஜமீனுக்குள்ள குதிரையில வந்துக்கிட்டு இருந்துருக்காரு. அப்ப மாடத்துல நின்ன மிராசோட தங்கச்சி தலைவாரி சிக்கெடுத்துக்கிட்டு இருக்கும்போது அளக பாகத்திலிருந்து ஒரு முடி சாட்டை போல பறந்துவந்து குதிரையோட காலில் சிக்கியிருக்கு.

இவ்வளவு நீளமான தலைமுடி பறந்து வருதேன்னு அதிசயித்த சாயுபு, அப்படியே குதிரையத் தாக்காட்டி இறங்கி தலைமுடியப் பிரிச்சா ஒரு கஜத்துக்கும் அதிக நீளமா இருக்கு. உடனே இவ்வளவு நீள அளக பாகம் கொண்ட பெண்ணப் பாக்கதுக்காக திரும்பிருக்காரு. அங்க மாடத்துல மிராசோட தங்கச்சி நின்னுருக்கா. அவ்வளவுதான். வேற ஒண்ணும் இல்ல. இத ஒருத்தன் பாத்து மிராசுகிட்ட வத்தி வச்சுட்டான். அவன் ஏற்கனவே சாயுபுகிட்ட வேலைக்கு இருந்தவன். எதையோ திருடும்போது கையும் களவுமா பிடிபட்டுத் துரத்தப்பட்டவன். அத நினைச்சுப் பழிவாங்கக் காத்திருந்தவன் இந்தச் சந்தர்ப்பத்தப் பயன்படுத்தி, இதமாதிரி தப்பா வத்தி வச்சான். அத நம்பி சாயுபுவ கூட்டிட்டுப் போய் வஞ்சகமா வெட்டிக் கொன்று புதைத்துவிட்டு, தன் தங்கச்சியவும் உயிரோடு புதைச்சுக் கொன்றார் மிராசு.

இதுக்கும் முந்தி நடந்த கதை ஒன்னும் இருக்கு. வெங்கலராஜன் அரண்மனையில நடந்ததாச் சொல்லப்படும் வாய்மொழிக்கதை. அதாவது வெங்கலராஜன் தெக்கே சீரும் சிறப்புமா ஆட்சி செஞ்சுக்கிட்டு இருந்திருக்கான். அவனுக்கு சங்கு முத்தழகி என்று ஒரு தங்கச்சி இருந்தாள். அவள் அளகபாகம் 12 முழ நீளம் இருக்குமாம்! இந்த நேரத்துல வடக்க இருந்து நளராஜா படை எடுத்து வந்திருக்கான். ஆனா, வெங்கலன் சண்டை போடாமல் சமாதானம் பேசி ஜெயிச்சிட்டான். அதுல இருந்து ரெண்டு பேரும் சேக்காளியாயிட்டாங்க. அடிக்கடி விருந்துக்கு வரப்போக இருந்திருக்காங்க. அப்படியே வந்தாலும் மிலேச்சர்கள் முன்னால் பொம்பளப் பிள்ளைகள் வர்றதில்லை. அதனால வெங்கலனோட தங்கச்சியப் பத்தின வெவரம் அவனுக்குத் தெரியாம இருந்திருக்கு. இந்த நிலையில ஒரு நாத் தகவல் சொல்லாம திடீர்னு

நளராஜா வந்திருக்கான். அந்த நேரம் பாத்து, தங்கச்சி நந்தவனத்துல பூப்பந்து விளையாடிட்டு இருந்துருக்கா. அப்ப அங்க வந்த நளராஜா சங்கு முத்தழகியோட சடை, பாதம் வரையிலும் துவண்டதப் பாத்ததும் கட்டுனா இவளத்தான் கட்டணும்னு முடிவு பண்ணி, யாரு? என்னன்னு விசாரிச்சிருக்கான். அப்பத்தான் அவள் வெங்கலன் தங்கச்சின்னு தெரிஞ்சிருக்கு.

'சரி'ன்னு ஒருநா பக்குவமா வெங்கலனை அழைச்சு சம்பந்தம் பேசியிருக்கான். அப்பத்தான் என்ன நடந்திருக்குன்னு வெங்கலனுக்குத் தெரிஞ்சிருக்கு. 'வீட்டுக் குத்துவிளக்கை இவங்கண்ணுல படாம மறச்சு வச்சிருந்தமே, இப்படி ஆயிருச்சே'ன்னு திகைச்சுப் போனாலும் 'ஒரு இடங்கை ராஜாவுக்குத் தன் தங்கச்சியக் குடுக்க மாட்டேனு'ட்டான். நளராசாவுக்கும் 'என்னடா நம்மகிட்ட கப்பம் கெட்டுறவன் பொண்ணு தர மாட்டேன்னு சொல்றானே'ன்னு கோபம் தலைக்கேறிருச்சு. ஆனாலும் பதறாமத் திட்டமிட்டான்.

அதன்படி சுனை அருகே ஒரு மந்திர மாமரம் வளர்த்தான். 'அதன் கனி மிகவும் புனிதமானது. அது அரசனுக்கு மட்டுமே சொந்தம்' என நாலா பக்கமும் செய்தி பரப்பினான். இதனால் அங்கு பலத்த காவல் போடப்பட்டது. ஒரு நாள் சங்கு முத்தழகி தண்ணிக்கு வந்து போகும்போது அந்த அதிசய மாங்கனி அவள் அறியாமல் அவள் குடத்தில் விழும்படி செய்தனர். அரண்மனைக்குச் செல்லும் வழியில் குறிப்பிட்ட இடத்தில் வைத்து, அவளை மடக்கிப் பிடித்து மாங்கனியைத் திருடியதாக அவளது தலைமுடியைப் பிடித்து இழுத்துச் சென்றனர். அதை அறிந்த வெங்கல ராஜன் மானம் போய்விட்டதே என அழுது புரண்டு அரண்மனைக் கதவுகளை எல்லாம் பூட்டினான். அரக்கு, சந்தனக் கட்டைகளை அடுக்கித் தீ வைச்சான்.

தீயில் கருகி இறந்தான். அரண்மனைக்கு இழுத்து வரப்பட்ட சங்கு முத்தழகியின் கூந்தலை அறுத்து நளராஜா அவமானப்படுத்தினான். அவளது சீலையை உருவி அம்மணமாக்கினான். உடனே, சங்கு முத்தழகி சாபமிட்டாள். அரண்மனை இடிந்தது. மானத்தில் இருந்து மணல் மாரி பெய்தது. அதனால் மருத வனமாக இருந்த நாடு புதைந்தது. அதன் மீது புல், பூண்டு வளருவதில்லை. தேரிக்காடானது. சங்கு முத்தழகி இட்ட சாபத்தால்தான் தேரிக்காடுகளாக ஆனதாக இன்றும் கூறுவார்கள்!

கொடக்கோனாரும் இப்பிடி விகல்பம் இல்லாமல் பழகுனது பகையா மாறியிருக்கலாம்.

முதலியார் கடைத் திண்ணைக்கு அடிக்கடி வரும் அடுத்த நபர் அருணாச்சல நாடார். இவர் புண்ணாக்கு புரோக்கர். அந்தப் பக்கத்தில் உள்ள ஜின்னிங் பேக்டரிகள், ஆயில் மில்களில் உற்பத்தியாகும் பருத்திப் புண்ணாக்கு, கடலைப் புண்ணாக்கு, எள்ளுப் புண்ணாக்கு ஆகியவற்றின் சாம்பிள்களை எடுத்துக் கொண்டு தமிழ்நாடு, கேரளா பூராவும் கேம்ப் போய் ஆர்டர் பிடித்து வருவார். கேம்ப் போகாத நாள்களிலும், புண்ணாக்கு சீசன் இல்லாத நாள்களிலும் முதலியார் கடைக்குக் கதையளக்க வந்துவிடுவார். அன்றும் மெட்ராஸ் டூரை முடித்துவிட்டு வந்தவர் நேராக முதலியார் கடைக்கு வந்துவிட்டார்.

எப்போதும் மதியச் சாப்பாட்டை முடித்துக் கொண்டுதான் வருவார். முதலியாரும் மூணு மணிவாக்கில் மனோரமா ஹோட்டலுக்குப் போய் ஒரு காபி சாப்பிட்டுவிட்டு வருவார். அவர் காபி சாப்பிட்டு வருவதும் இவர் கடைக்குள் நுழைவதும் பல நேரங்களில் ஒத்திசைவாக இருக்கும். வந்து திண்ணையில் உட்கார்ந்தா இருட்டின பிறகும் ஏழு, எட்டு மணி வரை இருப்பார். வியாபாரம் சூடாக நடக்கும்போது பேரங்களைத் தீர்த்து வைப்பதில் உதவுவார். மற்ற நேரங்களில் எதையாவது பேசிக்கொண்டே இருப்பார். ஒரு விஷயத்தை நூறு தடவை சொல்லியிருந்தாலும் அதைப் பற்றிக் கொஞ்சமும் கவலைப்படாமல் மறுபடி, மறுபடி

சுவாரஸ்யம் குறையாமல் நூத்தியோராவது தடவையாகவும் சொல்லிக் கொண்டிருப்பார்.

"அண்ணாச்சி, மலையாளத்தான் நம்ம நாட்டு ஆள மதிக்கவே மாட்டான்; 'ஷ்...,' 'ஷ்...'ன்னு மரியாதையில்லாமல் கூப்பிடுவாங்கிறத நான் இல்லங்கல. ஆனால் அவன மாதிரி சுத்தமானவன் இந்தியாவிலயே கிடையாது, கேரளாவுக்குள்ள நீங்க பஸ்ஸுல போனாலும் சரீ, ரயில்ல போனாலும் சரீ, ஒரு பய பீ பேண்டுட்டு இருக்கறதப் பாக்க முடியாது. இங்கன்னா யோசிச்சிப் பாருங்க. காலங்காத்தால தரும தரிசனம்தான். அது மாதிரி எந்த ஓட்டல்லயும் தைரியமா சாப்பிடலாம். அவ்வளவு சுத்தம். சின்ன டீக்கடயிலகூட கொதிக்கவச்சு ஆறுன சீரகத் தண்ணிதான் குடிக்க வைப்பான். ரெண்டு ஆப்பமும், கடலக் கறியும் சாப்ட்டு திருப்தியா ரெண்டு மூணு தம்ளர் தண்ணியக் குடிச்சீங்கன்னா மத்தியானம் வரைக்கி வயிறு ஏன்னு கேக்காது" என்பதை அவர் ஆயிரம் தடவைகள் சொன்னாலும் அலுக்க மாட்டார். இதைப் போல நுட்பமான, நூதனமான விஷயங்களைக் கண்டு வந்து சொல்லுவார்.

நாடாக்கமாரில் இவர் ஒரு தினுசானவருதாம். டவுனில் எல்லாத் தொழிலிலும் நாடாக்கமார் புகுந்து விட்டார்கள். பலசரக்குக் கடை, காய்கறிக்கடை, தீப்பட்டியாபீசு, அச்சாபீசு, கருவாட்டுக்கடை இப்படி ஆட்டத்தொட்டு மாட்டத்தொட்டு நகைக்கடைகூட போட்டாச்சு என்ற புலம்பல் பஜாரில் நீண்ட காலத்துக்கு முன்பே கேட்கத் தொடங்கியாச்சு. இதெல்லாமும் பாரம்பரியமான யாவாரிகளான செட்டிமாரு, சாயுபுமாரு, முதலியாரு இவங்களுக்கெல்லாம் முணுமுணுப்பாகத்தான் இருக்கு. இப்பிடி நாடாக்கமார் ஆளுக யாவாரத்துல

முன்னேறி வந்தாலும், அருணாசல நாடாருக்கு யாவாரத்துல எல்லாம் பெரிய நாட்டமில்லை. தேவைக்குச் சம்பாதிச்சிட்டு மத்த நேரங்களில் புத்தகம் வாசிச்சுக்கிட்டு, இப்பிடி முதலியார் கடைத் திண்ணையில் ஊர்க்கதை பேசிக்கிட்டு இருந்தாரு. ஆமாம், இவருக்குக் கொஞ்சம் புத்தகக் கிறுக்கும் உண்டும். இவரும் நடுவிலானும் சேந்தா கண்ட புத்தகம் பத்தியும், கதைகளப் பத்தியும்தாம் பேசுவாக. புதுமைப்பித்தன், ஜெயகாந்தன் முதல் நா. பார்த்தசாரதி வரை பேசுவாக. நா.பாவின் 'குறிஞ்சி மலர்' என்றால் அவருக்கு உயிர். அதைப் பற்றி அவர் பேசுவதைப் பாக்கணுமே. மனுசன் தேனைக் குடிச்சுட்டு நாக்கு சப்புக் கொட்டுவது போல சப்புக் கொட்டி, சப்புக் கொட்டிப் பேசுவார். பேசப் பேச நாவில் தேன் ஊறிக் கொண்டேயிருப்பது போல இருக்கும்.

பல நேரங்களில் அருணாசல நாடாரும், கொடக் கோனாரும் ஏக காலத்தில் பிரசன்னமானால் திண்ணைப்பேச்சில் அனல் பறக்கும். அப்போ, சுப்பையாத் தேவர் கடை கருப்பட்டி மிட்டாயும் சேவும் வாங்கி வாயில் போட்டு அரைத்துக்கொண்டே பேசுவாக. பொதுவாக நாகரிகம் என்ற மாயக்கன்னியின் வசீகரம் பற்றித்தான் அதிகம் பேசுவார்கள். அன்றும், கொடக்கோனார் மீதான கொலை முயற்சி பத்தி, சின்னவன் துருவித் துருவிக் கேட்டுக் கொண்டிருக்கும்போது கோனாரைக் காப்பாத்துவதுக்கு வந்தது போல அருணாசல நாடார் வந்து சேர்ந்தார். பின்னாடியே ஏகாம்பர முதலியாரும் வந்துவிட்டார். அவர் வந்ததும் சின்னவன் தன் சினேகிதர்களைப் பார்க்கக் கிளம்பிப் போனான். ஞாயித்துக்கிழமை சாயங்காலம் மட்டும்தான் அவன் தனது சினேகிதமார்களைப் பாக்க அனுமதி. இப்படி ஒரு புதிய சூழ்நிலை ஏற்பட்டதுல கொடக் கோனாருக்கு

ஆசுவாசம் ஏற்பட்டது. அருணாசல நாடாரையும் நீண்ட நாள் சென்னு(று) பார்ப்பதால் அவரிடம் குசலம் விசாரிக்கலானார். இப்படியாக அடுத்த திண்ணைக் கச்சேரி ஆரம்பமானது.

அருணாசல நாடாரிடம், கொடக்கோனார் அவசரமாகக் கேட்டார்: "என்ன அண்ணாச்சி இந்த எம்சியாருக்கு என்னமோ சீக்காமே! சீமைப்பட்டணத்துல ஏதும் தகவல் உண்டா?"

இந்தக் கேள்வியைக் கேட்டதும் அருணாசல நாடார் தனக்குள் சிரித்துக்கொண்டார். அதனால் உள்ளுக்குள் இருந்து கிளம்பிய சிரிப்பை வாய்க்குள் அடக்கினார். வாய் குவிந்து காற்று மட்டும் வெளியேறியது. இது அவர் பழக்கம். கமுக்கமாகச் சிரித்துக் கொள்வது. ஆனாலும் உள்ளுக்குள் சிரிப்பாகக் கிளம்புவது காற்றாக வெளியேறி, அவர் நக்கலா சிரிக்காருங்கறதக் காட்டிக் கொடுத்துவிடும். உள்ளே இருப்பதை மறைக்கத் தெரியாத மனிதர்கள் இன்னமும் இருக்கத்தானே செய்கிறார்கள். இப்போதும் அப்படித்தான். உக்காந்துகொண்டு, தலையைக் குனிந்தவாறு இரண்டு பக்கமும் பார்த்தார்.

"என்ன இப்படிக் கேட்டுட்டீக அண்ணாச்சி! போன செவ்வாக்கிழம அவருக்கு ஒரு பக்கம் இழுத்துக்கிச்சாம். நாடே அல்லோலகல்லோலப்பட்டுக் கிடக்குது. சனங்க எல்லாம் அந்தாக்குல மருகி மருகிச் சாகுறாக. என்ன நோயிங்கறது யாருக்கும் தெரியல. மெட்ராஸ்ல அப்போலான்னு ஒரு புது தனியார் ஆஸ்பத்திரி திறந்திருக்காகளாம். அப்படியே பளிங்கு மாதிரி இருக்குமாம். அங்க சேத்திருக்காக. கெவுருமெண்ட் செலவுல வைத்தியம் நடக்குது. ஒரு நா வாடகை

மட்டும் ஆயிரம் ரூவாயாம். எங்க பாத்தாலும் சனங்க அங்கங்க கூடி இதப் பத்திதான் பேசிக்கிறாக. 'கடவுளே எம்.சி.ஆர காப்பாத்து'ன்னு கோயில் கோயிலா சனங்க போறாக! 'ஒளிவிளக்கு' படத்துல சௌகார் சானகி பாடுற "ஆண்டவனே உன் பாதங்களை நான் கண்ணீரில் நீராட்டினேன், இந்த ஒருயிரை நீ வாழவைக்க இன்று உன்னிடம் கையேந்தினேன்..." என்ற பாட்டுத்தான் மூலைக்கு மூலை கேக்குது. அப்போலா ஆசுபத்திரி இருக்குற வீதி பாத்தீங்கன்னா நம்மூர் மெயின் ரோட்டக்காட்டிலும் மூணு மடங்கு அகலம் இருக்கும். ஒரு மைல் நீளம். அதுல எள்ளுப்போட இடங் கிடையாது. அவ்வளோ சனங்க. 'தலைவா, தலைவா, தலைவா'ன்னு ஆணும் பொண்ணுமா அன்ன ஆகாரம் இல்லாம அங்கனயே தவமாக் கெடக்காக" என்றார்.

"சூடு அதிகமாயிருக்குமோ" என்றார் கோனார். 'அனேகமா இதுலயே பேச்சக் கொண்டு போயிறணும். திரும்பவும் அருவா வெட்டுச் சம்பவத்துக்குப் பேச்ச நகர விடக்கூடாது' என்றும் கோனார் சங்கல்பம் செய்து கொண்டார். "சக்கரைச்சத்து அதிகமா இருக்குங்காக" என்று தொடர்ந்தார் அருணாசல நாடார். "பக்கவாதம் தாக்கியிருக்காம். கிட்னி கெட்டுப் போச்சுன்னு சொல்றாக. சப்பான்ல இருந்து ஒரு டாக்டர் வந்து பாத்துட்டு கிட்னிய மாத்தணும்னு சொல்லியிருக்காக" என்றார்.

"கிட்டினின்னா?" வெளங்காமல் கேட்டார் கோனார். "சிறுநீரகம்" என்றார் நாடார். "அப்போ சிறுநீரகத்த அப்படி அறுத்து மாத்த முடியுமா?" என்றார் கோனார். "ஆமா மாத்தலாமாம். அவுரு அண்ணன் மகள் சிறுநீரகத்த மாத்த முடிவு செஞ்சிருக்காங்க" என்றார்.

கேட்டதும் ‘ப்ஹார்’ என கோனார் வெடித்துச் சிரித்தார் “அது எப்பிடி? பொம்பளையளுக்கும் அது இருக்குமா?”

“அண்ணாச்சி. சிறுநீரகம்னா நீரு நெனக்கிற மாதிரி ‘அந்தச் சாமான்’ இல்ல. அது உடம்புக்குள்ள இருக்குமாம். ஆணு, பொண்ணு யாரா இருந்தாலும் ரெண்டு இருக்குமாம். அதுல ஒண்ண எடுத்து மத்தவுகளுக்குப் பொருத்துவாகளாம். ஒருத்தருக்கு ஒரு சிறுநீரகம் இருந்தாப் போதுமாம். கூட ஒன்னு இருந்துட்டுதான் போவட்டுமேன்னு ரெண்டா வச்சுப் படைச்சிருக்காம். ஆண்டவன் படைப்பப் பாருங்க” என்று விளக்கினார் நாடார். ஆவென்று வாய் திறந்து கோனார் கேட்டுக் கொண்டிருந்தார். இதையெல்லாம் முதலியாரும் ஆர்வமாகச் செவி மடுத்துக் கேட்டுக் கொண்டாலும் அவர் நினைவுகள் வேறாக இருந்தன.

ஐப்பசி பிறந்தும் மேற்கே சாயும் சூரியன் எரியும் கொள்ளியாய்ச் சுட்டது. ஏற்கனவே, வருசத்தில் ஐப்பசி, கார்த்திகை தவிர பத்து மாதமும் பூமி கந்தகமாகத்தான் கொதிக்கிறது. ஐப்பசி, கார்த்திகை ரெண்டு மாசம்தான் மழை மாசம். மழை பெய்ய வேண்டிய காலத்தில் வெயில் கொளுத்துது. இந்த ஐப்பசி, கார்த்திகையும் தவறிவிட்டால் ஒரு சொட்டுத் தண்ணியைக்கூடப் பார்க்க முடியாது. வானத்தில் பாளம் பாளமாக வெள்ளை மேகங்கள் ஊர்வலம் செல்லும். அது, இந்த வருசம் கரிசல்பூமிக்கு மழை கிடையாது என்பதை ஊர்வலமாகச் சென்று அறிவிப்பதைப் போல இருக்கும். அதைப் பார்த்தால் ஏகாம்பர முதலியாருக்கு வயிற்றைக் கலக்கும். ஐப்பசி, கார்த்திகையில் பெய்யும் மழைதான் ஒரே வழி. அந்த அறுபது நாள் மழையில் கம்மாய், குளங்கள் எந்த அளவுக்கு நிறைகிறதோ அந்த அளவுக்குத்தான் வெள்ளாமையை எதிர்பார்க்க முடியும். சித்திரை, வைகாசியில் பருத்தி, வத்தல் முழுமையாகச்

சந்தைக்கு வந்தால்தான் சம்சாரிக பஜார் பக்கம் வருவார்கள். சம்சாரி கையில் பணம் வந்துவிட்டால் அவனை மாதிரிச் செலவழிக்கவும் முடியாது.

வெள்ளாமைச் செலவுக்கு வாங்கிய பணம், வெள்ளாமைக்கு முன்ன காதுகுத்து, சடங்கு, கலியாணம், கருமாதி போன்ற காரியங்களுக்கு வாங்கியது எனக் கடனாக வாங்கியதை வட்டியுடன் திருப்பிக் கொடுத்துவிட்டு பெண்மக்கமார் கலியாணத்துக்கு ஏதாவது நகை, நட்டு வாங்கவும், அடுத்த கொடைக்குத் தாராளமாகச் செலவழிக்கவும் பெரும்பாலும் அவன் இந்த ஒரு மகசூலைத்தான் நம்பி இருக்கிறான். இங்குள்ள நூற்றுக்கணக்கான சின்னச் சின்ன வியாபாரிகளும் இதை நம்பித்தான் இருக்கிறார்கள். ஐப்பசி மாச ஆரம்பத்தில் மழையைப் பாக்கவில்லையின்னா தீபாவளிக்குத் தம்பிடி காசைக்கூட கரிசல் விவசாயி செலவழிக்கமாட்டான். மழை வரும் நம்பிக்கை இருந்தால்தான் அடுத்த விவசாயத்துக்குக் கடனை உடனை வாங்குவான். அதில் கொஞ்சம் தீவாளிக்கும் செலவாகும். இல்லாவிட்டால் நிலத்தைத் தரிசாகப் போடவும் கரிசக்காட்டு விவசாயி தயங்கமாட்டான்.

அதனால், ஏகாம்பர முதலியார் அந்த யாவாரக் கவலையில் ஆழ்ந்திருந்தார். பெரிய கடைகளில் தீவாளி யாவாரம் கோலாகலமாக நடந்து கொண்டிருக்கு. இங்கே ஈயோட்டிக் கொண்டும், திண்ணைப்பேச்சு பேசிக்கொண்டும் இருக்க வேண்டியிருக்கு. வாங்கிய சரக்கையெல்லாம் இன்னும் நாலஞ்சு நாளுக்குள் வித்துத் தீக்க வேண்டும். இல்லாவிட்டால் புள்ளிக்காரங்ககிட்ட பதில் சொல்ல முடியாது. முதலியாரைப் பொறுத்தவரை தீவாளி என்பது ஒருநாள் கூத்து என்பார்களே, அதைப் போலத்தான். பெரிய ஷோகேஸ் கடைகளைப் போல

தீவாளிக்கு ஒரு மாசம், ஒன்றரை மாசம் முன்பே தீவாளி வியாபாரம் சூடு பிடிக்காது. பொதுவாக வசதி இருப்பவர்கள் சரஸ்வதி பூசை அல்லது மறுநாள் நல்லநாள் என்பதால் அன்றே தீவாளி ஜவுளி போடக் கிளம்பி விடுவார்கள். அப்புறம் விட்டது, மறந்தது என்று தீவாளி வரை ஜவுளிக்கடை வாசல் ஏறியபடி இருப்பார்கள். இதெல்லாம் வசதி வாய்ப்பு இருப்பவர்களுக்கு. சிலர் மதுரை, திருநேலிக்குக்கூட ஜவுளி போடப் போவார்கள். ஆனா, முதலியாரைப் பொறுத்தவரை தீவாளி யாவாரம் என்றாலே தீவாளிக்கு முன்னால் வரும் வாரச்சந்தைதான் முக்கியம். அது பெரிய சந்தை. அடுத்து தீவாளிக்கு முந்தைய நாள் வியாபாரம் அவ்வளவுதான். குறுகிய நாள்களுக்குள் இந்த ஜவுளிகளைக் காசாக்க வேண்டும். முடியுமா என்ற கவலை முதலியாருக்கு. வானம்தான் நம்பிக்கையைக் கொடுக்கவில்லையே! அவருக்கு மட்டுமல்ல; கொடக்கோனார், அருணாசல நாடார் உட்பட எல்லாருக்குமே அந்தக் கவலை இருந்தது. இந்த வெயில் சுத்துப்பட்டிகளில் வாழும் சம்சாரிக, யாவாரிக, சுதந்தர(குடிமை)த் தொழிலாளிக எல்லாத்தையும் வானத்தை ஏக்கத்துடன் பார்க்க வைத்தது. அருணாசல நாடார்தான் ஆரம்பித்தார்: “சனியம் புடிச்ச வெயிலு. ஐப்பசி மாசத்துல ஏம் இந்தப் போடு போடுது. ஐப்பசி, கார்த்திகை அடைமழைங்கறதெல்லாம் இனி போச்சோ?”

ஏகாம்பர முதலியார் வழக்கம் போல “ப்ச்” என்று சலித்துக் கொண்டதோடு சரி. சாப்பிட்டு விட்டு வந்த முதலியாரிடம் பிரித்துவைத்த புதிய சரக்குகளைப் பெரியவன்கள் ஒவ்வொன்றாகக் காட்டிக்கொண்டே வந்தனர். கொள்முதல் பில்லைக் கையில் வைத்தபடி அதைச் சரி பார்த்துக்கொண்டே அங்கு நடக்கும் பேச்சிலும் காது கொடுத்தார். கொடக்கோனார்

முறை வந்தது. "வானத்து வெயில் அப்படியேதாம்யா இருக்குது. இப்ப தார் மேல அடிக்கிற வெயில் இல்ல நம்ம மூஞ்சில அறையுது. பெட்ரோல்தானே தார். பெட்ரோல் மேலே சூரியன் எரிஞ்சா என்ன ஆவும்னு யோசிக்காம? காலுக்கு மெதுக்கு மெதுக்குனு இருக்குன்னு நெனச்சோம்ல. அந்தக் காலத்துல சிமெண்ட் ரோடு போட்டாம்னா மேல, மேல தண்ணிய ஊத்தி ஆத்துவாம். அது குளிர்ச்சி. ஒரு தடவை ரோடு போட்டாம்னா எப்படியும் முப்பது வருசமாச்சும் தாக்குப் பிடிக்கும். தார் ரோடு, உஷ்ணம், சனியன். இப்பமெல்லாம் நாகரிகக் கோலம் ஆயிப் போச்சுல்லா." வெளியே ஸ்பீக்கர் சத்தம் பெரிதாகக் கேட்டுக் கொண்டிருந்ததால், அதைவிட உரக்கச் சத்தம் போட்டுப் பேசினார் கோனார். ஏற்கனவே எல்லாருக்கும் பெரிய தொண்டை. ரெண்டு மூணு பேர் சேர்ந்து பேசும்போது ஏதோ வாய்த்தகராறு நடப்பது போலத் தெரியும்.

முதலியார் புதிய ஜவுளிகளுக்குப் பட்டியல் போடுவதில் மும்முரமாக இருந்தார். பட்டியல் போடுவது என்றால் அந்தந்த ஜவுளிக்கான அசல் விலையைச் சங்கேத பாஷையில் எழுதுவது. அதன்படி ஒவ்வொரு ரகத்துக்கும் அதன் அசல் விலையை சங்கேத மொழியில் எழுதிக் கொடுத்தார். அதைப் பெரிய பையன்கள் ரெண்டு லேபிள்களில் எழுதி ஒட்டினர். 'மிமிமியாணை', 'யாமினமூ', 'சுமிமூதி' என்பதாக அந்தச் சங்கேத பாஷை இருக்கும். அதன் அர்த்தம் முதலியாருக்கும் அவரது மூன்று பையன்களுக்கும் மட்டும் தெரியும். அது கடை மொழி. அது முதலியாரின் அய்யா, பாட்டன் காலத்தில் இருந்து புழங்கும் மொழி. அது அசல். அதுக்கு மேல் எவ்வளவு லாபம் என்பது பேரம் பேசும் திறமையில் இருக்கிறது.

கோனாரே தொடர்ந்தார்: "முன்னாடியெல்லாம் வீடு கட்டுனம்னா ஒரு திண்ணை இருக்கும். வீட்டுக்கு வீடு திண்ணயில ஒரு நெறஞ்ச குடம் வைச்சிருப்பான். யார் போனாலும் காலாரச் செத்த நேரம் உக்காந்து குடத்துத் தண்ணிய மொண்டு குடிச்சிட்டுப் போவலாம். அதுக்காகக் 'கண்டவன்'லாம் தெருவுக்குள் நுழைஞ்சுற முடியாது. கிராமத்துக் குடியானவன்னா வீட்டுக்கு முன்ன முத்தம் விட்டுக் கட்டுவான். அங்க ஒரு வேப்ப மரம், புங்கமரம் வளப்பான். ரெண்டு செடிகொடி போடுவான். இப்ப வீடு கட்டுறாம் பாருங்க. பங்களா தெருவாம். (டவுனில் பங்களா தெரு என்ற பெயரில் ஒரு தெருவே இருந்தது. அதில் புதுப் பணக்காரர்கள் வீடு கட்டி வாழ்ந்தார்கள்.) மழைக்குக்கூட அங்க ஒரு பய ஒதுங்க முடியாது. வீட்டுக்கு வீடு காம்பவுண்டு வாலுங்கறான். என்ன வாலோ? உள்ளதாம் அத்தனை இடம் இருக்கே, ரெண்டு வேப்ப மரம் உண்டா. என்னமோ அசோக மரமாம். ஒட்டடக் குச்சியா வளருது. அதுல என்ன நெழல் கெடைக்கும். அப்புறம் என்னமோ குரோட்டனாம், குலுமுகராம். மரம் இல்லாட்டா மழை எப்புடிப் பெய்யும் சொல்லும்?. மரங்கதான மேகத்த ஆத்துப்படுத்தும்?"

முடிவில் தனது கேள்வியை முதலியாரைப் பார்த்துத்தான் கேட்டார். "ப்ச், ப்ச்" முதலியார் தலையை ஆட்டினார். அவருக்குப் பேச்சில் கவனம் கொள்ளவில்லை. ஊரே தீவாளிக் கோலத்தில் இருக்கிறது. இங்கு ஈயோட்டிக் கொண்டிருக்கிறோம். நாளைக்கு, சந்தையில் எப்படியும் முப்பது நாப்பதுக்காவது யாவாரம் ஆனால்தான் பிழைக்கலாம் என மனசுக்குள் கணக்குப் போட்டுக் கொண்டிருந்தார்.

"மழ பெஞ்சா மட்டும்..." அருணாசல நாடார் கொதிப்புடன் பேசினார்: "என்ன பே(ய்) மழ

பெஞ்சாலும் தண்ணி சாக்கடையிலதான கலக்கப் போவுது. மழ பெஞ்ச தண்ணி நெலத்துல இறங்குனாத்தான அண்ணாச்சி நாளைக்கு விவசாயம், வெள்ளாமைக்கு உதவும். அதில்லாம ஒரு சொட்டுத் தண்ணி கீழ இறங்கீறக்கூடாதுன்னு கங்கணம் கட்டுன மாதிரி வீடு வரேய்க்கும் தார்ச்சால போடுறாங்க. சிட்டில ரோட்டுக்கு ரெண்டு பக்கமும் சிமெண்ட் காங்கிரீட்டுல பிளாட்பாரமுங்கான். பாத்திருக்கீகளா. கால்ல மண்ணுபடக் கூடாதாம். வீட்டைச் சுத்தி வெட்டவெளி இருந்தாக்கூட மழ பெஞ்சா நசநசன்னு இருக்குமுன்னு சிமெண்ட்டு தளம் போட ஆரம்பிச்சுட்டாங்க. பின்ன மழை பெய்ஞ்சா என்ன? பெய்யலன்னா என்ன? நேரா கம்மாயிலயும், வயக்காட்டிலயும் மழை பெஞ்சாப் போறாதாங்கான்."

அவர்கள் பேச்சு நீண்ட காலத்துக்கானதாக இருந்தது. அவர்களும் நீண்ட காலமாக இதையேதான் பேசி வருகிறார்கள். பொதுவாக நாகரிகம் என்ற பெயரில் மனிதர்கள் செய்யும் காரியங்கள் அவர்களுக்கு நம்பிக்கைக்குரியதாக இல்லை. 'மேன்மை' (வளர்ச்சி) என்று சொன்னால் 'யாருக்கு?' எனக் கேட்கக் கூடியவர்களாக இருந்தார்கள்.

முன்பு ஒருநாள் இப்பிடித்தான். திண்ணைக் கச்சேரியில் ஆழ்ந்து இருக்கையில் ஒரு கிராக்கி வந்து உட்கார்ந்தது. அவரோடு இறக்கிவச்ச கடவாப் பெட்டியில் மார்க்கெட் சாமான்களுடன் ஒரு துண்டில் முடிஞ்ச பொட்டணமும் இருந்தது. அருணாசல நாடார் குனிந்தபடி அந்தப் பொட்டணத்தைக் கண்ணால் ஆராய்ந்து கொண்டிருந்தார். அதைப் பார்த்த அந்த சம்சாரி 'என்ன பாக்கீரு. பிஞ்சைக்கு உப்பு உரம் காங்கல. அதான் கொஞ்சமா வாங்கி துண்டுல முடிஞ்சு வச்சிருக்கேன். மத்தக் காய்கறியோட கலந்துதுன்னா வெசம் ஏறிரும்ல,

அதான் தனியா முடிஞ்சு வச்சிருக்கேம்' என்றார். மீண்டும் அருணாசல நாடார் வயிற்றுக்குள் பொங்கிப் புறப்பட்ட சிரிப்பு அடக்கப்பட்டு, வாய் வழியாகக் காற்றாக வெளியேறியது.

'அப்போ அது வெசம்னு தெரியுதுல்ல. அத ஏன் வாங்கி மண்ண விஷமாக்குறீரு' என்றார் அருணாசல நாடார். அந்தச் சம்சாரி இவரை பைத்தியத்தைப் பார்ப்பது போல பார்த்துக் கடவாப் பெட்டியை நகர்த்தி வைத்தார். அதைத்தான் "உப்பு உரம் வந்தப் பெறவுதான் நோய்கள் அதிகமாயிருச்சு" என கொடக் கோனார் அடிச்சுப் பேசுவார். ஆனா விவரம் தெரிந்த விவசாயி அதைக் கேட்டு சிரிப்பான். காலையில் ரேடியோவில் சொல்லும் தகவல்களைக் கேட்டு விவசாயம் பார்க்கிறவுக இவுக. உப்பு உரம், பூச்சி மருந்து இதெல்லாம் வந்த பெறகுதான் மகசூல் காண்கிறது. அதப் போயி கொடை கிண்டல் செய்யுதே என்ற வருத்தம் கெச்சலாபுரம் முழுவதுக்கும் இருந்தது. ஏன்னா ஊத்துப்பட்டி வரை வறண்ட காடாகக் கிடந்த அந்த நிலமெல்லாம் விவசாய ஆபீஸ் வந்த பின்னாடித்தான் வாழைத்தோப்பாக மாறியது. பாலையாக, தரிசாகக் கிடந்த நிலமெல்லாம் கிணறு வெட்டப்பட்டுப் பூந்தோட்டமாகவும், காய்கறிப் பிஞ்சைகளாகவும் ஆனது. உப்பு உரம், கலப்பு விதை வந்த பிறகுதான் சாகுபடி காண்கிறது. முன்னாடி மாட்டுத் தீவன நாத்து மட்டும் வெளஞ்ச பூமியில் பருத்தியும், வத்தலும் வாழையும் விளைகிறது. இந்த வளர்ச்சியைத்தான் கோனார் கேள்வி கேட்கிறார். நாடார் அதை ஆமோதிக்கிறார். ஆனால் ஊரோ அவர்களைப் பகடி செய்கிறது.

ஆனால் கோனார் அதை ஏற்பதில்லை. "எல்லாமும் எதுக்கு? உரம் விய்க்கிணும் அதுக்குத்தான். இம்புட்டு

உரத்தப் போட்டா மண்ணு என்ன ஆகுமுன்னு யோசிச்சுப் பாத்தானா? உர மூட்டையில ஒரு நல்ல பாம்பப் போட்டு வையிங்க. ஒரு மணி நேரத்துல அது செத்துப் போவும். அப்ப அதுல எம்புட்டு வெசம் இருக்குமுன்னு ரோசிச்சுப் பாக்க வாணாம்? அம்புட்டு வெசத்தயும் மண்ணு மேல திரும்படியும், திரும்படியும் தூவுனமுன்னா என்னாவும்? ரோசிச்சமா? சரி, அத மனுசந்தான திய்ங்கான். இந்த வெசமெல்லாம் வவுத்துக்குள்ள போனா சும்மா இருக்குமா? அதான் புதுசு, புதுசா நோய் நோப்பாளம் எல்லாம் வருது. இம்புட்டு நோய அந்தக் காலத்துல கேள்விப்பட்டதாவது உண்டா? விவசாயத்த வளக்கணும், பெருக்கணும்கறத வேண்டாங்கல. அதுக்கு வரமொற இல்லியா என்ன?" என்றவர், யோசித்துக் கூறினார்: "இப்பப் பாருங்க சக்கரைச்சத்துன்னு ஒரு நோயாம். உப்புச்சத்து அதிகமாயிட்டாம். ரத்தம் கொதிக்குதாம். எப்பிடீல்லாம் நோயக் கண்டுபிடிக்காம் பாருங்க. இதெல்லாம்... நம்ம அப்பன், பாட்டன், பூட்டன் காலத்த விடுங்க... நம்ம பிராயத்துலயாவது இப்பிடியெல்லாம் கேட்டது உண்டுமா?" என்றார். இதுவும் திண்ணைக்குத் திண்ணை, சந்தைக்குச் சந்தை அவர் பேசி வருவது.

அருணாசல நாடாருக்கானால் நகரத்து மனிதர்களின் நாகரிகத்தின் மீது அளவற்ற எரிச்சல். "பொம்பிளகள் பித்தளைப் பாத்திரங்களைப் புளி போட்டுத் தேய்ச்சு விளக்கி அதுல தண்ணி மொண்டு வந்தா எப்பிடி இருக்கும் பாருங்க. இப்ப வெளக்கதுக்குக் கை வலிச்சவளுக சில்வர் குடங்களத் தூக்கிக்கிட்டு அலையுறாளுக. அதுக்கும் வக்கத்தவளுக பிளாஸ்டிக் குடங்களத் தூக்குறாளுக" என்று அங்கலாய்ப்பார். அந்தக் காலத்தில் ஈயம், பித்தளை, செம்பு, வெங்கலம் என்று இருந்த பாத்திரங்கள் எவர்சில்வராகவும்,

பிளாஸ்டிக் குடங்களாகவும் மாறியிருப்பதை, மாறிக் கொண்டிருப்பதை அவரால் ஏற்க முடிவதில்லை. பிளாஸ்டிக் பாத்திரங்களும், சில்வர் பாத்திரங்களும் வீட்டுக்குள் வருவதில் ஏதோ ஒரு ஊனம் இருப்பதாகவே அவர் நெனைத்தார். “அதெல்லாம் அவ்வளவு சௌக்கியப்படாது அண்ணாச்சி” என்பார். “அது ஒடம்புக்கு ஒத்துக்கிடாது” என்பார். “நீரு வெங்கலப் பானையிலயும் சமச்சு, சாப்பிட்டுப் பாரும். சில்வர் பாத்திரத்திலயும் சமச்சு, சாப்பிட்டுப் பாரும். வித்தியாசம் தெரியும். ஒண்ணும் வேணாம், நேரா ஒரு ஓட்டல் கடைக்குப் போரும். அங்க சாம்பார் வாளியக் கொட்டிட்டு வெறும் வாளியப் பாரும். சில்வர் பூச்சு போயி கருப்பா இருக்கும். அது என்னது? சாம்பார் சூட்டுல எவர்சில்வர் பூச்சு எல்லாம் எளகி தகரம் மட்டும் பல்ல இளிக்கும். இது சாப்பிடறவன் வயித்துக்குள்ளதான போகுது. அத ஒரு பித்தள வாளியில ஊத்துனா எத்தனை நாளானும் களிம்பு ஏறுமா? அதவிட மண்பானைச் சமையலுக்கு ஈடு எது வரும்? ஏன் இதுக நாகரிகம்-நாகரிகம்முன்னு இந்த வரத்து வருதுக. இப்ப வெயில் காலம்முன்னா மண் பானையில சமைச்சுச் சாப்பிடலாம். குளிர்ச்சி. மழைக்காலமானா வெங்கலப் பானயில சமைச்சு வச்சீங்கன்னா ரெண்டு நாள் ஆனாலும் சோறு வெதுவெதுன்னு இருக்கும். ஈயப் பத்து வைக்காத பாத்திரத்துல சமைக்கிறதும் சில்வர் பாத்திரத்தில சமைக்குறதும் ஒண்ணுதாம்யா.” என அவர் சொல்வதைக் கேக்கும்போது யாருக்கும் மறுக்கத் தோன்றாது. முக்கியமாக இதெல்லாம் நீடித்து உழைக்கக் கூடியதில்லை என்பது அவரது தீர்மானமான கருத்து. “இரநூறு வருசத்துக்கு முந்தைய பாத்திரங்க கூட நம்ம வீடுகள்ல புழக்கத்தில் இருக்குல்ல. இதெல்லாம் அத மாதிரி வருமா?” என்று முதலியாரைப்

பார்த்துக் கேட்பார். அவர் இப்படிப் பேசும்போது சில நேரங்களில் முதலியார் அவர் கண்ணுக்குள்ளேயே உறுத்துப் பார்த்துக் கொண்டிருப்பார். "சர்தான்... சர்தான்..."

இதேபோல ஜவ்வுத்தாள் கவர், ஜரிகைப் பேப்பர் வகையறாக்களும் அருணாசல நாடாருக்கு ஒவ்வாது. மில் வாயில் வேட்டி, நைலக்ஸ் சீலை, திருப்பூர் பனியன் போன்றவை ஜரிகைப் பேப்பர் அல்லது ஜவ்வுத்தாள் கவரில் வைத்து வருகிறது. இதுக்கு அப்போது ஒரு மவுசு உருவாகியிருந்தது. ரூபா நோட்டை வேர்வை, மழைத்தண்ணி படாமல் மடித்து வைக்கவும், கோர்ட் பத்திரங்கள், மனுக்களைப் பாதுகாப்பாக வைக்கவும் அது பயன்பட்டது. ஜவுளிக் கடைகளில் தமக்கு இருக்கும் செல்வாக்கைக் காண்பிக்கும் வகையில் பணம் எல்லாம் குடுத்து முடிச்சதும் 'அண்ணாச்சி ரெண்டு ஜவ்வுத்தாள் கவர் குடுங்க' என்றோ, 'ஜரிகைப் பேப்பர் கவர் இருந்தாத் தாருங்க' என்றோ கேட்பது உண்டு. முதலியாரும் இதுபோன்ற ஜவ்வுத்தாள் கவர்களைத் தனியாகச் சேகரித்து வைத்து 'ஆள் பார்த்து'க் கொடுப்பார். ஆனால் அது என்னவோ அருணாசல நாடாருக்குப் பிடிப்பதில்லை. "இது பெரிய சள்ளை புடிச்ச சனியன் அண்ணாச்சி. அதப் பத்த வச்சிங்கன்னா அப்படியே உருகி, இறுகிப் போயிரும். அப்ப எவ்வளவு சூடுன்னு பாருங்க. இது மண்ணுல புதைச்சாக்கூட மக்காது அண்ணாச்சி" என்பார். அனால் அவர் 'சூடு,' சூடு'ன்னு அடிக்கடிப் பயன்படுத்தும் வார்த்தைக்கு என்ன அர்த்தம் என்பது யாருக்கும் புரியாது. அருணாசல நாடாராலேயே அதை விளக்கிச் சொல்ல முடியுமான்னு அவருக்கே தெரியாது. அதனால் 'நல்ல பொருள் மேல ஏன் இவ்வளவு வெறுப்பாக இருக்கிறார் இந்த நாடார்?'

என்பது முதலியாருக்குப் புதிராகத்தான் இருக்கும். ஒரு கண்ணைச் சுருக்கியபடி 'ப்ச்' என்பார், அவ்வளவுதான்.

அன்றும் அப்படித்தான் 'எல்லாமே பிளாஸ்டிக் மயமாவது' பத்திப் பேசிக் கொண்டிருந்தார். "போற போக்கப் பாத்தா வீட்டயே பிளாஸ்டிக்கில கட்டீருவாம் போல. பிளாஸ்டிக்கில் கதவு கொண்டு வருவாம். வாசப்படி, நிலை, கதவு எல்லாம்கூட பிளாஸ்டிக்கிலேயே கொண்டு வந்துருவாம் போல. மனுசனுக்குக் கைல மிசின் இருந்துச்சுன்னா என்ன வேணா பண்ணுவானா? பேராசை, பேராசை! மனுசனுக்கு இருக்குற பேராசை இருக்கே" என்று முடிக்காமல் வெறிச்சுப் பாத்தார் அருணாசல நாடார்.

அப்போது ஒரு ஆள் சைக்கிள் கேரியரில் இரண்டு பக்கமும் தலா ரெண்டு பிளாஸ்டிக் குடங்களைத் தொங்கப் போட்டபடி வேகுவேகென்று சைக்கிளை மிதித்துக் கொண்டே போனார். நாடார் தலையைக் குனிந்து கொண்டு தனக்குள்ளாகச் சிரித்துக் கொண்டார்.

கொடக்கோனார் தொடர்ந்தார். "வெல கெடக்கிறத மட்டும்தாம் விவசாயம் பண்ணணும். மாடு வளத்தா கறவ மாட்டத்தாம் வளக்கணும். அதப் போல படுத்துக்கிடுறது மட்டும்தாம் தாம்பத்தியம். அப்பிடித்தான காலம் ஆயிருச்சு." கொஞ்சம் தாமரிச்சுப் பேசினார். "இப்ப எடுத்ததுக்கெல்லாம் ஆசுபத்திரி. காச்ச மண்டையிடின்னா கூட ஊசி, மாத்திர வேணும்ங்கான். கண்ணு வலின்னா ஊசி, பல்லு வலின்னா ஊசி. இதெல்லாம் நாம அந்தக் காலத்துல கேள்விப்பட்டதும் உண்டுமா? எல்லா நோயும் கை வைத்தியத்துலதான நமக்கெல்லாம் குணமாச்சு. இப்பத்தான் எல்லாத்துக்கும் டாக்டர், மருந்து, மாத்தரை... இந்த இங்கிலீஸ் வைத்தியம் வந்தப் பெறகு

நாட்டு வைத்தியமெல்லாம் மறந்தே போயிட்டோம்." கொடக்கோனார் ஒவ்வொரு நோய்க்கும் என்ன கை வைத்தியம் என்பதைச் சொல்லிக்கொண்டே போனார். அதெல்லாம் ஆயிரம் தடவை சொல்லப்பட்டவைதான். எல்லாமும் காசாகிக் கொண்டிருக்கும் இந்தக் காலத்தில் பழைய சம்சாரிகளின் கவலையாக வார்த்தைகள் வேகமாக வந்து விழுந்து கொண்டிருந்தன. முதலியாரின் சிந்தனை மீண்டும் தீபாவளி வியாபாரம் குறித்த கவலையில் போய் நின்றது.

கொடக்கோனார் பேசி முடிக்கவும் ரோட்டில் சொக்கலிங்கம் செட்டியார் நடந்து போய்க் கொண்டிருந்தார். வழக்கம் போலவே வேட்டி நுனியை ஒரு கையால் பிடித்துக் கொண்டும், வாயைக் குவிச்சு சீட்டியடிச்சுக் கொண்டும் நடந்தார். அந்த வயசுக்கும், உருவத்துக்கும் அது கொஞ்சம் அருவறுப்பாய்த்தான் தெரிஞ்சுது. ஆனால் அவர் அப்படித்தான் ரெம்பக் காலமாக நடந்து கொண்டிருக்கிறார். மேலும் அவர் ஊர் முதலாளி. அவர் எப்படி நடந்தாத்தான் யார் என்ன சொல்லப் போறாங்க? ஊரில் இருந்தா, எப்போதும் இப்படித்தான். ஒரு நாலு மணி வாக்கில் காலாற ஒரு நடை நடந்து திரும்புவார். யாராவது வணக்கம் வைத்தால் மதிக்கத்தக்கவராக இருந்தால் கைக்கூப்பிவிட்டு திரும்பவும் வேட்டி நுனியைப் பிடித்துக் கொள்வார். முதலாளியப் பார்த்த மரியாதைக்காகக் கும்பிடுபவர்களுக்குக் குவித்த வாயோடு தலையாட்டுவார். அவ்வளவுதான் சோலி முடிந்தது.

சொக்கலிங்கம் செட்டியார் நடையழகை முதலியார் கடைத் திண்ணையில் இருந்தவர்கள் எல்லாரும் பார்த்தனர். அவர் கடையைத் தாண்டிச் சென்றதும், "ஊருக்குள்ள இவர் வாங்கறதுக்கு இன்னும் ஒரு

இடம்கூட கிடையாது போல" என்றார் அருணாசல நாடார். "முன்னல்லாம் கட்டடமா வாங்கிப் போட்டுக்கிட்டு இருந்தவரு இப்ப மனையா வாங்கிப் போடுறாரு. சுடுகாட்டக்கூட விட்டு வைக்க மாட்டாரு போல. அத்தக்கொண்டான் கம்மாய்க்குக் கிழக்க, மேக்க, தெக்கேன்னு அய்யனேரி வரைக்கும் இடத்த வளச்சுப் போட்டுக்கிட்டு இருக்காரு. அந்த இடத்துல என்ன செய்ய முடியும்? அது என்ன விவசாய நெலமா? மாடு திங்கிற சோள நாத்துகூட அங்க வெளயாதே. பின்ன என்னத்துக்கு?" என்றவர் நிதானமாக யோசித்து "ஆனா அதுல எதோ சூட்சுமம் இல்லாம இருக்காது... பணக்காரன் யோசன நமக்கு எப்பவும் அடபடாது" என்றார்.

பின்னாடியே ஃபைவ் ஸ்டார்ஸ் போனாக. ஃபைவ் ஸ்டார்ஸ் போனாகன்னா பஜாரே மணக்கும். ஃபைவ் ஸ்டார்ஸ்னா ஃபைவ் ஸ்டார்ஸ்தாம். அவுகெல்லாம் பண்ணைத் தோட்டத்து பங்களாவ வாடகைக்கு எடுத்துத் தங்கியிருக்காக. உடம்பு நெறத்தப் பாத்தா வெயில்பட்ட மேனியாவே தெரியாது. தங்கம் மாதிரி தகதகக்கும். எப்பவாவதுதாம் பார்க்க முடியும். அப்படியே ரோஸ் கலர். மேக்கப்னா சினிமா நடிகை எல்லாம் தோத்தாக. ஆளும் கலரும் அப்பிடித்தாம்! பாவாடை, தாவணி, ஜாக்கெட் அப்பிடி மேட்சிங்கா. கழுத்துல சின்ன செயின். நெத்தியிலயும் டிரெஸ்ஸுக்கு மேட்சா பொட்டு. தலை நெளிநெளியா இருக்கு. அஞ்சு பேரும் காது மடல் பக்கத்துல முடிய சுருட்டி விட்டிருப்பாக. அவுக எல்லாத்துக்கும் ஃபைவ் ஸ்டார்ஸ்னு பேர் வச்சிருக்காக. டிரஸ்ஸுக்கு மேட்சா நெய்ல் பாலிஷ் வாங்கறது, பொட்டு வாங்கறது, ரிப்பன் வாங்குறது செருப்பு வாங்குறது இதுக்குத்தான் அவுக பாதம் தரையில் படும். அப்போ புளகாங்கிதம் அடையும். மகன் பாக்கானேன்னு அப்பங்காரம்

நெனைக்க மாட்டாம். அப்பங்காரன் இருக்கானேன்னு மகன் நெனைக்கமாட்டான். வானவில் இறங்கி நடந்து வந்த மாதிரி வாயப் பொளந்துகிட்டுப் பாப்பாக. இப்பவும் முதலியார் கடையில பாத்தாக. ஃபைவ் ஸ்டார்ஸ் கடந்து போனதும் எல்லாருக்குள்ளயும் நமட்டுச் சிரிப்பு. யாரும் யாரோடும் அது குறித்து ஒரு வார்த்தகூட பேசல.

"சின்ன மொலாளி!" என்ற அவளது குரலைக் கேட்டாலே சின்னவனுக்குக் கதி கலங்கும். கடையில் அவன் மட்டும்தான் இருக்கிறான் என்பது அவளுக்கு எப்படித்தான் தெரியுமோ தெரியாது. பெருமாள் கோயில் கழுகுக்கு மூக்கில் வேர்த்தது மாதிரி 'டாண்' என்று வந்து நிற்பாள். நிமிர்ந்து வளர்ந்த கருவ மரம் ஒண்ணு நடப்பது போல தாட்டிக்கமாக நடப்பாள். பெரும்பாலும் இடுப்பில் ஒரு நார்க்கூடை இருக்கும். காய்ந்து கருத்த அடர்த்தியான தலை முடியை அப்படியே அள்ளி முடிந்த கொண்டை. அவிழ்த்துவிட்டால் கூந்தல் தெருப் பெருக்கும். மூக்கு, முழி, காதுகள் என எல்லாமே துலக்கமாக இருக்கும். கருநாவல் போல மினுங்கும் கன்னக் கதுப்புகளில் இருந்து முகவாய்க்கட்டை வரை முகம் முக்கோணமாக இறங்கும். சிறிய நெற்றியில் திருநீறு போன்று தெரியும் நெற்றிச் சுருக்கங்களின் நடுவே வைக்கப்பட்ட குங்குமப்பொட்டு எப்போதும் வியர்வையில் அலுங்கி இருக்கும். உடல்கட்டைப் பொறுத்தவரை நாட்டுக்கட்டை என்பதற்கு அவளைத்தான் உதாரணமாகச் சொல்ல வேண்டும். கழுத்தில் எதுவும் கிடையாது. சேலையை முன் கொசுவம், பின் கொசுவமிட்டுக் கட்டியிருப்பாள். அதாவது ரவிக்கை, பாவாடை போன்ற நாகரிக ஆடை அலங்காரங்கள் எதுவும் அவளுக்குத் தெரியாது. பருத்த முலைகள் உள்ளாடைகள் இன்றி திமிறிக் கொண்டு நிற்கும். மாராப்பை அதன் மேல் சும்மாதான்

போட்டிருப்பாள். அது எப்போது விலகி, தன்னைக் கலவரப்படுத்துமோ என்ற பயம் சின்னவனுக்கு எப்போதுமே இருக்கும். கத்தி மேல் உட்கார்ந்து இருப்பது போலத் தவித்துக் கொண்டிருப்பான். ஆனால் அந்தப் பாக்கியம் அவனுக்கு மட்டுமில்லை, யாருக்குமே கிடைத்ததில்லை. எந்தக் காத்து அடித்தாலும் மாராப்பு இம்மியளவுகூட விலகாது. சேலைக்கட்டு அப்படி! எப்படித்தான் அந்த மாதிரி சேலையைக் கட்டுவாளோ?

சின்னவனைப் பொறுத்தவரை அவள் அவனைத் தூங்க விடாமல் அலைக்கழித்துக் கொண்டிருந்தாள். அவள் அழகுக்கு ஸ்ரீவில்லிப்புத்தூர் ஆண்டாளை ஒப்பிடலாம். அவள் நடை ஸ்ரீவில்லிப்புத்தூர் தேர் அசைந்தாடி நடப்பதுபோல என்று சொல்லலாம். அவள் நிற்கும் ஒய்யாரத்தை ஸ்ரீவில்லிப்புத்தூர் கோபுரத்துக்கு ஒப்பிட்டுச் சொல்லலாம். ஆனால் அவள் வயசு! ஐம்பதும் சொல்லலாம். பதினெட்டும் சொல்லலாம். ஐநூறும் சொல்லலாம். ஐந்தும் சொல்லலாம். காலத்துக்கு அப்பால் இருந்து வருகிறவள் போல இருக்கிறாள். வனப்பேச்சி, இசக்கி, பேராச்சி இவர்களுக்கு வயசு உண்டா? அவளை ஒரு குழந்தையாகப் பார்த்தவுக யாராவது இருக்காகளா? அவள் பூப்படைந்த பருவத்தைப் பார்த்தவுகளாவது இருக்காகளா? இவனோடு கொஞ்சும்போது கூனல் விழுந்த பழுத்த கிழவியாகிறாள். ஆனால், சூடேற்றும் பேச்சு பேசும்போது வித்தாரக் கள்ளியாகத் தெரிகிறாள். தலைமுடியை அவிழ்த்துவிட்டால் பத்ரகாளியாக மாறுகிறாள். ஆனால், வெட்கப்படும்போது கன்னிப் பெண்ணாகிறாள். இந்தக் கன்னி காலம் காலமாக இருப்பவள், காலத்தைத் தாண்டியும் வாழ்கிறாள். ஆதிக் கன்னிகளில் இவள் ஒருத்தி! நித்திய கன்னி! அந்த ஒயிலும் ஒய்யாரமும்... தூக்கத்தைக் கலைக்குது.

அதே ஒய்யாரத்துடன் கடைக்குள் ஏறி நிற்பதை, கோபுரத்தை அண்ணாந்து பார்ப்பதைப் போலப் பார்ப்பான். அப்படித்தான் அவள் அன்றும் வந்தாள். அந்த ஒய்யாரக் கோபுரம் அப்படியே அவன் மீது சரிந்தால் என்ன ஆவது?

''சின்ன மொலாளியே இருக்காவ. நமக்கு வேண்டியத சவுக்கியமா வாங்கிக்கலாம்'' என்றபடி 'திங்'கென உட்கார்ந்து, கால்களை நீட்டிக் கொண்டாள். அவன் பேசாமல் இருந்தான். "என்ன மொலாளி? பேசாம இருக்கீய. கடைக்கு வந்த கிராக்கிய என்ன வேணும், ஏது வேணும்னு கேக்க மாட்டீயளா?" என்றாள். அவன் 'என்ன வேணும்' என்கிற மாதிரி பார்த்தான். "இப்படி பக்கத்துல வாருமே. பொம்பளப் பிள்ளைகள் எப்பிடிக் கூச்சத்த விட்டுக் கேக்க முடியும்?" என்றாள். அவன் ஒன்னும் வெளங்காமப் பார்த்தான். அதனால் அவளே அவன் அருகில் நகர்ந்தாள். காதுக்குள் "வயசுப்பிள்ளக போடுதே. கவுதாரியோ, புறாவோ. அது ஒண்ணு என் அளவுக்குக் குடுங்க" என்றாள். இதைக் கேட்டு அதிர்ச்சியானான். ஏற்கனவே பெண் வாசனை நெருக்கம் அவனை என்னவோ செய்து கொண்டிருந்தது. அவன் கண்கள் அவனையறியாமல் அவளது மார்புக்குச் செல்வதைத் தடுக்க இரண்டு கைகளாலும் கண்ணைப் பொத்திக் கொண்டான்.

இதைப் பார்த்து அவள் வெடிச்சிரிப்பு சிரித்தாள். சிரிப்பா அது! ஊழிக்காலச் சிரிப்பு. அச் சிரிப்பு அவனை வெட்கமுறச் செய்தது. அவள் சிரிக்கும்போது அவள் கண்களில் கருஞ்சிங்கத்தின் கனிவு இருந்தது. அவள் வாய்கூட அவ்வளவு சுத்தமாக இருந்தது. பல்லெல்லாம் வெளிறிய பவளம் போல சிவந்திருந்தன. வாயிலிருந்து தாம்பூல மணம் பரவியது. அவன் இன்னமும் வெட்கமானான்.

'ரவிக்கையே போடமாட்டாள். இவ பிரா கேட்கிறாள்னா நம்மளக் கிண்டல் பண்ணத்தான அப்படிக் கேக்கிறாள்' என்பதைத் தெரிந்து கொள்கிறான். இப்படித்தான் கடையில் ஆள் இல்லாத நேரமாகப் பார்த்து நுழைந்து கிண்டல் செய்து அவன் உயிரை எடுக்கிறாள். ஒரு முறை "எனக்குக் கலியாணம். நல்ல பட்டுப்புடவையா எடுத்துப் போடுங்க மொலாளி' என்றாள். 'கலியாணப் பொண்ணே கடைக்கு வந்தா கல்யாணப் பட்டு எடுக்கும்?' என்பது போல அவளைப் பார்த்தான். அப்போதும் இப்படித்தான் பெரும் சிரிப்பாகச் சிரித்து "ஏன் எனக்குக் கலியாணம் ஆகாதா? எனக்கும் ஒருத்தன் பிறந்திருக்க மாட்டானா?" என்று அவனைக் குறுகுறுப்பாகப் பார்த்துக் கண்ணடித்தாள்.

இன்னொருமுறை "மொலாளி, பச்சைப் பிள்ளக்காரிய அப்படிப் பாக்காதீக. நேத்துத்தான் ஆம்பிளப் பிள்ள, நல்லா மூக்கும் முளியுமா ஒங்கள மாரியே பொறந்துருக்கு, ஒங்க பிள்ளைக்கு நல்ல துணியா எடுத்துப் போடுங்க" என்றாள். அவன் முறைத்துப் பார்த்தான். "ஏன் இந்தச் சிறுக்கிக்கிக் கலியாணம் கெடயாது, பிள்ள கெடயாதுன்னு நெனச்சீகளா?" என்றாள்.

இன்னொரு நாளும் இப்படித்தான். "பெரிய மொலாளிங்க யாரும் கடையில இல்லை. நமக்கு யோகந்தான்" என்றபடி அரை மண்டியிட்டு உட்கார்ந்தாள். "மொலாளி இப்பிடிக் காதக் கொண்டாரும்" என்றாள். இவன் அப்படியே உக்காந்திருந்தான். இவளே அவன் அருகில் மண்டியை விலக்காமல் நகர்ந்தாள். கண்களில் ஒருவித மயக்கத்தை வரவழைத்துக் கொண்டாள். "கல்லாப் பெட்டியத் திறந்து இருக்கிற பணத்த எடுத்துக்கிடும். நாம இப்படியே வடக்க ஓடிப் போயிரலாம். சீக்கிரம்

கெளம்பும்" என்றாள். இவன் அதிர்ந்துபோய் அவளைப் பார்த்தான். கெக்கெக்கெக்கென சிரித்தாள். இவனது அப்பாவிப் பார்வை அவளை மேலும் சிரிக்க வைத்தது. சாமியாடுவது போல குனிந்து குனிந்து சிரித்தாள். வாய் வலிக்கச் சிரித்துதான் ஓய்ந்தாள். "மொலாளி, மொலாளி, கூறுகெட்ட மொலாளி. உமக்குக் கொடுத்து வைச்சது அவ்வளவுதான்" என்றபடி வெடுக்கென எழுந்து நார்க்கூடையை இடுப்பில் கவ்விக்கொண்டாள். அப்போதும் அவள் சிரிப்பு அடங்கவில்லை. கண்களில் கண்ணீர் வழியச் சிரித்திருந்தாள்.

ஒவ்வொரு தடவையும் அவள், கடையில் யாரும் இல்லாது தனித்திருந்த பொழுதில் மதிய நேரத்தில் வந்தாள். அலாரம் வைத்தது போல குறிப்பிட்ட நேரம் கடந்ததும் 'டக்'கென்று எழுந்து கிளம்பி விடுவாள். போகும்போது முகம் மலர்ந்த வண்ணமே இருக்கும். ஒரு அத்தைக்காரி தன் அண்ணன் மகனைக் கொஞ்சி விட்டுப் போவது போல போவாள். திண்ணையில் வைத்திருந்த நார்க்கூடையை லாவகமாக எடுத்தபடி இறங்கிச் செல்வாள்.

'யாரிவள்? என்னைப் பற்றி என்னதான் நெனைச்சுக்கிட்டிருக்கா? அத்தை மடியில் சுகம் காணும் குழந்தைப்பையன் என நெனைக்கிறாளா? ஒவ்வொரு முறையும் உடம்பைச் சூடேற்றி விட்டுப் போகிறாள். அவள் உடம்புதான் சாதாரண உடம்பா? விக்கிரமாதித்தன் குதிரையைப் போல அடங்காத குதிரை. ஒவ்வொரு தடவையும் தனது வனப்பைக் காட்டிக் காட்டி கனைக்குது' எனத் தூக்கத்தில் புலம்பினான்.

இவ்வாறு அவள் வரும் நாளெல்லாம் இரவுகள் சின்னவனுக்குத் துன்பமளித்தன. அவன்

விரும்பாவிட்டாலும் அவள் வந்தாள். தூக்கத்திலும். அவளை விரட்டிவிடத் துடித்தான். அப்போதுதான் அவன் விரும்பும் அவள் வருவாள்! அவள் இவள் இல்லை. அவனது கனவுக் கன்னி!

ஒவ்வொரு நாளும் காலையில் அந்தக் கனவுக் கன்னியைக் கட்டாயம் தரிசிப்பான். குளித்த மாம்பழம் போல மினுமினுக்கும் மஞ்சள் கலர். எண்ணெய் தடவிப் படிய வாரிப் பின்னிய பின்னலைக் கொண்டையாகக் கட்டியிருப்பாள். குள்ளமான உருவம். ஆனால் அங்கங்கள் சிலை வடித்தது போலக் கச்சிதமாக இருக்கும். சாதாரண வாயில் அல்லது வெறும் சீட்டிச் சீலையைக் கச்சிதமாகக் கட்டியிருப்பாள். எதுவுமே விலை கொடுத்து வாங்கியதாக இருக்காது. யாராவது இனாமாகக் கொடுத்ததாகத்தான் இருக்கும். ஆனால் கிழிசலைக் கை ஊசியால் அழகாகத் தைத்துக் கட்டியிருப்பாள். அன்றாடம் கட்டிய புடவையை அன்றே துவைத்துப் போடும் பழக்கமும் அவளுக்கு இருந்தது. அதனால் நிதமும் துவைத்த புடவைதான். அதேபோல நெதமும் கொண்டையில் பூ வச்சுக்கவும் ஆசைதான். அது மட்டும் அவளுக்கு நெதமும் வாய்ப்பதில்லை. ஒவ்வொரு தடவை பார்க்கும்போதும் அப்படியே அவளைக் கட்டிக்கொள்ள வேண்டும் என்ற தீராத ஆசை சின்னவனுக்கு. அதை அவளிடம் எப்படிச் சொல்வது என்று தெரியவில்லை. சொல்லவும் முடியாதே!

தினமும் காலை நேரத்தில் கக்கூஸில் இருந்து வெளிவரும் போதுதான் அவளைச் சந்திப்பான். எடுப்புக் கக்கூஸ்தான். வீட்டுக்கு பக்கத்தில் போய்வர ஒரு சந்து விட்டிருக்கும். அவன் வெளியே வரும்போது அவள் தகர முறத்தில் சாம்பலும், வாரியலுமாக உள்ளே நுழைவாள். முகத்தில் ஒரு அசூசையோ, அருவறுப்போ

இருக்காது. மலர்ந்த முகத்தோடு அந்த வேலையை எப்படித்தான் செய்கிறாளோ என ஆச்சரியமாக இருக்கும். மல வண்டியைத் தள்ளிக் கொண்டு போகும்போதுகூட அதே மலர்ச்சியுடன் செல்வாள். ஆனால் தெருக் கண்ணில் கொள்ளியைத்தான் போட வேண்டும். ஆண்கள் வெளியே கிளம்பும் முன் பெண்கள் வீட்டு வாசலில் நின்று சகுனம் பார்ப்பார்கள். அப்போது இவள் வருவதைப் பார்த்தால் ஒரே வசவுதான். "ஏண்டி இவளே, கொஞ்சம் தள்ளிப் போடி, கொடலப் புடுங்குது" என்று ஏசுவார்கள். வேறு கக்கூஸ்காரியாக இருந்தால் 'ஒங்க வீட்டுப் பீதான இந்த நாத்தம் நாறுது. வேணா அவங்கங்க வீட்டில திரும்படியும் கொட்டீருதேன்' என்று பதிலுக்கு வண்டை, வண்டையாகப் பேசுவாளுக. ஆனால் அவள் அதே மலர்ச்சியுடன் வண்டியைத் தள்ளிக் கொண்டு போய்க் கொண்டேயிருப்பாள்.

முனிசிபாலிடி இந்த ரெண்டு தெருக்களை அவளுக்கு ஒதுக்கியிருந்தது. முதலியார்கள், வெள்ளாளர்கள், செட்டியார்கள் வீடுகளே பெரும்பாலும் அங்கு இருந்தன. இவன் வீடு மட்டுமல்ல, இந்த இரண்டு தெருக்களிலும்கூட ஒரு பாம்பே மாடல் கக்கூஸ் கிடையாது. காசுக்கார செட்டியார் வீடெல்லாம் ரெம்பப் பெரிய வீடுகள். தேக்கிலயே இழைச்சுக் கட்டியிருப்பாக. முன்வாசல் இந்தத் தெருவில் இருந்தால், புறவாசல் பின் தெருவில் இருந்தது. ஆனா அங்கயும் எடுப்புக் கக்கூஸ்தான்! அவுகளே லைன் வீடுகள் கட்டி வாடகைக்கு விட்டிருந்தாக. அதிலயும் ஒரே ஒரு எடுப்பு கக்கூஸ்தான் இருக்கும். மத்தப்படி சைவப் பிள்ளைகள், ஓதுவார்கள் வீடு. அதுல எல்லாம் ஒரு எடுப்புக் கக்கூஸ்கூட கிடையாது. எல்லாரும் தெப்பத்துக்கும், ஊருணிக்கும் தான் போகணும். வீட்டுப் பொம்பிளைக காலைல நாலு மணிக்கெல்லாம்

எழுந்திருச்சுப் போயிட்டு வந்துருவாக! முதலியார் வீடுக ஒண்ணு ரெண்டுதான்!

இவன் நம்ம வீட்டில் மட்டும் பாம்பே மாடல் கக்கூஸ் கட்டலாம்னு நெனைச்சான்! அம்மாகிட்ட சொன்னான்! அம்மாவுக்கும் சம்மதம்தான்! மதினிக்கும் சந்தோசம். ஆனால் அப்பாகிட்ட சொன்னப்போ ஒரே போடா போட்டுட்டார் - 'ஏல மூதி அதெல்லாம் லாயக்கில்லல. பாம்பே மாடலெல்லாம் டவுனுக்குதாம்ல லாயக்கு. தண்ணீ ஊத்துனீனா எல்லாம் எங்கல போவும். டவுனுன்னா அதுக்குன்னு தனி சாக்கடை கட்டீருக்காம். இங்க தெருவுலதான் தொறந்து விடணும்! அதெல்லாம் லாயக்குப் படாதுல'.

மறுநாள் முதல் இவன் எடுப்புக் கக்கூஸ் பக்கமே போவதில்லை. ஒதுக்குப்புறமா போயி, நாடார் கிணத்துல கழுவிட்டு வர ஆரம்பித்தான்.

எந்நேரமும் அவனது கனவுக் கன்னி பற்றிய சிந்தனையே அலைக்கழித்தது. இது வெறும் வயசுக் குறுகுறுப்போ கோளாறோ இல்லை என்று புரிந்தபோது ஒரு பக்கம் சந்தோசமும் மறுபக்கம் ஒரு தயக்கமும் என இரண்டுங் கலந்து மனசு குதியாட்டம் போட்டது. அவளைக் காதலிப்பதாக நினைத்த அடுத்த நிமிசமே அவனுக்குள் அதிர்ச்சியும் சந்தோசமும் பரவியது. முதலில் இப்படி ஒரு அழகி தனக்குப் பொண்டாட்டியாகக் கிடைப்பாளா என்றுதான் நெனைச்சான். அது ஏக்கமாக வெளிப்பட்டது. ஆனால், அடுத்த நிமிசமே சக்கிலியப் பெண்ணைக் காதலிக்கிறேன் என வீட்டில் எப்படிச் சொல்வது என்று திகைத்தான்.

தனக்கு மட்டும் புத்தி ஏன் இப்படி இருக்க வேண்டும்? என ரெம்பவும் யோசிச்சான். உடம்பு சொகத்துக்கு

மனசு ஏங்குதா? கன்னி கழியும் வரை இப்படித்தானா? அது எட்டாத சொர்க்கலோகமாக இருக்கிறதே. மத்த மத்தப் பையன்கள் எப்படித்தான் சமாளிக்கிறானுகளோ? இல்ல, நமக்குத்தான் இவளைப் பார்த்ததும் உடம்புல சூடேறித் திணவெடுக்கிறதா? காம உணர்வுகளை எப்படி சமாளிப்பது என்பது அவனுக்குப் பெரிய பிரச்சனையாக இருந்தது. இதையெல்லாம் சமாளிக்க ஒரு வழி இருக்கத்தான செய்யும்? இதப் பத்தித் தனது சேக்காளிகளிடம் பேச ஆசைதான். வெக்கமாகவும் இருந்தது. அப்புறம் கதைய வேற கட்டீருவானுக. ஏன்னா, இந்த மாதிரி சக்கிலியப் பிள்ளைக மேல அவங்களுக்கு மரியாதை அறவே கிடையாது. இந்தப் பிள்ளைகளப் பாத்தாலே ஒரு கேவலமான சிரிப்பத்தான் காட்டுவானுக. என்னவோ எல்லாரும் இவனுகளோட படுக்க அலயற மாதிரித்தான் பேசிக்குவானுங்க. ஆனால் இவனால் மட்டும் அப்படியெல்லாம் நினைக்க முடியவில்லை.

ஒரு நாள் கடைக்கு டிமிக்கி கொடுத்துவிட்டுக் காலையிலயே அவளைத் தேடிப் போனான். ரொம்ப ரகசியமா ரிப்பன், பவுடர் டப்பா எல்லாம் வாங்கி வீட்டுக்குள்ள பதுக்கி வச்சிருந்து எடுத்துட்டுப் போனாம். முந்திய நாளே கடைக்குப்போயி எல்லாம் வாங்கீட்டு வந்திருந்தாம், ஆனா, பேன்சி ஸ்டோர் கடைக்குப் போயி அதத்க் கேட்டு வாங்கறதுக்குள்ள அவனுக்கு வேர்த்து ஊத்தீருச்சு. என்னமோ கெட்ட சோலி பாக்கப்போற மாதிரி மனசு படபடன்னு அடிச்சுது. கடைக்காரனோ ஆயிரம் கேள்வி கேக்காம். சாதாரண ரிப்பனா? நைலான் ரிப்பனா? என்ன கலர்? லைட் கலரா? டார்க் கலரா? ஒத்தையா, ரெட்டையா? என்ன பவுடரு? சாதா பவுடரா? ரோஸ் பவுடரா? துணிக்கடைக்கு வரும் கிராக்கிகளிடம் இவன் கேள்வியாய்க் கேட்டு துளைப்பது போலவே,

அந்தக் கடைக்காரனும் இவனை இப்போ கேள்வியால் துளைக்காம். என்ன பதில் சொல்றது! அவளுக்கு என்ன கலர் பிடிக்கும், பிடிக்காது! அவள் என்ன பவுடர் போடுவா! பதில் சொல்றதுக்குள்ள சாப்பிட்டதெல்லாம் செரிச்சு, வாயெல்லாம் உலர்ந்து, மயக்கமா வந்திருச்சு. வாய் குளறுச்சு. அதை வைச்சே கடைக்காரன் கண்டுபிடிச்சிட்டான் போல. இவனப் பாத்து சிரிச்சாம். ஒரு வழியா எல்லாம் வாங்கி பேண்ட் பாக்கெட்டுல வச்சா பொடைச்சிக்கிட்டு நிக்கி. அதை எப்படி மறைக்கிறதுன்னு தெரியல. ரெண்டு பக்கமும் கையத் தொங்கப் போட்டுக்கிட்டு புடைப்பை மறைச்சபடி வந்தான். வீட்டுல அதை எப்படித் தெரியாம வெளிய எடுத்து பதுக்குறதுன்னும் அவனுக்குத் தெரியல. அதைப் பதுக்கிவைக்க ஒரு பாதுகாப்பான நல்ல இடமும் கிடைக்கல. அப்பத்தான் தெரிஞ்சுது அவன் வீட்டுல அவனுக்குன்னு தனிச்சு ஒரு இடம் இல்லைன்னு. யாருக்குத்தான் தனி இடம் இருக்குன்னு நெனைச்சுக்கிட்டாம். எப்பிடியோ ஒரு இடத்தக் கண்டுபிடிச்சு அலங்கார சாதனத்தை எல்லாம் பதுக்குனாம். அப்புறமா காலையில அத எடுத்து பாக்கெட்டுல வக்கிறதுக்குள்ள படாதபாடு பட்டாம். காலையில் கடைக்குப் போகாமத் திணறிக்கிட்டு இருக்கானேன்னு அம்மா சந்தேகமா பாக்கா. அப்பா இன்னமும் குளிச்சிட்டு வரல்ல. கடையில எல்லாரும் வேட்டிதாம் கட்டுவாக. இவனுக்கும் நடுவானுக்கும் எங்கயாவது வெளிய போறதுக்கு பேண்ட் சட்டை எடுத்துக் கொடுத்திருந்தாக. வருசத்துக்கு ஒரு பேண்ட் அவ்வளவுதான். அதனால இவன் அதிசயமா ரெண்டு நாளா குழாய மாட்டிக்கிட்டு இருக்கிறதே வித்தியாசமாக் காட்டிக் கொடுத்துது. எப்படியோ வீட்ட விட்டு ஒரு வழியா வெளிய வந்துட்டாம்.

இப்பம் இவன், சக்கிலியக் குடியிலிருந்து அவள் டவுனுக்குள் நுழையுற தெருவுல ஒரு ஓரமாக் காத்திருந்தாம். அது ஒரு சின்ன சந்துத் திருப்பம். ஆள் நடமாட்டம் அதிகம் இருக்காது. அங்கனயே காத்துக் கிடந்தாம். அவளும் வந்தாள். வெயில் அவள் மொகத்துலபட்டு மஞ்சக் கலரா ஜொலிக்குது. அதே சிரிப்பு. சடையப் பின்னி கொண்டையாக் கட்டியிருந்தாள். ஒரு ரிப்பன் இருந்தா நல்லாயிருக்கும்னு நெனைச்சுதாம் வாங்குனாம். ரிப்பன் இல்லாமத்தான் கொண்டை போட்டுக்கிடுதாள்னு நெனச்சாம். அப்புறம் பவுடர் போட்டா நெறம் கருக்காதுல்ல.

சந்தில் அவளை வழிமறிச்சு அசடு வழிஞ்சாம். திடீர்னு அவன் எதிரேவந்து நின்னு அசடு வழிஞ்சதப் பாத்து அவளுக்குத் 'திடுக்'ன்னு இருந்துச்சு. ஆனாலும் சுதாரிச்சுக்கிட்டா, முகத்தில் அந்தச் சிரிப்பும் மினுமினுப்பும் கொஞ்சமும் மாறல. அவன அவளுக்குத் தெரியும். அப்பப்பப் பாத்து மரியாதையா சிரிப்பான். அதனால இப்பவும் சிரிச்சா. உடனே இவன் பாக்கெட்டுல இருந்து ரிப்பனையும் பவுடர் டப்பாவையும் எடுத்து நீட்டினான். கை நடுங்கிக்கிட்டு இருந்துச்சு. அதப் பாத்து இன்னமும் பலமா சிரிச்சா. இவனுக்கு தைரியம் வந்து 'வாங்கிக்கோ'ங்கற மாதிரி இன்னமும் நீளமா நீட்டினாம். ரிப்பனும் பவுடர் டப்பாவும் அவள் கையைத் தீண்டிக்கிட்டு இருந்தது. அதுக்குள்ள யாரோ சந்துல திரும்புற மாரி அரவம் தெரிஞ்சுது. சட்டுனு அவள் விலகி நடந்தா. அப்ப அவள் கைதட்டி ரிப்பனும் டப்பாவும் கீழே விழுந்துது. இவனும் பதறிப் போய்த் திரும்பி நடந்தாம். ஆனா போனவ திரும்பிவந்து கீழே கிடந்த ரிப்பனையும் பவுடர் டப்பாவையும் எடுத்துட்டுப் போனது அவனுக்குத் தெரியாது.

கொடக்கோனார் கொலை வழக்கு | 73

அப்புறம் அவளைப் பார்க்கும்போது சடை போட்டு அந்த ரிப்பனால கட்டியிருந்ததப் பாத்தப்ப சின்னவனுக்கு சந்தோசம் தாங்கல. பேசணும்னு ஆசைதாம். ஆனா நாக்கு உலர்ந்து போச்சு. அவனுக்கு அவளக் கட்டிக்கணும்னு ஆசையா இருந்துச்சு.

இந்த விசயத்த அம்மாவிடம் சொல்ல முடியுமா? எப்படி சக்கிலிய வீட்டுப் பெண்ணைக் கலியாணம் பண்ணிக்கிறேன்னு அவள்கிட்ட சொல்ல முடியும்? 'அம்மா வரட்டி தட்டுறதுக்காவ ஓயாம மாட்டுச் சாணி பெறக்கறவள், அவள் உசந்த சாதி. மனுசச் சாணி எடுக்கறவ கீழ் சாதியா?' என மனசுக்குள் நினைச்சு சிரித்தான்.

அவன் வாழ்க்கையில் இந்த ரெண்டு பெண்களும் பெரிய பிரச்சனையாக இருந்தனர். ஞாயித்துக்கிழமை சாயங்காலங்கள் சேக்காளிகளின் அருகமைதான் அவனுக்கு ஆறுதலாக இருந்தது. பல ஞாயித்துக் கிழமைகளில் அவளைத் தேடிப் போவான். ஆனா, சேரிக்குள்ள போகத் தயக்கமா இருக்கும். அவள் எங்கயாவது வெளியே வருவாளான்னு பாப்பான். அப்ப ரெண்டு பேரும் பாத்துச் சிரிச்சுக்கிருவாக.

ஏகாம்பர முதலியார் கதை சுவாரசியமானது.

தற்போது 65 வயதாகும் அவருக்கு, தனது தாய் - தந்தையரைப் பற்றிய நினைவுகள் மறந்தே போய் விட்டது. ஐந்து வயதில் காணாமல் போனவர். அவர் எந்த ஊரில் பிறந்தார்? தாய் - தந்தையர் யார் என்பதெல்லாம் அவருக்குத் தெரியவில்லை. அவருக்கு நினைவிலிருப்பதெல்லாம் ஒரு திருவிழாவில் உடம்பில் ஒட்டுத்துணி இல்லாமல் அனாதையாக நடுத்தெருவில் நின்று அழுது கொண்டிருந்ததுதான். இதுக்கு முன் இத்தனை பெரிய கூட்டத்தைப் பார்த்ததில்லை. இது வேற உலகமாக அவனுக்குத் தெரிந்திருக்கும். அதனால் பயத்தில் உடல் நடுங்கக் கதறினான். என்னதான் கதறி அழுதாலும் தாய் - தந்தையரிடம் கொண்டு சேர்ப்பார் யாரும் இல்லை. அழும் குழந்தையிடம் 'எந்த ஊரு? என்ன பேரு?' எனக் கேட்டாகளே ஒழிய யாருக்கும் என்ன செய்யணும் என்பது தெரியலை. ஒரு சிலர் தின்பதற்குப் பண்டம் வாங்கிக் கொடுத்தனர். அதைத் தவிர அவனுக்கு உதவும் வழி எதுவும் புரிபடலை. அப்புறம் தங்கள் தங்கள் வேலைகளைப் பார்க்கக் கிளம்பிவிட்டனர். யாரும் தனக்கு உதவமாட்டாக என்பது தெரிந்ததும் அழுது கொண்டு தானே நடக்கத் தொடங்கினான். கூட்டத்தின் கால் இடுக்குகளுக்குள் நடந்து, நடந்து களைத்து ஓய்ந்தபோது அருப்புக்கோட்டை ஊர் எல்லை தாண்டியிருந்தது. இன்னும் கொஞ்ச தூரம் நடந்தபோது

ஒரு சாவடி தெரிந்தது. அதில் திருவிழாவுக்கு வந்து திரும்பிய மூட்டை வியாபாரிகள் சிலர் அசந்து தூங்கிக் கொண்டிருந்தனர். அவர்களோடு அவனும் படுத்துக்கொண்டான். முந்தைய நாள் தேம்பித் தேம்பி அழுததாலும், பசியாலும், நடந்த களைப்பாலும் படுத்ததும் தூங்கியும் போனான். தாய் - தகப்பன் இல்லாத பிள்ளை யாரும் எழுப்பாமல் எப்படி எழும்? அங்கிருந்த வியாபாரிகளோ விடிந்தும் விடியாததுமாகத் தங்கள் மூட்டைகளைத் தூக்கிக்கொண்டு ஒவ்வொருவராகக் கிளம்பினர். தூங்கிக் கொண்டிருந்த சிறுவன் தங்களோட வந்தவன் இல்லைங்கறதால தூங்கிக்கிட்டிருப்பவுக குழந்தையா இருக்கலாம் என நெனச்சுக் கொண்டனர். கடைசியாக எழுந்ததால் மாட்டிக் கொண்டவர் தில்லைநாத முதலியார்.

ஊர் ஊராகப் போய் தலைச்சுமையாக ஜவுளி விற்பவர் தில்லைநாத முதலியார். காரியாப்பட்டியில்தான் இருக்கிறார். பொதுவாக எல்லாச் சந்தைகளுக்கும் போய் கடை விரிப்பார். சந்தை இல்லாத நாள்களில் தலைச்சுமையுடன் கிராமம் கிராமமாகச் செல்வார். திருவிழாக்களுக்கும் செல்வார். அப்பிடித்தான் அருப்புக்கோட்டைத் திருவிழாவுக்கும் வந்தார். நல்ல வியாபாரம். கொண்டுவந்த துணிமணிகள் பெரும்பாலும் விற்றுப் போய்விட்டது. அந்த சந்தோசத்தில் கூடுதல் நேரம் தூங்கிவிட்டார். நல்லா விடிஞ்சப் பெறகுதாம் கண் முழிச்சார்.

கண்ணைத் திறக்கும்போதே ‘முருகா எம்பெருமானே’ என்றபடிதான் எழுந்தார். எழுந்து உக்காரும்போதே மடியில் கை போனது. விபூதிப் பொட்டலத்தை எடுத்துக் கை நிறைய அள்ளி பழையபடியும் ‘முருகா எம்பெருமானே’ என்றபடி நெத்தி நிறையப் பூசியபடி திரும்பிப் பார்த்தார். பார்த்தால் தன்னைத்

தவிர அஞ்சு வயசுப் பையன் ஒருத்தன் மட்டும் தனியாகத் தூங்கிக்கிட்டிருந்தான். அந்தப் பையன்கூட வந்தவர்கள் ஒருவேளை பக்கத்தில் 'கொல்லைக்குப்' போயிருக்கலாம் என்றுதான் முதலில் நெனைச்சார். அதனால் அதப் பத்திப் பெருசா லட்சியம் செய்யாமல் தன் வேலையைக் கவனித்துக் கொண்டிருந்தார். பொறப்படும் வரைக்கும் யாரும் வராததால் அவருக்குச் சந்தேகம் வந்தது. மெதுவாக அவனை உசுப்பினார். அவர் உசுப்பியதால் முழித்தவன் முதலில் அலங்க மலங்கப் பார்த்தான். அவனுக்குத் திடீரென நேற்றைய நாள் நினைவுக்கு வந்து அழத் தொடங்கினான். எடுத்த உடனேயே பெரும் அழுகையாக இருந்தது. இங்கும் அங்கும் ஓடினான். கதறிக் கதறி அழுதான். அவன் அழுகையை அமத்துவதுக்குள்ள தில்லைநாத முதலியாருக்குப் போதும் போதுமுன்னு ஆயிப் போச்சு.

ஆனா, அழுவதையும், தேம்புவதையும் தவிர அவனால் செய்யக்கூடியது ஏதுமிருப்பதாகத் தெரியவில்லை. நேத்து முழுவதும் திருவிழாக் கூட்டத்தின் நடுவே அலைஞ்சது ஞாபகம் இருக்கு. அதுக்குப் பெறகு நடந்தது எதுவும் நினைவில் இல்லை. இப்பக் கண்ணு முழிக்கும்போது சுத்தீ வரக்காடும், பொட்டலுமாக் கிடக்குது. அதுவே அவனுக்குப் பீதியக் கௌப்பியது. கதைகளில் வரும் ஜின் பூதம்தான் தன்னைத் தூக்கி வந்து போட்டுவிட்டது என்று நினைத்தான். அந்தப் பூதம்தான் இதுவோ என்பது போல தில்லைநாத முதலியாரைப் பார்த்தான். அவனைத் தட்டிக் கொடுக்கவும், முகவாயைத் தடவவும் அவர் முயற்சி செய்து கொண்டிருந்தார். உடனடியாகத் தின்னக் கொடுப்பதற்கும் அவரிடம் ஒன்றுமில்லை. அவனோ அழுது அழுது கரைந்து கை செத்து, கால் செத்து, சோர்விலும் அசதியிலும் துவண்டு போயிருந்தான். இனி அழவோ, ஓடவோ முடியாதுங்கற நெலை வந்தப்

கொடக்கோனார் கொலை வழக்கு | 77

பெறகுதாம் அந்த இடத்தை நெதானமாப் பார்த்தான். மீளவே முடியாத இடத்துக்கு வந்துவிட்டது போல உணர்ந்தான். இப்போ மீண்டும் அழுதான். அந்த அழுகை அவனது பரிதாப நிலையை வெளிப்படுத்துவது போல மிக ஈனமாக இருந்தது. அவனிடம் எந்த ஊரு, என்ன பேரு, தாய் - தகப்பனார் பேரு என்ன என்ற தகவல்களை முடிந்த வரை விசாரித்துப் பார்த்தார். அவனுக்கு இன்னமும் பேச்சு வரவில்லை, சிலருக்கு இப்பிடித்தான் அஞ்சு, ஆறு வயசு வரைக்கும் பேச்சு வருவதில்லை. இவனும் அப்படித்தான். மனசுக்குள் இருப்பதை ஏதோ மழலையில் குழறினான். அதை அவரால் புரிந்து கொள்ள முடியவில்லை.

முதலியாருக்கோ நிக்கவும் முடியவில்லை, போகவும் முடியவில்லை. உதவிக்கு யாராவது வருவாகளான்னு பார்த்தார். பாதையில் ஒரு நாதியவும் காணோம். இந்த இக்கட்டான நெலைமையத் தாம் மட்டுந்தான் சமாளிக்கணும்ங்கறதப் புரிஞ்சுக்கிட்டார். இப்போதைக்கு அவனையும் இழுத்துக் கொண்டு போவது என முடிவு செய்தார். அப்போத்தான் அவரது மூளையில் அது உதித்தது. உடனே அது அசூயை உணர்வைத் தந்தது. அப்படி இருக்குமா என்பது போல அவனை ஆராய்ந்தார். ‘பயலப் பாத்தாக் கிராப்புல்லாம் வெட்டீருக்கு. நெறமும் மாநெறம். பழக்க வழக்கமும் அப்படியொன்னும் வித்தியாசமாத் தெரியக் காணோம்’ என தன்னைத் தானே தேத்திக்கொண்டார். ‘எப்பிடிப் பாத்தாலும், மொதலியார் வீட்டுப் பிள்ளையா இல்லாமப் போனாக்கூட வேற மாதிரி எதுவும் இருக்கற மாதிரித் தெரியல’ என உறுதியாக நம்பித் தன்னோட ஆராச்சிய முடிச்சுக்கிட்டார்.

இப்ப, அவன என்ன சொல்லித் தேத்தி அழைச்சுக் கிட்டுப் போவதுன்னு ரோசிக்கத் தொடங்கினார்.

அப்படியே விட்டுட்டுப் போகவும் மனசில்லை. மற்ற வெவரமும் தெரியல. அதனால "வா, அம்மைய திருவிழால போயித் தேடலாம்" என்று கூறி அவனைத் தன் ஊருக்குக் கால்நடையா அழைச்சிக்கிட்டுப் போனார். மிச்சமிருந்த துணி மூட்டையைத் தலையில் வைச்சு, ஒரு கையால் பிடிச்சுக்கிட்டு மறு கையால அவன் கையப் பிடிச்சுக்கிட்டு நடந்தார். இடையில அடிக்கடி அவனிடம் வேற வேற மாதிரியெல்லாம் பேச்சுக் கொடுத்து அவன் எந்த ஊரு என்பதையாவது தெரிஞ்சிக்கிட முயன்றார். தனக்குத் தெரிஞ்ச ஊர்ப் பேரு, சாமி பேரு, கம்மா, குளம், ஏரி, மலை, காடு, மரம் என எல்லாப் பேர்களையும் சொல்லிப் பார்த்தார். அவன் யோகம் அதில் எதுவுமே அவனுக்குத் தெரிஞ்ச பேருகளா இல்ல.

அருப்புக் கோட்டையில் இருந்து காரியாப்பட்டிக்கு 12 மைல் தொலைவு. அவ்வளவு தூரமும் அவனால் நடக்க முடியாது என்பது தெரிஞ்சதால இடையிடையே அவனைத் தோளில் தூக்கிக்கிட்டும் நடந்தார். ஊருக்குள் வந்ததும்தான் ஏதோ தப்பு செஞ்சுட்டமோங்கற சந்தேகம் ஏற்பட்டது. முதலில் வீட்டில் என்ன சொல்றதுன்னு ரோசிச்சு 'உண்மையச் சொல்லிடறது. ஒரு வாரம் பாப்போம். எங்கயாவது பிள்ளையைத் தொலைச்சவங்க தேடியலையுற தகவல் கிடைச்சாச் சத்தம் இல்லாமக் கொண்டு விட்டுறலாம். அதுவரைக்கும் 'குன்னத்தூரில் இருக்கும் தூரத்து உறவுக்காரக் கிழவியின் பேரன் இவன், தாய் தகப்பன் கிடையாது, கிழவிக்கும் சுகமில்லாமல் ஆகிவிட்டதால் கொஞ்ச நாள் பாத்துக்கிடும்படி தன்னிடம் விட்டுருக்கா' என்று ஊருக்குச் சொல்வது என முடிவுசெய்து கொண்டார். காரியாப்பட்டியில் வேற எந்த முதலியார் குடும்பமும் இல்லை. ஒரு பஞ்சத்தில் பிழைப்புத் தேடி இடம் பெயர்ந்து, இடம் பெயர்ந்து இங்கு

வந்து சேர்ந்து கடைசியில் இதையே தனது ஊராக்கிக் கொண்டனர். அதனால் யாரும் துருவிக் கேள்வி கேட்கவும் வகையில்லாமல் போனது.

'நாம்தான் சுத்தீலும் நடக்கற எல்லா சந்தைகளுக்கும் போறமே. அதுவுமில்லாம சுத்துப்பட்டி ஊர்கள்ளயும் பழக்கமிருக்குது. அப்படிப் போகையில எங்கிட்டாவது குழந்தைய திருவிழால தொலைச்சிட்டுப் பரிதவிக்கும் தாய் - தகப்பனார் பத்திய தகவல் தெரியாமயா போயிரும். அப்படித் தெரிஞ்சிச்சுன்னா என்ன, ஏதுன்னு விசாரிச்சு அது நம்மக்கிட்ட இருக்கிற பிள்ளைதான்னா கூட்டிட்டிப் போங்கன்னு கொடுத்துறலாம்' என்பதுதான் தில்லைநாதனின் கணக்காக இருந்தது. ஆனால் அந்தக் கணக்கு பொய்த்துப் போனது. மாசம் ஒண்ணு கழிஞ்சாலும் ஒரு கோழி, குருவி தொலைஞ்ச கதையக்கூட யாரும் பேசல. அப்பிடியான தகவல் எல்லாம் ஒரு பத்து, பன்னெண்டு மைல் சுத்தளவுக்குள்ளதாம் தெரியும். கால்நடைப் போக்குவரத்தெல்லாம் அதுக்குள்ளதாம் இருக்கும். அதுக்கும் வடக்க, தெக்க காணாம போயிருந்தா அந்தத் தகவல் இந்த ஊர் வரைக்கும் பரவுறது சந்தேகந்தாம். 'அப்பம் இது இந்தப் பக்கத்துப் பிள்ளை இல்லை' என நெனைச்சுக்கிட்டார். இப்பம் என்ன செய்யன்னு ரோசிச்சு, கடைசியா தன்னோடயே வச்சுக்கிடறதுன்னு முடிவு செஞ்சார். ஆம்பளப் பிள்ளைதான. வீட்டுல ஒரு ஆம்பிள கூடுதலா இருந்தாப் பெலந்தானேன்னு நெனச்சார். 'ஊரில் இருந்த கிழவி மண்டையப் போட்டுவிட்டதாகவும் இனி அந்தப் பயல் தம்மிடம்தான் இருந்தாகணும் என்றும் ஊரில் கூறினார். உடனடியாக அந்தப் பையனுக்கு ஆதியும் அந்தமும் இல்லாத எம்பெருமான் பரம்பொருள், சுப்பனின் அப்பன் ஈசுவரன் பெயரே இருக்கட்டும் என ஏகாம்பரம் என்று நாமகரணமும் சூட்டினார். அது முதல்

ஏகாம்பரம் அவரிடமே வளர்ந்து வந்தான். அதாவது அவரது வீட்டில் ஒரு எடுபிடியாக இருந்து வந்தான். வேலை என்றால் சுறுசுறுப்பு. மத்த நேரத்தில் எதிலும் பிடிப்பு இருப்பதில்லை. பிடுங்கி நட்ட செடிதானே, புது மண்ணுல வேர் பிடிக்கிறதுல தாமதம் ஆகத்தான் செய்யும். கொஞ்சநாள் வரைக்கும் தொலைஞ்சு போனது ஞாபகம் இருந்தது. அதுவும் வயதாக, வயதாகத் துப்புரவாக மறந்து போனது.

ஏகாம்பரம் தோளுக்கு வளர்ந்ததும் அவனையும் தன்னுடன் சந்தைகளுக்கு அழைத்துப் போகத் தொடங்கினார். இனி தமக்கு வேறு நாதியில்லை என்பதை அறிந்து கொண்ட அவனும் ஏகாம்பரம் என்ற பெயரை ஏற்றுக் கொண்டதுபோல தில்லைநாத முதலியாரின் குடும்பப் பொறுப்பையும் ஏற்றுக் கொண்டான். தில்லைநாத முதலியாரை அய்யா என்றுதான் ஏகாம்பரம் அழைப்பான். அதுதான் பெத்த தகப்பனைப் பிள்ளைகள் கூப்பிடுகிற முறை.

அய்யா அதிகாலையில் எழுந்துருவாரு. ஒரு நாளும் குளிக்காம இருக்க மாட்டாரு. கரிசக்காட்டில் யார் நித்தம் குளிக்கா? ஆனால் விடிஞ்சும் விடியாம கண் முழிச்சிக் கம்மாய்க்கோ தெலாக் கிணத்துக்கோ போவாரு. போகும்போது பையனையும் கையைப் பிடிச்சுக் கூட்டிட்டு போவாரு. கிணத்தில் தண்ணி இறைச்சு முதலில் வேட்டி துண்டை துவைப்பாரு. இவனோட உடுப்பையும் கழட்டித் துவைப்பாரு. வாளி, வாளியா இறைச்சு குளிப்பாரு. குளிப்பாட்டுவாரு. நல்லா அழுக்கு தேச்சு விடுவாரு. கிணத்துல குளிக்கிறதவிட கம்மாயில் குளிச்சாத்தாம் நல்லா அழுக்குப் போகும்பாரு. எல்லா இடத்துலயும் நல்லா அழுக்கு தேச்சு விடுவாரு, கம்புக்கூடு, அரை

எல்லாத்துலயும் உள்ளங்கையால அரக்கி அரக்கித் தேச்சு விடுவாரு.

குளிச்சு முடிக்கவும் 'முருகா, எம்பெருமானே'ன்னு சூரியனப் பாத்து நமஸ்காரம் பண்ணுவாரு. கிழக்குப் பாக்க நின்னு கைய மேல உசத்திக் கும்பிட்டு அப்படியே நெஞ்சுக்குக் கொண்டுவந்து, குனிஞ்சு நெடுஞ்சாண் கிடையா விழுந்து எழுந்து கும்பிடுவாரு. இப்பிடி மூணு தடவையாவது சூரியனை நமஸ்காரம் பண்ணுவாரு. பையனையும் இப்படிக் கும்பிடப் பழக்கினாரு.

அப்புறம் உக்காந்து விபூதிப் பையை எடுத்து விபூதியைக் குழைச்சு நெத்தி, நெஞ்சு, கை எல்லாம் பட்டை பட்டையாப் பூசுவாரு. காயக் காய உடம்புல விறுவிறுன்னு பிடிக்கும். பத்துப்போட்ட மாதிரி. உடம்புல இருக்கிற கெட்ட நீரெல்லாம் வெளியே வந்துரும்பாரு. அப்புறம் அப்பிடியே சூரியனப் பாக்க உக்காந்து மூக்கப் பிடிச்சுக்கிட்டு ஒவ்வொரு மூக்கா ம்ாத்தி சூரிய கலை, சந்திர கலை ஓட வுடுவாறு. முடிஞ்சதும் ஓங்கார மந்திரம் மூணு தடவ சொல்லுவார். சத்தம் உந்திக் கமலத்துல அ, ஐ, எ, ஐ, ஓ ஓ ஓ ஓ ஓ… ம்ம்னு ஓம் ஓங்காரமா எழும். பெறகு சஷ்டி கவசம் படிப்பார். பையனையும் எல்லாம் செய்யச் சொல்வார்.

பெறகு எழுந்து கோவணத்தை இறுக்கக் கட்டிக் கொண்டு துவைச்ச வேட்டியைத் தலைக்கு மேல் தூக்கி ரெண்டு கையாலப் பிடிச்சுக்கிட்டு நடப்பாரு. வேட்டி தலைக்கு மேல் பந்தல் போலப் பறக்கும். வீடு வர்றதுக்குள்ள காத்துல வேட்டி காஞ்சிரும். அதை அப்படியே இடுப்பில் கட்டிக் கொள்வார். தோளில் கிடக்கும் துண்டைக் கொடியில் காயப் போடுவார்.

இது அய்யாவின் தினசரி நியமம். இதில் ஒரு நாளும் அவர் தவறியதில்லை. அய்யா தில்லை முதலியார் தீவிர முருகபக்தர். மடியில் எப்போதும் விபூதிப்பை இருக்கும். அதில் திருச்செந்தூர் செந்திலாண்டவர் கோயில் விபூதியோ கழுகுமலை முருகன் கோயில் விபூதியோ இருக்கும். நினைக்கும்போதெல்லாம் மடியைத் திறந்து, பையைப் பிரிச்சு மூணு விரல்களால் எடுத்து நெத்தி நெறைய பூசிக் கொள்வார். மடியில் எப்போதும் சஷ்டி கவசம் புத்தகமும் இருக்கும். அவருக்குக் காய்ச்சல் மண்டையிடி என்று வந்து யாரும் பார்த்ததில்லை. இந்த நியதிகளையெல்லாம் ஏகாம்பரமும் அப்படியே படித்துக் கொண்டான். தில்லைநாத முதலியாரின் சீமந்தப் புத்திரனாகவே வளர்ந்து பொறுப்புடன் நடந்து கொண்டான். அவருக்குப் பிறந்த ஒரே பெண் பிள்ளைக்குக் கலியாணம் காட்சி செய்து வைக்கப் பாடுபட்டதுடன் அவள் பிள்ளைகளுக்கும் தாய் மாமனாக இருந்து கடமைகளை ஆற்றினான். வளர்ந்து ஆளாகிய ஏகாம்பரம் 'அவர்' ஆனார்.

தில்லைநாத முதலியாருக்கு முழுமையாக இயலாமல் போனபோது ஏகாம்பரம் ஒத்தையாளாகத் துணிச்சுமையைத் தலையில் தூக்கிச் சுமக்கத் தொடங்கினார். குடும்பத்தையும் சேர்த்தே சுமந்தார். தில்லைநாத முதலியாரின் நாப்பழக்கமும், நெளிவு சுளிவுகளும் அவரிடமும் தொடர்ந்தது. வியாபாரத்துக்குத் தேவையான பேச்சும் அவரிடம் நன்றாகத் தங்கிக்கொண்டது. அவரது ஐவேசில் வியாபாரம் துலங்கியது. தில்லைநாதன் மண்டையைப் போடும் முன் ஏகாம்பரம் கையில் ஒருத்தியைப் பிடித்துக் கொடுக்க விரும்பினார். சொந்தத்தில் ஒரு பெண்ணைத் தேடிக் கட்டியும் கொடுத்தார். ஏகாம்பரத்தின் பாரியாள் அன்னத்தாய் திருத்தங்கல்லில்

இருந்து வந்தவள். கட்டிக் கொடுத்த புதுசில் ஏகாம்பரம் விட்டேத்தியாக இருப்பதைப் பார்த்து அன்னத்தாய் பயந்துதான் போனாள். ஆனால் அவர் அவளுக்குக் குறை எதுவும் வைக்கவில்லை என்பதால் அவரை அனுசரிச்சுப் போகக் கற்றுக் கொண்டாள். அன்னத்தாய் நாலு பேசினால், ஏகாம்பரம் ஒன்னுதான் சொல்வார். இவள் பாட்டுக்குப் பேசிக்கிட்டு இருந்தா அவர் பாட்டுக்கு பெஞ்சு மேல் ரட்ணக்கால் போட்டு முழங்கையைத் தொடையில் குத்தி, முகத்துக்கு முட்டுக் கொடுத்துக் கொண்டு உக்காந்திருப்பார். முகத்தில் எந்த ஒரு உணர்ச்சியும் இருக்காது. ஆரம்பத்துல உணர்ச்சியில்லாத ஜென்மமா இருக்காரேன்னு விசனப்பட்டாலும், இதெல்லாம் அவளுக்கு சீக்கிரமே பழகிப் போனதோடு மட்டுமில்லாமல், பல சமயங்களில் ஏகாம்பரத்தின் இந்தப் போக்கு அன்னத்தாய்க்கு வசதியாகவும் இருந்தது. வீடு முழுக்க தன்னோட ராஜ்ஜியத்தின் கீழ்தான் என்பதை உணர்ந்து கொண்டாள். அவள் வச்சது சட்டமானது. மேலும் மனசுல நெனைச்சதைப் பேச முடிஞ்சது. இப்பிடி எந்த ஆம்பிளகிட்டப் பேசீற முடியும். 'இது வேண்டாம். அது வேண்டாம்'ன்னு ஒரு வார்த்தை சொல்ல மாட்டார். அப்புறம் பிரச்னை வந்து சொன்னால் அப்பவும் 'புத்திக் கொள்முதல்' என்று தான் சொல்லுவார். அவ்வளவுதான். மத்த ஆம்பளைகளா இருந்தா கண்டபடி திட்டுவாக. அடிப்பாக. அப்பன், ஆத்தா, உடம்பெறப்புகள அசிங்கமாப் பேசுவாக. ஆனால், ஏகாம்பரம் அப்படியெல்லாம் இல்லை. இது போதாதா? 'தங்கமாப் போச்சு' என்றுதான் அவள் நினைத்துக் கொள்வாள்.

ஏகாம்பர முதலியார் எப்பவும் சுத்தமாகவும் வெள்ளையும் சொள்ளையுமாகவும்தான் இருப்பார். வேட்டி, சட்டைக்கு நீலம் போட்டுத் தேய்ச்சு

வைக்கணும். ஒரு நாள் உடுத்துன வேட்டி, சட்டைய அடுத்த நாளைக்கு உடுத்த மாட்டார். ஆனால், வெளியே வெள்ளையும் சொள்ளையுமா இருந்தாலும் உள்ளுக்குள்ள ஒரு பற்றற்ற சன்னியாசித்தன்மை வளர்ந்து நிலைத்து நின்றுவிட்டது. பொதுவாக, அவரை எந்த அதிர்ச்சியும் பாதிப்பதில்லை. நட்டது, கெட்டது எல்லாம் வாய்க்கு வெளியேதான். உள்ளே எல்லாமும் ஒன்றாகத்தான் இருந்தது. பொதுவாக அவரைப் பொறுத்தவரை மனிதர்கள் வித்தியாசமற்று இருந்தனர். அவர் யாரிடமும் இது தேதி வரை 'என்ன சாதி?' என்று கேட்டதில்லை. யாரையும் சாதிப் பேரைச் சொல்லியோ மதத்தின் பேரைச் சொல்லியோ அழைத்தது இல்லை. கடைக்கு வரும் கிராக்கிகள் ஏற்கனவே தெரிந்தவர்களாக இருந்தால் அவர்கள் ஊர் பேரைச் சொல்லித்தான் அழைப்பார். கொடக் கோனார் உட்பட. பொதுவாகப் புதுமுகமாக இருந்தால் ஊர், பேர் விசாரித்ததும் அடுத்ததாக 'என்ன சமூகம்' என்று கேட்பதும் நம்மூர் வழக்கமாக இருக்கிறது. அதிலும் இப்பவெல்லாம் 'வர்ணம் என்ன?' என்று கேட்கிறார்கள். ஆனால் முதலியாருக்கு எல்லாரும் ஒரே வண்ணம்தான்! தண்ணீர் ஏக வர்ணம்! காத்து ஏக வர்ணம்! ஆகாயம் ஏக வர்ணம்! மண்ணு எந்த நிறமாயிருந்தா என்ன? மண்ணுதான்! இதெல்லாம் தமக்குள்ளேயே நினைச்சுக்குவாரே ஒழிய வாய்விட்டுப் பேச மாட்டாரு. வியாபாரத்திலும் திகைஞ்சாலும் சந்தோசம், திகையாவிட்டால் அதை விடச் சந்தோசம் என்ற போக்கே அவரிடம் இருந்தது. அவரது கடைத்திண்ணை அடிக்கடி குட்டிச்சத்திரமாக மாறிப் போனதுக்கும் அவரது இந்தப் போக்கே கூட ஒரு காரணமாக இருக்கலாம்.

அய்யாவும் அம்மையும் மண்டையைப் போட்டதும் இந்த டவுனுக்கே குடும்பத்தைக் கூட்டிவந்து விட்டார் ஏகாம்பரம். அய்யா இருந்தவரைக்கும் காரியாப்பட்டி,

அருப்புக்கோட்டை, விருதுநகர், சாத்தூர்னு ஓடிக்கிட்டு இருந்தவரு இந்த டவுனப் பத்திக் கேள்விப்பட்டு ஒண்ணு ரெண்டு சந்தைக்கும் வந்து பாத்தாரு. அப்பத்தான் இந்த டவுன் பேமசாகிக்கிட்டு வந்தது. ரெண்டு மில்லு, காணாததுக்கு ஜின்னிங் பேக்டரிக, தீப்பெட்டியாபீசுக, அச்சாபீசுக, கடலை மிட்டாய் கம்பெனிக, கருப்பட்டி மிட்டாய், உருட்டுச்சேவுக் கடைகன்னு ஊரு வளந்துக்கிட்டு இருந்துது. சுத்துப்பட்டிக் கிராமங்களைச் சேர்ந்த சனங்க எது ஒண்ணுக்கும் இந்த டவுனுக்குதாம் வந்தாக. பஜார்லயும் புதுசு, புதுசா கடைகள் கட்டிக்கிட்டும் இருந்தாக.

முதலியாரும் ரோசிச்சுப் பாத்தாரு. நாமளும் எத்தனை நாளைக்கு இப்பிடி சுமை தூக்கிக் கழுதையா அலையறது. இங்கிட்டு ஒரு கடையப் பிடிச்சு உக்காந்தா என்னன்னு நெனைச்சாரு. உருட்டிப் பெரட்டி பணத்தைத் திரட்டி இந்தக் கடையப் பிடிச்சாரு. அய்யாகிட்ட கத்துக்கிட்டத மூலதனமா வச்சு யாவாரத்த ஆரம்பிச்சாரு. இப்ப 'இது ஏகாம்பர முதலியார் கடையில வாங்குன சீலையா?' என்று கரிசல் பிஞ்சைகளில் பேசப்படும் அளவுக்கு அவரது கியாதி பெருகியிருக்கிறது.

பெருமாள் கோயிலுக்கு வடக்கவும் ரயில்வே தண்டவாளத்துக்குத் தெக்கவும் இருக்கற தெருதான் வடக்குத் தெரு. மேக்க மார்க்கெட். கிழக்க மணியாச்சி வரைக்கும் தண்டவாளத்துக்கு அந்தப் பக்கமும்கூட தெருக்க இருந்துச்சு. எல்லாத்தையும் வடக்குத் தெருன்னுதான் சொல்லுவாங்க. பொதுவா வடக்குத் தெரு ஆளுககிட்ட யாரும் வச்சுக்க மாட்டாங்க. காரணம் அங்க இருந்தவங்க பெரும்பாலும் மறவங்கதாம். ஆசாரிமாரும் இருந்தாங்க. இப்ப இப்ப நாயக்கமாரும் ஒண்ணு ரெண்டு பேரு இருக்காக. வடக்குத் தெருப் பசங்க சும்மானாச்சும் வம்புக்கு இழுத்துக்கிட்டே இருப்பாங்கன்னு யாரும் அவங்களோட சேர மாட்டாங்க. பிடிக்கலன்னா 'பொட்டுப் பொட்டு'ன்னு அடிப்பாங்க. வம்புச் சண்டைக்கு இழுக்கறதுலயும் அவங்கள யாரும் மிஞ்ச முடியாது. அதும் இல்லாம ராஜுத் தேவர், அங்கணத் தேவர், சரமாரி என ஊர் ரவுடிகளும் அங்கதான் இருந்தாங்க.

பள்ளிக்கூடத்தில் படிக்கும்போதிருந்தே சின்னவனுக்கு வடக்குத் தெருப் பசங்களோட சினேகம் இருந்துச்சு. அவங்ககூட சேந்து இவனும் சின்னப்பிள்ளைல சுத்துவாம். அவங்ககூட இருக்கிறது இவனுக்குத் தெம்பா இருக்கும். பள்ளிக்கூடத்துல யாராவது இவன் சொன்னதக் கேக்காட்டா 'என்ன வடக்குத்தெரு பசங்ககிட்ட சொல்லிக் கூட்டியாறவா?' என

மிரட்டுவான். அவ்வளவுதாம். பொட்டிப் பாம்பாச் சுருண்டுருவாங்க. ‘ஏல சல்லிப் பயக கூட அலையாதல’ எனத் திட்டுவார்கள். வீட்டுக்குத் தெரியாம வடக்குத் தெரு சரமாரியம்மன் கோயில், ரயில்வே கேட் காக்காச்சியம்மன் கோயில் கொடைக்கு அங்கனயே விழுந்து கிடப்பான்.

பசங்க எப்ப அடிச்சுக்குவாங்க. எப்ப சேந்துக்கு வாங்கன்னு யாருக்கும் தெரியாது. பல சமயமும் சின்னப் பிள்ளைக சண்ட பெரிய ஆளுக சண்டயா வளர்ந்து அடிதடி, வெட்டுக் குத்துன்னு நீளும். இவனுக்கு வேடிக்கை பாக்கறதுன்னா அம்புட்டுப் பிடிக்கும். அது மட்டுமில்லாம, சித்திரைத் தீர்த்தம், பெருமாள் கோயில் தேரோட்டம் மாதிரி பெரிய கோயில் திருவிழாக்களில் குமியும் எக்கச்சக்கமான மக்கள் கூட்டத்துக்குள் வடக்குத் தெருப் பயல்களுடன் புகுந்து இவனும் விஷமம் செய்வது கொண்டாட்டந்தாம். வேலிக் கருவ முள்ளு முனைய மட்டும் ஒடிச்சு விரல் நுனித் தோலுல முள்ளு முனையை நைசாகச் செருகி, வச்சிக்கிருவாங்க. விரல் சதையில எப்படி ஊசி மாதிரி முள்ளக் குத்தி எடுக்காங்கன்னு இவனுக்கு ஆச்சரியமா இருக்கும். கைய உதறுனாலும் விழாது. அப்புறமா கூட்டத்துக்குள்ள புகுந்தாக்க ஒரே கூத்துதாம்! சின்னப் பிள்ளைக வாங்கிக் கையில் பிடிச்சிக்கிட்டுப் போகும் பலூனில் லேசா விரலால தொடுவாங்க. பலூன் ‘டப்டப்’புனு வெடிக்கும். பிள்ளைக அலறி அழும். அது ஒரு சந்தோசம். அத மாதிரி, குந்தாணியம்மா யாராச்சும் அசைஞ்சு அசைஞ்சு போனாலும் பின்னாலயே போயி குண்டீல குத்தீருவாங்க. முள்ளு நறுக்குன்னு குத்துனதும் குந்தாணி அலறும் சத்தத்தக் கேட்டா அப்படீ ஒரு சந்தோசம். வடக்குத் தெருப் பசங்ககூட அலைஞ்சு

அதையெல்லாம் வேடிக்கை பாக்குறது இவனுக்கு ஒரு சந்தோசம். அப்புறம், கூட்டத்துல தவறவிட்ட பொருள்கள், பீப்பி, கிலுகிலுப்பை, காத்துப் போன பலூன்னு பொறுக்கினால் ஒரு வாரத்துக்கு வேற வெளையாட்டுச் சாமான் ஏதும் வேண்டாம்.

அத மாதிரி சரஸ்வதி பூஜை சமயத்துல பெரிய வீடுகள்ல நவராத்திரி கொலு வைப்பாக. அதுல கொலுப் பொம்மைகள மரப் படிக்கட்டுகள்ள அடுக்கி வைப்பாங்க. அத்தோட சக்கரப் பொங்கல், சுண்டல்லாம் போடுவாங்க. கொலுப் பாக்க மட்டும் தெரு ஆளுங்களை வீட்டுக்குள்ள விடுவாங்க. மத்த நாளுகள்ள வீட்டுக்கு முன்னால இருக்கற காம்பவுண்டு கேட்டக்கூடத் தொட்டுற முடியாது. இவனுங்களுக்கு அந்த வீடுக மேல என்னமோ ஒரு கடுப்பு இருந்துக்கிட்டே இருக்கும். ஒரு தடவ. என்ன பண்ணுனாங்கன்னா, அப்ப நல்ல மழை வேறயா? ஊத்துக் கிடங்கு வாய்க்கால்ல நல்லா தண்ணீ போயிக்கிட்டு இருந்துச்சு. வாய்க்கால்னா மழை பெய்யும்போது குறுமலைக் காட்டுலருந்து அடிச்சுட்டு வர்ற வெள்ளம் பாயும். மத்த நேரத்துல எல்லாம் சாக்கடைத் தண்ணியா மாறிடும். இவன்கிட்ட ஒரு ஜவ்வுத்தாள் பை எடுத்துட்டு வாடான்னாங்க. வாய்க்கால்ல ஒரு நல்ல கொழுத்த தவளையப் பிடிச்சு டவுசர் பைக்குள்ல பொத்தி வச்சிருந்தாங்க. பொடச்சுக்கிட்டிருந்த டவுசர் சேப்பில் (பாக்கெட்டில்) தவளை நெளிய, நெளிய அவன் கையும் நெளிஞ்சுது. இதைப் பார்த்ததும் இவனுக்குச் சிரிப்பாக வந்தது. இவன்கிட்ட இருந்து ஜவ்வுத்தாள் கவர வாங்கி அதுல கொஞ்சம் தண்ணிய ஊத்துனாங்க. அப்போ என்ன நெனைச்சாங்களோ கொஞ்சம் அதுல மோத்தரமும் பேஞ்சாங்க. அதுல தவளையப் போட்டு கவர் வாய முறுக்கி மறுபடியும் டவுசர் சேப்புக்குள்ள வச்சுப்

பிடிச்சுக்கிட்டு கொலு வீட்டுக்குப் போனாங்க. இவனுக்கு உள்ளுக்குள்ள பயம்னா பயம். ஆனா என்ன நடக்கப் போகுதுங்கறத நெனச்சுப் பாத்து சிரிப்பையும் அடக்க முடியல... கொலுப் பாக்கற சாக்குல முண்டியடிச்சிக்கிட்டுப் போனாங்க. நடுக்கூடத்துக்குள்ள போனதும் ரகசியமா கைய்ய கீழால வச்சிக்கிட்டு ஜவ்வுத்தாள் பையப் பிதுக்கவும் தவளையார் தப்பிச்சுக் குதிச்சு ஆட்டம் காண்பிச்சார். ஒரே தவ்வுல நேரா பிள்ளையார் பொம்மை தொப்பையில போயி உக்காந்தார். ஒரே களேபரம். பொம்பிளைக ஏதோ பாம்பப் பாத்த மாதிரி அலறி அடிச்சு ஓடுனாங்க. வடக்குத் தெருப் பசங்களும் இவனும் ஒரே ஓட்டம். சிரிப்பு வேற வெடிச்சுக்கிட்டு வந்ததுல ஓடவும் முடியல. தண்டவாளத்தத் தாண்டி வந்து நின்னு ராத்திரிப் பூரா சிரிச்சு முடிச்சாங்க.

அதென்னமோ சின்னவனுக்கு வீட்டிலேயே கால் தங்குவதில்லை. வடக்குத் தெரு சேக்காளிகளைப் பார்க்க ஓடி விடுவான். அய்யாவும், அம்மையும் காலை ஒடிச்சு அடுப்பில் வைக்காததுதான் மிச்சம். பாக்கி எல்லா அடியும் உதையும் வாங்கியாச்சு. இப்பத்தான் சின்னவன் ஒழுங்காயிருக்காம்.

ஞாயித்துக்கிழமை சாயங்காலம்தான் சின்னவனுக்கு சேக்காளிகளைப் பாக்கும் நேரம். அப்போது தனது பிரச்சனைகளப் பற்றி சேக்காளிகளிடம் பேசலாம் என்றால் தனது பிரச்சனை அவனுகளுக்குப் புரியுமா என்பதில் சின்னவனுக்கு சந்தேகம். ஊர்க்கதைகள் மட்டும் பேசிக்கிட்டிருந்தான். அப்பத்தான் கிழங்கன் வந்தான். உண்மையிலேயே உருளைக்கிழங்கு போல இருந்தான். பட்டு வேட்டி, பட்டுச் சட்டை, கழுத்தில் வடம் வடமா தங்கச் சங்கிலிகள், விரல்களில் மோதிரங்கள் என லொடலொட மொபட்டில் வந்து

இறங்கினான். சின்னவனைப் பார்த்துதான் வண்டியை நிறுத்தினான். இல்லைன்னா இங்கல்லாம் நிக்கற ஆளு இல்ல அவன். சின்னவனுக்குத்தான் அவனது வளர்ச்சி நல்லாத் தெரியும். ஒன்னாப்பு முதல் ஒன்னாப் படிச்சவன் கிழங்கன். ஆனா பாதியிலேயே படிப்பை நிறுத்தீட்டாம். இவன் சின்னப் பத்து வரை படிச்சான். அப்பெல்லாம் சோத்துக்கு சிங்கியடிச்சிக்கிட்டு இருந்தவன். பானை வயிறு தள்ளி சீக்காளி மாதிரி முட்டி தட்டி ஒல்லியா இருந்தவன் இன்னிக்கு உருளைக்கிழங்கு மாதிரி இருக்காம். பஜாரில் அவருக்கு இப்போ தனி மரியாதை. அவனுக்கு கிழங்கன்னு பட்டப்பெயர் வச்சது சின்னவன்தான்னாலும் அது அப்போ சந்தோசத்துல வச்ச பெயர். இன்னிக்கு ரொம்ப வசதியா இருக்காம். ஊருல மூணு நகைக்கடைக்கு முதலாளி. கழுகுமலைக்குக் கெழக்கே உள்ள ஜனங்க பூராம் அவங்க கடையிலதான் வந்து குமியுது. இந்த வருசமே லயன்ஸ் கிளப் இல்லன்னா ரோட்டரி கிளப் பிரசிடெண்டா ஆயிருவாம். அவ்வளவுக்குப் பெரிய புள்ளி. அதைப் பாக்கும்போது சின்னவனுக்கு உண்மயிலேயே சந்தோசமா இருக்கும். இப்பவும் சின்னவனப் பாத்துதாம் வண்டிய நிறுத்துனாம். நிறுத்தி என்னலேன்னு ரெண்டு வார்த்தை பேசிட்டு, ஒழுங்கா யாவாரத்தக் கவனிலேன்னு சொல்லிட்டுப் போயிட்டாம். அவன் கதை ரெம்பவும் சுவாரஸ்யமானது. சின்னவனப் பொறுத்தவரை அவன் வாழ்க்கையில மிகவும் முக்கியமானது:

இவன் ஒன்னாப்பு படிச்சிட்டு இருக்கும்போது அவன் நடுத்தெருவில் இருந்தான். அவங்கப்பா தங்காசாரி. பேரு மாடக்கண்ணு ஆசாரி. ஒரு நா ஞாயித்துக்கிழமை காலைல வெளையாடிட்டு அப்பிடியே இவனை வீட்டுக்குக் கூட்டிட்டுப் போனான். வீட்டில் அவனது அம்மா பெரிய குண்டாவில் கேப்பைக் கஞ்சியைக்

கரைச்சு வைச்சிருந்தாள். ஆளுக்கு ஒரு போகனி குடிக்கக் குடுத்தாள். இவனுக்கும் ஒரு போகனி கிடைத்தது. உப்புப் போட்டு பச்சத் தண்ணியாகக் கரைச்ச கஞ்சி. அதுதான் அவர்களுக்குக் காலை, மத்தியானம் ரெண்டு வேளைக்குமான சாப்பாடு. இவன் தனது வீட்டை நினைத்துக் கொண்டான். இப்போதெல்லாமும் காலையில் டிப்பன் தான். இட்டிலி, தோசை, உப்புமா, உளுந்தங்களி, ஒரட்டி (அடை) என மாத்தி மாத்திப் போடுவார்கள். மத்தியானம் ஆனால் நெல்லுச்சோறு. வீட்டில் எப்போதும் நெல்லு மூட்டைகளும் அடுக்கி வைக்கப்பட்டிருக்கும். அரிசிக் குதிரில் அரிசி நிறைஞ்ச மாதிரி இருக்கும். ஒரு மூட்டை அரிசி மட்டும் போடத்தக்க அழகான சின்னக்குதிர். ஆனால் தன் சேக்காளி கிழங்கன் இவ்வளவு ஏழையா என்பது இவனுக்கு இப்போதுதான் தெரிகிறது.

அவனது அம்மாவைத்தான் அப்போது ரெம்பப் பிடிச்சிருந்ததாக இப்போது நினைக்கிறான் சின்னவன். வீட்டில் வதவதவெனப் பிள்ளைகள் நிறைஞ்சு இருந்தாலும் யாருட்டவும் அவள் கோபப்பட மாட்டாள். அவள் மஞ்சள் உடலில் பச்சை நரம்புகள் ஓடுவது தெரியும் அளவுக்கு நல்ல நிறம். நல்ல தாட்டிக்கமான உடம்பு. ரவுக்கை போட மாட்டாள். எந்த நேரமும் பிள்ளைகளுக்குப் பால் கொடுக்க வேண்டியிருப்பதால்தான் ரவுக்கை போடவில்லையோ என இவன் நெனைக்கும் அளவுக்கு எப்போதும் தனது பிள்ளைகளுக்கு முலைப்பால் கொடுத்துக் கொண்டே இருப்பாள். அது என்னமோ அவள் வீட்டில் அத்தனை பிள்ளைகள் இருந்தும்கூட இவனையும் அவளுக்குப் பிடித்துப் போயிருந்தது. 'அய்யா, ...வாய்யா' என தன் பிள்ளைகளோடு இவனையும் சேர்த்து அணைத்துக் கொள்வாள். சரியாக இரண்டு

முலைகளுக்கு நடுவே இவன் முகம் புதைந்திருக்கும். பச்சைப்பால் கவிச்சி நாத்தமும் முந்தானை நாத்தமும் கதகதப்பும் சுகமாக இருக்கும். ஒரு தடவை அவள் அணைத்துக் கொஞ்சும்போது இவன் முகத்தை லேசாக நகர்த்தி, நாக்கை ரகசியமாக நீட்டி முலையை எச்சில் படுத்தினான். முந்தானை மறைப்பையும் மீறி அந்த ஸ்பரிசத்தைக் கண்டுபிடித்துவிட்டாள் அவள். அப்படியே உக்காந்து இவனை மடியில் கிடத்தி 'பால் வேணுமாய்யா; இந்தாய்யா எடுத்துக்கோயா' என முந்தானையை விலக்கினாள். 'இந்த வீட்டுல பிள்ளகளுக்குக் கொடுக்க வேற என்னய்யா இருக்கு? இத்தன பிள்ளைகளப் பெத்துப்போட்ட பிறகும் ஆண்டவன் பிள்ளைப்பாலுக்குக் குறை வைக்கல. கறவ மாடு மாதிரி சுரந்துக்கிட்டேதான் இருக்கு' என தனக்குள்ளேயே பேசிக் கொண்டாள். இவன் இரண்டு முலைகளிலும் பால் குடித்தான். அதன் பிறகும் அந்த வீட்டுக்குப் போகும்போதெல்லாம் இவனுக்கு எதிர்பார்ப்பு மிகுந்தது. இவன் அந்த வீட்டுக்குப் போய்க் கொண்டிருந்த நாட்களில் ஒரே ஒரு முறை மட்டும் மீண்டும் அந்த அனுபவம் கிடைச்சுது. ஆனால், முலையில் பால் சுரக்கவில்லை. அது வற்றி வெறுமையாப் போயிருந்துச்சு. அதுக்குப் பெறகு வீடு மாறீட்டுப் போயிட்டாங்க. இவனுக்கும் அவனோட நெருக்கம் குறைஞ்சு வடக்குத்தெரு சேக்காளிக கூட்டுச் சேந்துட்டாங்க.

திரும்பவும் அவன்கூட எப்பப் பழக்கம் ஏற்பட்டதுன்னா அப்ப ஏழாப்புப் படிச்சிக்கிட்டு இருந்தான். அப்ப ஒருக்கா வடக்குத் தெரு சேக்காளிகளப் பாக்கப் போயிருந்தப்பத்தாம் அவன் வீட்டப் பாத்தான். அதுவரைக்கும் அவம் வீடு அங்கதான் இருக்குங்கற சங்கதி இவனுக்குத் தெரியாது. தண்டவாளம் பக்கத்துல பள்ளம் போல சாக்கடை

கொடக்கோனார் கொலை வழக்கு | 93

ஓடிக் கிடந்த இடத்துக்கு அருகே அவன் வீடு இருந்தது. அவன்தாம் பாத்து முதலில் ‘ஏலே...’ எனக் கூவினான். பாத்தா அவன். அதே பானை தள்ளிய வயிறும் ஒட்டிய உடலும்தான். ஓடிவந்து பிடிச்சிக்கிட்டான். ‘வாலே, வீட்டுக்கு’ன்னு கூட்டீட்டுப் போனான். வீட்டுக்குள் போனாக்க, இன்னமும் நசநசன்னு நெறையப் பிள்ளைக. அவனோட அம்மா இப்பயும் ரெம்பப் பிரியமாப் பேசினாள். இவனுக்கும் அவள் முலையில் பால் குடிச்ச ஞாபகம் போகலை. கொஞ்சம் குறுகுறுப்பாப் பாத்தான். கடுங்காப்பியைப் போட்டு கிளப்புக் கடையில் ஆத்துவது போல ஆத்தி ஆத்திக் கொடுத்தாள். அதன் பிறகு அவன் மீது இவனுக்குப் பழையபடியும் பிரியம் அதிகமாயிருச்சு. கொஞ்ச நாள் அவன் பின்னாடியே சுத்திக்கிட்டிருந்தான். வடக்குத்தெருப் பயலுகளுக்குக்கூட இது கடுப்ப உண்டாக்குச்சு. ‘என்னடா நம்ம தெருக்குள்ளாறயே வந்துட்டு, நம்மளை எல்லாம் பாக்காம புதுச் சேக்காளிய மட்டும் பாக்கானே’ன்னு கறுவிக்கிட்டு இருந்தானுக. ‘ஒருநா வசமா இறுக்குனாத்தாம் சரியா வருவாம்’னு முடிவு செஞ்சுகூட வச்சுருந்தாங்க.

இதுக்குள்ள பள்ளிக்கொடத்துல முழுப் பரீச்சை முடிஞ்சு லீவும் விட்டாச்சு. கெழங்கான் தான் முன்னயே ஒருமுறை கேட்டிருந்தான்: ‘எலே ஒனக்கு நீச்சத் தெரியுமாலே?’ இவன் தலையாட்டி இருந்தான் இல்லையென. ‘அப்ப முழுப் பரீச்சை லீவுக்கு வந்துருல. கிணத்துல நீச்சப் படிக்கலாம், எங்கப்பா நல்லா நீஞ்ச சொல்லித் தருவாரு’ என்று அவன் சொல்லியிருந்தான். இத அவனும் மறக்காம நெனவு வச்சிருந்து லீவு தொடங்கியதும் இவனோட வீட்டுப் பக்கமா வந்து சீட்டியடிச்சுக்கிட்டு சுத்துனாம். இவனும் யாருல அது நம்ம வீட்டுப்பக்கம் சீட்டியடிச்சிக்கிட்டுன்னு பாக்க வந்தாம். ‘எலே

நீச்சப் படிக்க வாரேம்னு சொன்னியேலே' என்றான். இவனும் நாக்கக் கடிச்சிக்கிட்டு அவன் பின்னாடி ஓடினான். அவன் வீட்டை அடைஞ்சதும் நண்டும் சிண்டுமா ரெடியா நின்னுக்கிட்டு இருந்துதுக. உள்ள இருந்து மாடக்கண்ணு ஆசாரி வந்தாரு. வாலிபமும் இல்லாம கிழவனாட்டமும் இல்லாம, மொட்டத்தலையும் ஒன்னரைக் கண்ணுமா காலக் கெந்துன மாதிரி நடந்து வந்ததப் பாத்ததும் இவனுக்குச் 'ச்சீ'...யின்னு ஆயிருச்சு. 'அந்தப் பயலோட அப்பா ஒரு நொண்டியா? இது தெரியாம வந்துட்டமே?' என நெனைச்சுக்கிட்டான். இருந்தாலும் வந்தாச்சேன்னு பின்னாடியே போனான். நீளமான கொச்சக் கயிறவும் எடுத்துக்கிட்டு தண்டவாளத்தத் தாண்டி வடக்குப் பக்கமாக் கொஞ்சத் தூரம் போனதுமே கிணறு இருந்தது. நல்ல பெரிய இறவைக் கிணறாத்தான் அது இருந்துது. போனதும் மாடக்கண்ணு ஆசாரி வேட்டிய அவுத்து தோளுல போத்தின மாதிரிப் போட்டுக்கிட்டு துண்டால கோவணம் கட்டிக்கிட்டாரு. கிணத்து முனையில நின்னு உள்ள தண்ணீ எப்படிக் கிடக்குன்னு குனிஞ்சு பாத்தாரு. அப்புறமா பின்னாடியே வந்தாரு. ரெண்டு கையவும் பறக்கற மாதிரி மேல தூக்கிக்கிட்டு வேகமா நடந்தாரு. அவரு கெந்திக் கெந்தி நடக்கறதப் பாக்க இவனுக்குச் சிரிப்பு தாங்கல. கையால வாயப் பொத்திக்கிட்டு சிரிக்காம். அதுக்குள்ள மாடக்கண்ணு ஆசாரி கிணத்துள்ள பாஞ்சாரு. அதப் பாத்து இவனுக்கு திடுக்குன்னு ஆயிப்போச்சு. ஆனா மத்தப் பயக அதப் பாத்து ஹோ..ன்னு கும்மரிச்சம் போட்டுச் சிரிக்கானுக. ஓடிப் போயி கிணத்தப் பாத்தாம். கிணறு ஆழம். ஆனா தண்ணி நெறையாக் கெடந்துது. அதுல மாடக்கண்ணு ஆசாரி நீஞ்சுறாரு. அதவிட அதிசயம் கிணத்துக்குள்ள தண்ணி வரைக்கும் படிக்கட்டு இருந்துச்சு. இவன் இது வரைக்கும் படிக்கட்டு வச்ச

கிணத்தப் பாத்ததில்ல. எல்லாவனுகளும் வரிசையாக் கிணத்துக்குள்ள இறங்குனானுக. படி சின்னச் சின்னதா செங்குத்தா இறங்குச்சு. அதப் பாக்கவே இவனுக்குப் பயமா இருந்துச்சு. அவனும் இறங்கத் தயாரானாம். இவனையும் ‘எலே எறங்குல’ என்றான். இவன் பயத்தில் நடுக்கமாகத் தலையாட்டினான். ‘பயப்படாதல... மாடிப்படியில எறங்குற மாதிரிதாம். ஒண்ணும் பயப்படாத’ என்றபடி இவனின் கையப் பிடிச்சுக்கிட்டான். ரெண்டு பேரும் மெதுவா இறங்கினார்கள். இறங்க, இறங்கப் பயம் அத்துப் போனது. நாலஞ்சு படிக எறங்குனதுமே அவன் கைய உதறிட்டுத் தனியா இறங்குனாம். எல்லாவனுகளும் ஒவ்வொரு படிகள்ல உக்காந்துக்கிட்டாங்க. இவன் எல்லாத்துக்கும் மேல் படியில உக்காந்து வேடிக்கை பாத்தாம். மாடக்கண்ணு ஆசாரி கொச்சக் கயித்த ஒரு பயல் இடுப்பச் சுத்தி அருணாக்கயிறு மாதிரி கட்டி முடிச்சுப் போட்டாரு, மறு முனையக் கையில பிடிச்சுக்கிட்டாரு. அந்தப் பயல் அஞ்சாறு படி மேலே ஏறி இவன் தலைக்கு மேல நின்னாம், அங்கயிருந்து திடும்னு தண்ணிக்குள்ள குதிச்சாம், அப்படியே தண்ணிக்குள்ள போயிட்டாம். மாடக்கண்ணு ஆசாரி கையில இருந்த கவுறும் தண்ணிக்குள்ள நழுவுது. கொஞ்ச நேரத்துல கவுறு தண்ணில நெளிஞ்சுது. உடனே கவுத்தச் சுண்டி இழுத்தாரு. தண்ணி இறைக்கும்போது வாளி மேல வாற மாதிரி அந்தப் பயல் மெதுவா மேல வந்தாம். அவனப் பாத்தப் பெறகுதாம் இவனுக்கு உசுரு வந்துது. ‘எலே கிணத்தச் சுத்தி வால’ன்னாரு. அவன் தத்தக்கா பித்தக்கான்னு காலை உதைஞ்சாம். ‘நல்லா கால கைய அடிச்சு நீந்துல’ன்னாரு. அவனும் எப்படியோ ஒரு சுத்து சுத்தி வந்தாம். இப்படி ஒவ்வொருத்தனா இடுப்புல கவுத்தக் கட்டிக்கிட்டு நீச்சப் படிச்சானுவ. கடைசியா

இவனக் கூப்பிட்டாரு, இவனுக்கு ஆசையாவும் இருந்துது. பயமாவும் இருந்துச்சு. சிரிச்சுக்கிட்டே இறங்குனாம். இவன் டவுசரைக் கழட்டி படி மேலே வச்சாரு. இடுப்புல கவுத்தக் கட்டுனாரு. ஒரு முனையக் கையில இறுக்கமாப் பிடுச்சுக்கிட்டாரு. 'அப்படி ஒவ்வொரு படியா எறங்குய்யா'ன்னாரு. இவனுக்குத் தண்ணீல கால வைக்கவுமே சில்லுன்னு இருந்துச்சு. 'பயப்படாம எறங்குய்யா'ன்னு கையப் பிடிச்சிக்கிட்டாரு. இவன் தண்ணீல இறங்குனா தண்ணீ இவன லாத்துது. அப்படியே சாய்ஞ்சாம். 'பயப்படாதய்யா. ஒண்ணும் பண்ணாது'ன்னாரு. இவன் ஒவ்வொரு படியா இறங்குனாம். அதுக்கும் கீழ படி இருக்குமோ இருக்காதோங்கற பயத்துல காலால துழாவித் துழாவி இறங்குதாம். இடுப்பு வரை இறங்குனதும் அப்படியே கவுத்தால தூக்கி, இன்னொரு கையால வவுத்துல ஏந்தி தண்ணிக்குள்ள வீசினாரு. இவன் நடுக்கிணத்துல விழுந்தவன் கல்லு மாதிரி தண்ணிக்குள்ள முங்குனாம். காது ஜிவ்வுன்னுது. திடீர்னு பாதாளத்துல போய் உக்காந்தாம். அப்படியே மூச்சு முட்டுச்சு. பத்து ஆளு மேல உக்காந்து இவன அமுக்குன மாதிரி இருந்துச்சு. ஆ.. ஊ...ஊன்னாம். தண்ணிய மடக், மடக்குனு குடிச்சாம். அப்படியே மேலவந்த மாதிரி இருந்துச்சு. கவுத்தாலயே தூக்கி அவனப் படியில உக்கார வச்சாரு. தண்ணியக் குடிச்சுட்டான்னு தெரிஞ்சுபோச்சு. மாடக்கண்ணு ஆசாரியும் படில உக்காந்து அவன மடியில போட்டு வவுத்துல அமுக்குனாரு. குடிச்ச தண்ணியெல்லாம் வெளிய வந்துச்சு. இவனுக்குக் கண்ணெல்லாம் செவந்து, கிறுகிறுன்னு வந்துருச்சு. 'கோட்டிக்காரப் பிள்ளை. தண்ணிக்குள்ள முங்கும்போது மூச்சைத் தம் பிடிச்சுக்கணும். கால் தரை தட்டுச்சுன்னா. ஒரே எம்பு எம்பணும். அதில்லாம தண்ணியக் குடிச்சா

வெள்ளக்காக்கா பிடிக்க வேண்டியதுதான்' எனச் சொன்ன மாடக்கண்ணு ஆசாரி கடகடன்னு சிரிச்சார். அதாவது தம் பிடிக்காமல் தண்ணி உள்ளே போனால் பரலோகம் என்பதை அப்பிடிச் சொன்னாராம். பயல்களும் வாயப் பொத்திக் கொண்டு சிரித்தனர். இவனுக்கு வெக்கமாக இருந்தாலும் அது பிடித்திருந்தது. மாடக்கண்ணு ஆசாரி போலத் தானும் கிணத்துக்கு மேலே இருந்து சம்மர் சால்ட் அடிக்க வேண்டும் என நினைத்தான். நீச்சல் முடிச்சு எல்லோருமாக வீட்டுக்கு நடந்தனர். மாடக்கண்ணு ஆசாரி துண்டை இடுப்பில் கட்டிக்கொண்டு, வேட்டியை விரித்துத் தலையில் போட்டுக்கொண்டு, இரு முனைகளையும் கையை விரித்துக் கொண்டார். அவர் கெந்திக் கெந்தி நடக்கும் அழகில் வேட்டி காற்றுக்குப் பறந்து ஆடியது. அது ஒரு வெண் பந்தல் தள்ளாடித் தள்ளாடிச் செல்வது போல அவனுக்குத் தோன்றியது.

அது முதல் தினசரியும் இவன் அங்கு வந்தான். படிப்படியாக நீஞ்சக் கத்துக்கொண்டு வந்தான். அப்புறம்தான் அது நடந்துச்சு. அதை நெனைச்சாலே அவனுக்கு நெஞ்செல்லாம் அடைக்கிற மாதிரி ஆயிரும். அதான் அந்தப் பாவி முண்ட, கிழங்கனின் அம்மா அந்தக் கிணத்துலயே நாண்டுக்கிட்டா.

அது எப்படி சின்னவனுக்கு தெரிஞ்சுதுன்னா, கிழங்கன் ஒரு நாள் பள்ளீடத்துக்கு வரல்லை. வாத்திமாருக, பிள்ளைக எல்லாரும் ஒரே பரபரப்பா பேசிக்கிட்டாக... அவனோட அம்மா கிணத்துல விழுந்து நாண்டுக்கிட்டாளாம்னு. இவன் நீச்சப் பழகுன அதே கிணறு. ராத்திரியில கிணத்துக்குப் போயிச் சத்தமில்லாம இறங்கியிருக்கா. கையில கொச்சக் கவுத்தவும் எடுத்திட்டுப் போயிருக்கா. படிக்கட்டுல உக்காந்து கால் ரெண்டவும் இறுக்கிக் கட்டி,

கையவும் கட்டிக்கிட்டு தண்ணியில பாஞ்சிருக்கா. தண்ணிக்குள்ள முங்கித் தண்ணியக் குடிச்சுக்கிட்டு வெள்ளைக்காக்கா பிடிச்சிட்டா. இவனுக்கு நீச்சச் சொல்லிக் கொடுக்கும்போது 'வெள்ளக்காக்கா பிடிச்சிறாதடா'ன்னு மாடக்கண்ணு ஆசாரி சொல்லிச் சிரித்தது இவன் நெனப்புக்கு வந்தது. கையவும் காலவும் கவுத்தால கட்டிக்கிட்டுத் தரையில போட்ட மீனு மாதிரி தண்ணிக்குள்ளயே வெடுக் வெடுக்குன்னு துள்ளித் துடிச்சிச் செத்திருப்பான்னு நெனச்சு நெனச்சு அழுதாம். அதுக்குப் பிறகு அவன் பள்ளிக்கூடத்துக்கே வரல்ல.

மாடக்கண்ணு ஆசாரிக்குச் சொந்த ஊரு கழுகு மலைக்குப் பக்கத்துல இருக்கற கொம்மங்குளம். பாம்படம் செஞ்சு கொடுக்கிறதுல அவர மிஞ்ச ஆளு கிடையாது. எவ்வளவு குறைவான தங்கத்திலயும் எடுப்பான பாம்படத்தச் செஞ்சுருவாரு. பொதுவா, தங்க வேலை பாக்கறவங்கள்ல, ஒவ்வொரு வேலைக்கும் ஒவ்வொரு ஆளு இருப்பாக. அந்த அந்தச் சாமான அந்த அந்த ஆளுங்ககிட்ட கொடுத்தாத்தாம் திருத்தமா இருக்கும். தாலி செய்யணும்னா அதுக்குத் தனி ஆசாரி இருப்பாரு. அதிலும் தட்டுத் தாலின்னா நாகலிங்க ஆசாரிதான். தட்டுத் தாலின்னா ரெம்பக் குறைஞ்ச தங்கத்துல செய்யறது. பொட்டுன்னும் சொல்லுவாங்க. நாகலிங்க ஆசாரி குண்டுமணித் தங்கத்துலகூட ரெண்டு தாலி செஞ்சுருவாரு. கட்டிங் மோதிரத்தவிட நெளிவு மோதிரம் விசேஷமான வேலை. அதுக்கு சரமாரிதான் சரியான ஆள். மோதிரம், ரெட்டை வடச் சங்கிலியில் பேர் எழுத, படம் எழுத எனாமல் சுந்தரம் ஆசாரிதான் அந்த வட்டாரத்துக்கே. இவனுக்குத் தெரிந்தே இத்தனை ஆசாரிகள் இருக்கிறார்கள். மாடக்கண்ணு ஆசாரி பாம்பட வேலைக்காரரர். அதிலும் அரக்கு வைச்ச பாம்படம் இவரால்தான் சொட்டை இல்லாமல் உருவாகும். பாம்படம் முழுவதும் தங்கத்தால் செய்ய

முடியாது, அவ்வளவு தங்கம் வாங்க யாருட்ட காசு இருக்கும்? அதும் போக அவ்வளவும் தங்கமுன்னா எடை அதிகமாகி, காது தாங்காமக் கிழிஞ்சு போகும். அதனால குமிழ்களில் அரக்கு அடைச்சுத்தான் செய்வார்கள். கொஞ்சம் வசதியானவர்கள் கொஞ்சமாக அரக்கு வச்சுச் செய்வார்கள். வசதி இல்லாதவர்கள் பேருக்கு மட்டும் தங்கம் இருக்கும், மத்தபடி எல்லாம் அரக்குதான். அப்படி வசதி இல்லாதவர்களுக்கான பாம்படம் செய்வதில் மாடக்கண்ணு ஆசாரி கில்லாடி. அதில் நெறைய வேலை நுணுக்கமெல்லாம் இருக்குது. அவ்வளவு நெறைய அரக்கு வச்சுச் செய்யும் பாம்படங்கள் லேசாகத் தரையில் வைச்சாலே சொட்டை விழுந்துவிடும். ஆனால், மாடக்கண்ணு ஆசாரி கை பட்டால் காதுல இருந்து கழண்டு தரையில விழுந்தாலும் சொட்டையாகாது.

பாம்படம் செய்வதில் மற்ற ஒரு சூட்சுமம் என்னவென்றால், இத்தனை கிராமில் பாம்படம் வேணும் எனச் சொல்லுவதோடு சரி! ஆசாரியும் கண்ணு முன்னால தங்கத்த எடை போட்டுக் காண்பிப்பார். ஆனால் பாம்படம் செய்தான பிறகு அதில் எத்தனை கிராம் தங்கம் இருக்கிறது என்பதை யாராலும் மதிப்பிட முடியாது. ஊதி, அறுத்து அரக்கை வெளியே எடுத்தால்தான் தங்க எடையைக் கண்டுபிடிக்க முடியும். அதனால பாம்படம் செய்யிற ஆசாரிகளுக்குக் கெட்ட பெயருதான் மிஞ்சும்.

ஏழைகளுக்கு ஏத்த பாம்படம் செய்யறதுல மாடக்கண்ணு ஆசாரி எமகண்டன். ஒரு பவுனுக்குக் குறைஞ்ச தங்கத்துலகூட பருவட்டான சைசுல பாம்படம் செஞ்சுருவாருங்கறதைவிட அதுலயும் காப்பவுனக் களவாண்டுருவாருங்குறதுதான் அவரோட திறமை. அதை யாரும் கண்டுபிடிக்க முடியாதுங்கறது

100 | அப்பணசாமி

மட்டுமல்ல; அரைக்கால் பவுனில் பாம்படம் செய்ய முடியுங்கறதையும் எந்தத் தட்டானும் நம்ப முடியாது. இது மாதிரி தங்கம் எடுக்கறது வழக்கம்தான். சேதாரம்னு சொல்லுவாங்க. அது அவங்க உரிமை. சொல்லப்போனா கடைசியில் அதுதான் மிச்சம். இல்லைன்னா கூலின்னு பார்த்தா அந்தக் காலத்துப் பணத்துல ஒரு ரூவா கொடுத்தா அதிகம். அதுல ஒரு படி அரிசி கூட வாங்க முடியாது. அது பஞ்ச காலம் வேற இல்லையா?

இப்படித்தான் பஞ்சம் பெருத்துப் போனதுல கொம்மங்குளத்து சம்சாரி ஒருத்தர், பஞ்ச காலத்தைச் சமாளிக்க தம் ஆத்தாளுக்கு ரெண்டு பவுனுல செஞ்சு போட்ட பாம்படத்த வித்தாத்தான் முடியும்னு ஆனதால, அதை எடுத்துக்கிட்டு இந்த டவுனு நகைக்கடைப் பஜாருக்கு வந்தாரு. அங்க கடை கடையா ஏறியும் யாரும் அதை வாங்க முன்வரல. அதுல எவ்வளவு தங்கம் இருக்குன்னு கணிக்க முடியாது; அதனால அத எடுக்க முடியாதுன்னு வருசையாக் கை விரிச்சுட்டாங்க. சம்சாரி கண்ணீர் விட்டு அழுதாரு. கடைசியில ஒரு கடைக்காரன், பாம்படத்த உடைச்சு, அரக்கு நீக்கிட்டு, நிறுத்துப் பாப்போம். என்ன எடை வருதோ அதுல பொடி எடை (சேதாரம்) கழிச்சு, மாத்துக்கு ஏத்த விலை போட்டுத் தரேம்னு சொன்னாரு. வேறவழி இல்ல. இவரும் சரின்னுட்டாரு. குண்டுகளத் தனியாக் கழட்டி, ஊது உலைல காய வச்சு, அரக்க வடிச்சு எடுத்தாங்க. கடைசியில சுத்தமா அரக்க வழிச்சு எடுத்தப் பிறபாடு எடை போட்டாங்க. அது ஆறு கிராம் கூட எடை இல்லை. கடைக்காரருக்கு ஆச்சரியமுன்னா ஆச்சரியம். இப்படியும் ஒரு அதிசயத் தட்டான் இருப்பானா? ஆறு கிராம்ல இப்படி உண்டென (தடிமனாக) உருப்படி செய்ய முடியுமான்னு தெகச்சுப் போனாரு. ஆனாலும், கண்ணு முன்னால பாக்கம்லன்னு நெனைச்சுக்கிட்டாரு.

மாத்தும் 60-65 க்கு அதிகமா இல்லை. சேதாரம் ஒரு கிராம் போட்டாங்க. கடைசியில 3 கிராம் தங்கத்துக்கு மட்டும் விலை போட்டாங்க. இதைக் கேட்டதும் அந்த சம்சாரி அடிக்கவே பாய்ஞ்சாரு. ரெண்டு பவுன்ல செஞ்ச பாம்படத்துல மூணு கிராம்தான் தங்கம் இருக்குன்னு சொன்னா ஆத்திரம் வருமா வராதா? பெரிய கலவரமாப் போயிருச்சு. அப்புறம் நாலு பேரு பேசுனாங்க: உம்ம கண்ணு முன்னாலதான எல்லாம் செஞ்சேன்; நீரு பாத்துக்கிட்டுதான இருந்தீரு; உம்ம கண்ணு முன்னாலயே தங்கத்தத் தின்னுட்டனா? நாந்தாம் முதல்லயே சொன்னம்ல. அரக்க எடுத்தாத்தாம் தங்கத்தோட நிதானம் புரிபடும்னு; இந்த உலை ஓடுதாம் இருக்கு. அதையும் நீரே எடுத்துக்கோரும். உம்ம தங்கத்த உருக்கக்கூட இல்லன்னு கடைக்காரர் சொன்னார். கடைக்காரம் மட்டுமல்ல, அங்குள்ள நகைக்கடை யாவாரிகள் யாராலும் ஆறு கிராமில் பாம்படம் செய்ய முடியும்னு சல்லிசாக நம்ப முடியவில்லை. ஆனால், யாவாரியும் மோசடி செய்யற ஆளு இல்லை.

சம்சாரி ரொம்ப நிதானமா யோசிச்சாரு. கூட்டம் கூடுனவுககிட்ட தம் கதையச் சொன்னாரு. அஞ்சு வருசத்துக்கு விளைஞ்ச வெள்ளாமையில ஆத்தாளுக்குப் பாம்படம் பண்ணிப் போட்டதாவும், கழுகுமலை மாடக்கண்ணு ஆசாரிதான் பாம்படம் செஞ்சு குடுத்தாரு. வேணா அவரையே கூட்டியாறம், கேட்டுக்குங்கன்னும் சம்சாரி சொல்லுதாரு. மாடக்கண்ணு ஆசாரின்னு பேரக் கேட்டதும் அங்க இருந்த நகைக்கடை யாவாரிகளுக்கு ‘இருக்கும், இருக்கும்’னு தோனுச்சு. ஏற்கனவே மாடக்கண்ணு ஆசாரி பத்தி லேசுபாசாக் கேள்விப்பட்டிருக்காங்க. அதுக்காக ரெண்டு பவுன வாங்கிக்கிட்டு முக்காப் பவுனுல சாமான் செஞ்சு கொடுப்பானான்னு ஆச்சரியமா இருந்துச்சு.

இருந்தாலும் என்ன செய்ய? நிலவரத்த சம்சாரிகிட்ட எடுத்துச் சொன்னாங்க. ‘நேரா அந்த ஆசாரியப் போயிப் புடிங்க’ன்னு சொல்லி, பொருளுக்கான வெலையும் கொடுத்து அனுப்புனாங்க. அதுலயும் யாவாரி மகாக் கள்ளன். ஆறு கிராம் தங்கத்துல மாத்து சரியில்லை, பொடி நெறைய இருக்கும், அது இதுன்னு சொல்லி மூணு கிராம் தங்கத்துக்குக் கூட பணம் தரல்ல.

அதே வெறியில அந்த சம்சாரி பஸ் ஏறுனாரு. ஊருல போயி வயித்தெரிச்சலக் கொட்டுனாரு. நாலு பேரு சேந்து நேரா மாடக்கண்ணு ஆசாரி பட்டறைக்குப் போனாங்க. ஆனா, மாடக்கண்ணு ஆசாரி அதை ஏத்துக்கல. ‘நான் அப்படி ஏமாத்திப் பொழைக்கிற ஆளு இல்ல. விக்கணும்னா ஏங்கிட்டதான வந்திருக்கணும். எங்கேயோ போனேன், அரக்கு எடுத்தாம், மயிர எடுத்தாம்னு இங்க வந்து நின்னா என்ன அர்த்தம்?’னு கத்தியிருக்காரு. ஆனா, மறத்தெரு ஆளுக சும்மா இருக்கல. வெரட்டி, வெரட்டி அடிச்சாங்க. அன்னிக்குக் கழுகுமலைய விட்டு ஓடி வந்தவருதாம். ஆனா. சரியான அடிங்கறதால கணுக்காலு மூட்டு கழண்டுருச்சு. அதுக்கு கட்டுக்கட்டி மருத்துவம் பார்த்தாலும் கணுக்காலு முழுசாச் சேரவே இல்ல. டவக்கு, டவக்குன்னு சரிஞ்சு சரிஞ்சுதான் அதுக்குப் பெறவு நடந்தாரு. அவரு பயந்தபடியே அவருக்கிட்ட பாம்படம் செஞ்சவுங்க அத்தனை பேரும் படை எடுத்து வர ஆரம்பிச்சாங்க. ஆனால், மாடக்கண்ணு ஆசாரி தப்பிச்சுக்கிட்டாரு. பூட்டுன பட்டறயப் பாத்துட்டு, பாத்துட்டுத் திரும்பிப் போனாங்க.

அன்னிக்கு அங்கயிருந்து தப்பிச்சு இங்க வந்தவருதான். அதுல இருந்து பாம்படம் செய்யறதையும் விட்டுட்டாரு. இங்கவந்த தொடக்கத்துல பிரதானத் தொழிலு தீப்பட்டிக் கட்டு ஒட்டுவதுதான். அதுதான்

குடும்பத்துக்குச் சோறு போட்டுது. வீட்டுக்குக் கொடக்கூலி கொடுக்க முடியாம அப்பப்ப வீடு மாத்துவாரு.

கொஞ்ச காலம் கழிஞ்ச பெறகு மெல்ல ஆசாரிமார் பட்டறைக பக்கம் எட்டிப் பாத்தாரு. சின்னச் சின்ன வேலைக கிடைச்சுது. ஞாயமா பொருள் செஞ்சு கொடுத்து நல்ல பேரு எடுத்தாரு. அப்படியே பஜார் நெலவரத்தக் கவனிச்சாரு. டவுனில் பாம்படம் செய்ய நல்ல ஆசாரி கிடையாது. அப்படி இருந்தாலும் கனமான பாம்படம்தான் செஞ்சாக. இவரைப் போல கொறைஞ்ச அளவு தங்கத்துல லேசான பாம்படம் செஞ்சு கொடுக்க ஆளு இல்ல. அதனால இவர் தனக்குப் பழக்கமான நகைக்கடைகளுக்குப் பாம்படம் செஞ்சு கொடுக்க ஆரம்பிச்சார். யாராலும் நெனைச்சுக்கூடப் பாக்க முடியாத அளவுக்குக் குறைஞ்ச தங்கத்துல பாம்படம் செய்து அதிசயப்படுத்தினார். மாடக்கண்ணு ஆசாரி பேரு சுத்து வட்டாரத்துல ஃபேமஸ் ஆச்சு.

மாடக்கண்ணு ஆசாரி செஞ்சு கொடுத்த பாம்படம் இல்லாத வீடு இல்லை, அதைப் போட்டுக்காத ஆத்தாளுக இல்லை என்கிற அளவுக்கு ராப்பகல் இல்லாமல் செஞ்சு கொடுத்தார். அதற்குக் கிடைத்த கூலி ஒரு வேளைக் கஞ்சிக்குக்கூட பத்தாது. பல நேரங்கள்ல பிள்ளைகள பக்கத்து வீடுகளுக்குத் தொரத்தி விடுவா மாடக்கண்ணு சம்சாரம். அது சரியா சாப்பாட்டு நேரமா இருக்கும். அப்புறம் பிள்ளைக வந்ததும் அதுக வயித்த நோட்டம் விடுவா. வயித்துக்கு ஏதோ கெடச்சிருக்குங்கறது உத்தரவாதப்பட்டதும் பானையில் இருக்கிற கஞ்சியக் கரைச்சு புருசனுக்கு எடுத்துக் குடுப்பா. அவரு குடிச்சது போக மிச்சத்தத் தானும் குடிப்பா. ஆனா, கைப்பிள்ளக பாலுக்கு அழுதா என்ன செய்ய முடியும்? பாலு இல்லன்னு

தெரிஞ்சும் அழுகுற பிள்ளையத் தூக்கி, சேலைய விலக்கி முலையோட சேத்துக் கட்டிக்கிருவா. வெறும் மடுவில் என்ன இருக்கும்? கண்ணீருதாம் பெருகும். அதாம் பிள்ளைக்குப் பால் இல்லாத ஏக்கத்துல நாண்டுக்கிட்டா. முன்ன கொம்மங்குளத்துல அடி பட்டுக் கால் ஒடிஞ்சதைவிட இப்ப பெரிய்ய இழப்பும் அடியும் மாடக்கண்ணு ஆசாரிக்கு.

அதுக்குப் பெறகு இன்னமும் சுதாரிப்பாப் பிழைச்சாரு. பசி, வறுமையானாலும் வேலைய ஒழுங்கா செஞ்சு குடுத்து நல்ல பேரு எடுத்தாரு. கையக் கால ஊனி எழுந்து தனியாவே ஒரு பட்டறையப் போட்டாரு. பிறெகென்ன? சம்சாரம் செத்த சோகத்தை மறக்கவும், பிள்ளைகளக் கவனிக்கவும் ரெண்டாவது கலியாணமும் செஞ்சுக்கிட்டாரு. வருசம் பல ஓடுச்சு. இதுக்குள்ள கழுகுமலை சனங்க மாடக்கண்ணு ஆசாரி இல்லாமத் தவிச்சுப் போச்சுங்க. பாம்படம் செய்யறதுக்காக வெள்ளாமைப் பணத்த மடியிலக் கட்டிக்கிட்டு மாடக்கண்ணு ஆசாரியத் தேடி இந்த டவுனுக்கே வர ஆரம்பிச்சாங்க. அப்படியே அவரு திறம வட்டாரம் பூராவும் பரவுச்சு. ஆனா ஒரு கண்டிசன். பாம்படம் செஞ்சா மட்டும் போதாது; நாளப் பின்ன கெரயம் பண்ணனும்னா ஏங்கிட்டதாம் கொண்டு வரணும். நீங்க என்ன தங்கம் கொடுத்துச் செஞ்சீகளோ அதுக்குத் தக்கன கெரயம் கொடுத்து எடுத்துக்கிருவேன். அப்புறம் வேற எங்கயாவது, அவம் அப்படிச் சொல்லுதாம், இவன் இப்படிச் சொல்லுதாம்னு எங்கிட்ட வரக்கூடாதுன்னு சாமர்த்தியமா உத்தரவாதம் வாங்கிக்கிட்டு பாம்படம் செஞ்சு கொடுப்பாரு.

பின்னக் கொஞ்ச வருசம் கழிச்சு இந்தச் சள்ளைய ஒழிச்சுக் கட்டணும்னு ஒரு நகைக்கடைய ஆரம்பிச்சாரு. அவரு யோகம் கடை ஓஹோன்னு ஓடுச்சு. இதுக்குப்

பிறகுதான் ஒல்லிக்குச்சியா இருந்த அவன் கிழங்கானா பெருத்தாம். எவ்வளவோ கஷ்டப்பட்டவன் இப்ப நல்லா இருக்காம்ங்கிற சந்தோஷத்துலதான் அவனுக்கு கிழங்கன்னு பட்டப்பேர் வந்துச்சு. அவனும் யாவாரத்தோட நெளிவு சுளிவுகளப் படிச்சுக்கிட்டான். அவனே கடையக் கவனிச்சிக்கிட்டாம். மாடக்கண்ணு ஆசாரியின் குடும்பமும் பெருத்து எட்டு ஆம்பிளைப் பிள்ளைக, மூணு பொம்பளைப் பிள்ளைகன்னு பதினோரு உருப்படிகளாச்சு. அதுக்கேத்த மாதிரி மூணு கடைகள் போட்டுட்டாரு. இன்னிக்கு மாடக்கண்ணு ஆசாரி டவுனில் ஒரு முக்கியப்புள்ளி. ஊருல ஒரு இடம் பாக்கியில்லாம வளைச்சுப் போட்டுக்கிட்டிருக்காரு. 'நல்ல உழைப்பாளி; உழைப்புக்கேத்த முன்னேத்தம்'னு ஊருல பேச ஆரம்பிச்சாச்சு. ஆனால், பால் சுரக்காத வறுமை தாளாமல், மீன் போல நீஞ்சத் தெரிஞ்சும் காலைக் கட்டிக் கொண்டு கிணற்றில் பாய்ந்து மாண்ட முதல் சம்சாரத்தின் ஆவிதான் அந்தக் குடும்பத்தக் காப்பாத்தி வருவதாக நினைத்து, மாடக்கண்ணு ஆசாரி இரவு நேரங்களில் விழித்திருந்து தனது கண்ணீரால் அவளுக்கு நன்றி சொல்லுவார்.

ஏகாம்பர முதலியார் கடைத்திண்ணையில் ஆஜராகும் அடுத்த நபர் கோவணாண்டி நாயக்கர். சோம்பேறித்தனத்தில் சுகம் காண்பதில் கோவணாண்டி நாயக்கரை யாரும் ஜெயிக்க முடியாது. ‘சோறு கண்ட இடம் சொர்க்கம்; திண்ணை கண்ட இடம் சுகம்’ என்பதையே தத்துவமாகக் கொண்டு வாழ்ந்து வருபவர். அவருக்கு வைத்த பெயர் என்னவோ கோமள வண்ணன் தான்! ஆனால் வயிறு புடைக்கத் தின்றுவிட்டு வேட்டி விலகிக் கோவணம் தெரியத் தூங்குவதால் பெயர் கோவணாண்டியாகி விட்டது.

ஒத்தப்பிள்ளையாக ஊட்டி, ஊட்டி வளர்த்ததால் இப்படியாகிவிட்டது. பெறந்ததுல இருந்து செல்லம். அவன் நயினா அவனுக்கு முதல் முதலா அருணாக்கயிறு கட்டி, அதுல கோவணமும் கட்டிவிட்டார். அதுவே அவனுக்கு சவுகரியமா இருந்தது. அதுக்கு மேல டவுசர் போடணும்னா பிடிக்காது.

அவனுக்குக் காலையில எழுந்திருச்சதும் கருப்பட்டிச் சேவு, கருப்பட்டி மிட்டாய், சீனிச்சேவு. அப்புறம் கம்மஞ்சோத்தில் நல்லெண்ணை ஊத்தி கருப்பட்டி தொட்டுக்கொண்டு காலைச் சாப்பாடு. பள்ளிக்கூடம் போவதென்றால் வேப்பெண்ணெயாக் கசக்கும். அழுது, விழுந்து, பிரண்டு முரண்டு பிடிப்பான். அவனோட நாயனா அவனைக் கெஞ்சிக் கூத்தாடிப் பள்ளிக்கூட வாசலில் விட்டு விட்டுப் போவார். அங்கு காத்திருக்கும் ரெண்டு பெரிய பையன்கள் அவனை அலேக்காகத்

தூக்கி வகுப்பில் போடுவார்கள். இத்தனைக்கும் தூக்கு வாளியில் கம்மஞ்சோறும் நெத்திலிக் கருவாடும் மதியச் சாப்பாடு. அப்புறம் வாங்கித் திங்க காசு. இண்ட்ரோலில் கொடுக்காப்புளி, எலந்தப்பழம், சவ்வு மிட்டாய். இவ்வளவையும் தின்றுவிட்டுப் பள்ளிக்கூடத்திலேயே தூங்கி விடுவான்.

சாயந்திரம் வீட்டுக்குத் திரும்பும்போதும் யாராவது தூக்கிக் கொண்டுதான் வர வேண்டும். தூக்கம் கலையாமல் தலையைத் தாங்கிப் பிடித்தபடி தூக்கி வந்து அப்படியே அலுங்காமல் திண்ணையில் போடுவார்கள். தூங்கி முழிச்சதும் வெயிலுமுத்துத் தேவர் கடை நயம் சேவும் கருப்பட்டியும் இல்லன்னா சீனிச்சேவு. நாயனா முதுகில் சாய்ந்து ஆடியபடிக்குச் சேவு தின்பது அவனுக்குக் கொள்ளைப் பிரியம். ராவுக்கு விரல் தண்டி கம்பந் தோசைகள் கருப்பட்டி தொட்டுக்கொண்டு. கருப்பட்டியை நுணுக்கி நல்லெண்ணெய் ஊத்திக் கலந்து குழப்பி தோசையை அதில் தொட்டு நாயனா ஊட்டி விடுவார். இதேபோல சோளம். சோளச்சோறு. சோளக்கஞ்சி, சோளத் தோசைகள். புதன், சனி எண்ணெய் முழுக்கு. எண்ணெய் முழுக்கு அன்னைக்கு உளுந்தங் களி அல்லது வெந்தயக் களி. உளுந்தங் களியானால் உப்பு, காரம் போட்டுக் கிளறி கருப்பட்டி, நல்லெண்ணெய் தொட்டுக் கொண்டு ஊட்டுவார். வெந்தயக் களியானால் உப்பு இல்லாமல் கருப்பட்டி போட்டு கிண்டப்படும். மிளகாய் வத்தல் துவையல் அதுக்கு தொட்டுக் கொள்ளத் தனி ருசி. எல்லாமும் சனிக்கிழமை மத்தியானத்தோடு சரி! சனிக்கிழமை அரை நாள் பள்ளிக்கூடம் முடிந்து திங்கட்கிழமை முழுநாள் பள்ளிக்கூடம் தொடங்கும் வரை கோமள வண்ணனைப் பிடிக்க முடியாது. டவுசர், சட்டையைக் கழட்டிக் கடாசி விட்டுக் கோவணத்தோடு பறந்து

விடுவான். சேக்காளிகளோடு சேர்ந்து கொண்டு ஒரே வெளயாட்டுதாம்; ஆட்டம் பாட்டம்தாம் அப்போது அவனது சுறுசுறுப்பைப் பாக்கணுமே. எவ்வளவு பெரிய மரமானாலும் அணில் மாதிரி விருட்டென்று ஏறி விடுவான். எவ்வளவு ஆழக் கிணறானாலும் பூனை போலப் பாய்வான். ரெண்டு கைகளையும் அகல விரித்துக்கொண்டு ஓடுவது தட்டாரப் பூச்சி பறப்பது போலத் தெரியும்.

திங்கக் கிழமையானால் எல்லாம் வடிந்துவிடும். காலையில் தூக்கத்திலிருந்து அவனை எழுப்புவதே பெரும்பாடு. கருப்பட்டிச் சேவு பொட்டலத்தைக் கையில் விரிச்சு வைத்துக்கொண்டு அவனை எழுப்புவதுக்கு அவனது நாயனா, 'ஐயா, ராசா' என்று போராடிக் கொண்டிருப்பார். கோமள வண்ணன் கண்ணைத் திறக்காமல் படுத்திருப்பான். நாயனா கருப்பட்டிச் சேவை வாயில் திணிப்பார். சேவு தித்திப்பு கன்னத்தில் தெரியும், சேவு எச்சிலில் ஊறத் தொடங்கியதும் தன்னையறியாமல் வாய் மெல்லத் தொடங்கும். சேவு கரைந்து தொண்டையில் இறங்கும். அடுத்து கருப்பட்டி மிட்டாயைப் பிட்டு வாய்க்குள் திணிப்பார். அவன் மெல்லவும் மிட்டாய் உடைஞ்சு உள்ளேயிருக்கும் தேன் போன்ற பாகு தொண்டையில் இறங்கும். கொஞ்சம் சுறுசுறுப்பு ஏறும். உடனே இதைப் பயன்படுத்திக்கொண்டு அவனைத் தயார் படுத்துவார்.

ஒருநாள் மத்தியான நேரத்தில் பள்ளிக்கூடத்தில் தூங்கிக் கொண்டிருந்த கோமள வண்ணனுக்கு ஒண்ணுக்கு முட்டிக்கொண்டு வந்திருக்கிறது. எழுந்திருச்சா தூக்கம் கலைஞ்சிரும்னு அப்படியே போய்ட்டான். வாத்தியார் வந்து மிதிச்சு எழுப்புனப்பதான் பள்ளிக்கூடத்துல தூங்கிட்டோம்னு தெரிந்தது. உடனே வீட்டுக்கு ஆள் அனுப்புனாக. நாயனா வந்தாரு. பிள்ளையோட

கொடக்கோனார் கொலை வழக்கு | 109

நெலமயப் பாத்தாரு. உடனே பிள்ளை ஈர டவுசரோட இருக்கானேன்னு பதறிப்போய் டவுசரைக் கழட்டி துண்டக்கட்டி விட்டாரு. ஆனால் வாத்தியாரோ 'உம் மகன் பள்ளிக்கூட வகுப்புல இப்பிடிச் செஞ்சிருக்கானே இதுக்கு என்ன சொல்லுதீரு?' என்று கேட்டார். நாயனா என்ன சொல்லுவது எனத் தெரியாமல் முழித்தார். உடனே, 'உம்ம பையனக் கழுவிவிடச் சொல்லும், இல்ல நீரு இந்த இடத்தக் கழுவி விட்டுட்டுப் போரும்'னாரு. அவ்வளவுதான்! ஒரே கலவரமாயிருச்சு. 'யாரப் பாத்து என்ன வேலல சொல்லுத'ன்னு பாய்ஞ்சாரு. "ஓம் மவன் போனாம்ல. நீரு கழுவும்" என்றார். 'கழுவுதுக்கு நான் என்ன தோட்டியால' என்றார் நாயனா. 'இங்க அதெல்லாம் கெடையாது. எனக்கு எல்லாப் பெயல்களும் ஒண்ணுதாம். செஞ்ச தப்புக்குத் தண்டனை குடுத்தாத்தான் அடுத்த தடவ செய்ய மாட்டான்'. உடனே 'என்ன பய, பரட்டன்னு திட்டுறியா'ன்னு சண்டைக்குப் போனாரு. கொஞ்ச நேரத்துல இது பொதுப்பிரச்சனையா வந்தது. ஊர்க்காரங்க வந்து பஞ்சாயத்து பேசி, வாத்தியாரத் திட்டி அனுப்பினாங்க. வாத்தியாருக்கு ஒண்ணும் புரியல. ஆனா, மறுநாளில் இருந்து வாத்தியாரும் பள்ளிக்கூடத்துக்கு வரல்ல. கோமள வண்ணனும் பள்ளிக்கூடம் போகல.

பிள்ளையின் செயல் நாயனாவுக்கு அவமானமாகப் போய்விட்டது. மேலும் ஒத்தைக்கொத்தையாகப் பிறந்த கறிவேப்பிலைக் கொழுந்தைக் கண்டவனும் கேலி செய்வதும் அவருக்குப் பிடிக்கல. 'கழுதய விடு' என்று மகனுக்குப் பள்ளிக்கூடத்தையும் படிப்பையும் விட்டு விட்டார். அன்று முதல் கோமள வண்ணன் சிட்டுக்குருவி போலச் சுதந்திரமானான். காலையில் கஞ்சியக் குடிச்சிட்டு, கோவணத்த இறுக்கிக்கிட்டுப் போனானானால் வெயில் சாய வீடு திரும்புவான்.

முகத்தில் அவ்வளவு சந்தோசம். உள்ளங்கால் முதல் உச்சி வரை ஊர்ப்புழுதி ஒட்டியிருக்கும். முன்னவிட ரெண்டு மடங்கு சூட்டிகையா இருந்தான். காட்டு வேலை, தோட்டத்து வேலை, மாட்டுத் தொழுவம் சரி செய்வது, மாடுகளைத் தாக்காட்டுவது, கோழிகளைப் பிடித்து அடைப்பது... ஊஹூம்... ஒரு வேலப் பக்கமும் போக மாட்டான். ரொம்பவும் திட்டினால் வீட்டுக்குள் அடைந்து படுத்துக் கிடப்பான். தூக்கமென்றால் கும்பகர்ணத் தூக்கம். ரெண்டு நாள் விடிஞ்சாலும் எழுந்திருக்க மாட்டான். அவனக் கெஞ்சிக் கூத்தாடிக் கடைசியில் "இஷ்டம் போல அலையட்டும். கழுதய விடு" என நாயனா அவனை அவிழ்த்துவிட்டால் சிட்டுப் போலப் பறப்பான்.

கோமள வண்ணனைப் பொறுத்தவரை நாயனா ரெண்டு விஷயத்தில் ஜெயித்தார். ஒன்னு, அவனிடம் கெஞ்சிக் கூத்தாடி டவுனில் உள்ள மில்லில் வேலைக்குச் சேர்த்துவிட்டார். டவுனுக்குத் தினமும் போனால் படம் பார்க்கலாம் என்பதால் வேலைக்குப் போகச் சம்மதித்தான். ரெண்டாவது, தனது தங்கச்சி மகளைக் கட்டிக்கொள்ள படாத பாடுபட்டு அவனைச் சம்மதிக்க வைத்தது.

அவன் முகத்துல மயிர் முளைக்கத் தொடங்கும் வரை காத்திருந்து மில்லில் சேர்த்துவிட்டார். முதலில் ரெண்டு மாசம் சம்பளம் கிடையாது, அப்புறம் ஒரு நாளைக்கு எட்டணா கூலி. ஆறுமாசம் முடிஞ்சதும் முக்கால் ரூவா. அப்புறம் ஒரு ரூபா. அப்புறம் ரெண்டு ரூபா என கூலி. மூணு நாலு வருசம் கழிஞ்சதும் பெர்மனென்ட் பண்ணுனாங்க.

இந்தக் காலத்தில் நாயனா அவனை நன்றாகக் கவனித்துக் கொண்டார். ஒரு சைக்கிள் வாங்கிக்

கொடுத்தார். காலையில் வேலைக்குப் போகும்போது கைச் செலவுக்குக் காசு கொடுத்து அனுப்புவார். இவன் வேல முடிஞ்சு ஒரு படத்துக்குப் போய்ட்டு வருவான். வீட்டுக்கு வந்தால் சுடச்சுட நெல்லுச்சோறு, அயிலை மீன் குழம்பு இல்லன்னா கருவாட்டுக் குழம்பு தயாரா இருக்கும். எப்பவும் எரவாணப் பானையில தினையரிசி இனிப்புப் பனியாரம், கம்பு மாவுச் சீடை காத்திருக்கும்.

ஒரு வழியா மில்லு வேல பெர்மனண்ட் ஆனதும் தனது தங்கச்சிகிட்ட அவள் மகள தனது மகனுக்குப் பேசி முடிச்சார். இதைக் கோமள வண்ணனிடம் சொன்னதும் சாமியாடினான். படிக்காத பொண்ணு தனக்கு வேண்டாம்னான். கருப்பா வேற இருக்கான்னான். டவுன் டீச்சர்னாலாவது பரவாயில்லன்னு எண்ணம். ‘ஆச, பெத்த ஆச தான்டா கொடுக்கு’ என நாயனா நெனைச்சுக்கிட்டார். இது விஷயத்தில் அப்பாவும் மகனும் கொஞ்ச நாள் வீம்பாக இருந்தனர். வழக்கமாக நாயனாதான் பணிந்து போவார். இந்தத் தடவை அப்படித் தெரியவில்லை. நாளாக ஆக நாயனாவைப் பார்க்கவே பாவமாக இருந்தது. கடைசியில் நாயனாவுக்காகப் பாவம் பார்த்துக் கலியாணத்துக்குச் சம்மதிச்சான். மருமகப் புள்ளை மில் வேலை பாக்காம்ங்கறதால அத்தைக்கும் ரொம்பச் சந்தோசம். கரிசக்காட்டைக் கட்டி மேய்க்கறதவிட மில்லு வேலைன்னா மாசா மாசம் சம்பளம் ‘டாண்’னு வந்துரும். அப்பிடி இப்பிடின்னு மிச்சம் பிடிச்சா ஊரப்போல நாட்டப்போல நாமும் வாழ்ந்திறலாம்னு கோட்டை கட்டினா. அத்தை மகளுக்கும் கோமணாண்டி பாவா டவுன்ல வேல பாக்கறதுல சந்தோஷம். எப்பவும் கோமணத்தோட அலைஞ்சதால அவனுக்குக் ‘கோமணாண்டி மச்சான்’னு பட்டம் கொடுத்தது அவதாம். அது வீட்டு மட்டத்துல தெரிஞ்சி, ஊருக்கும் பரவி, மில்லுக்கும் பரவி, பஜாருக்கும் பரவியாச்சு.

இனி எந்தக் காலத்துலயும் எல்லாருக்கும் அவன் பேரு கோமணாண்டிதான்.

இப்ப அவனை அவளே கட்டிக்கிடப் போறாள். இனிமே அடிக்கடி சைக்கிள்ல டவுனுக்குப் போயி படம் பாக்கலாம். அப்பப்ப புதுத் துணி வாங்கலாம்னு ஆகாசத்துல கோட்டை கட்டுனாள்.

கலியாணம் தடபுடலாக நடந்தது. மூணு மறுவீடும் முடிஞ்சது. நெதமும் விருந்துதான். லீவு முடிஞ்சது. அப்புறமும் நெதமும் வேலைக்குப் போயிட்டு ராத்திரி படம் பாத்துட்டுத்தான் வீட்டுக்குத் திரும்புனான். வீட்ல புதுப் பொண்டாட்டி காத்துக்கிட்டு இருப்பா. ராப்பூராவும் கத சொல்லுவான். மறுநா மில்லுல தூக்கம் சொக்கத் தொடங்குச்சு. ஒண்ணுக்குப் போறேன்னு கக்கூஸ் போற மாதிரி போய் எங்கனயாவது படுத்துத் தூங்குனாம்! காவலாளி அதைப் பாத்து போர்மேனிடம் சொல்லிட்டான். கூப்பிட்டுத் திட்டுனாங்க. இத மாதிரி ரெண்டு மூணு நாள் தொடந்து அவமானமாப் போச்சு.

ஒரு நாள் ஊரிலருந்து கிளம்பவே லேட்டு. இதுக்கும் மேல மில்லுக்குள்ள விடமாட்டாங்க. என்ன செய்யன்னு ரோசிச்சான். அப்பத்தான் ஏகம்பர முதலியார் கடை யாவகம் வந்தது. அவர் கடையிலதான் நல்லது பொல்லாதுக்கு ஜவுளி போடறது. அதனால் அங்க போயி 'அண்ணாச்சி இந்தத் தூக்குவாளி இங்கன இரிக்கட்டும். ஒரு சோலியாப் போகணும். வந்து எடுத்துக்கிடுதம்'னு ஒரு மூலையில் வச்சிட்டு நேராக ஜமீன் சத்திரத்துக்குப் போனான். அங்க தனக்கு முன்னாலயே நெறைய பேர் வந்து இடத்தப் பிடிச்சு துண்டை விரிச்சு சுகமா படுத்துக் கிடந்தாங்க. 'அடாடா ஒரு துண்டு எடுத்தாராமப் போயிட்டமே'ன்னு அப்பத்தான் நெனைச்சான். கிடைச்ச இடத்துல

படுத்தான். காத்துன்னா காத்து. ‘குத்தாலம் காத்து தோத்துப் போயிடும்’னு நெனச்சுக்கிட்டான். கலியாணத்துக்குப் பிறகு அருமையான தூக்கம் அவனுக்கு.

வீட்டுல அவன் பொண்டாட்டியோ அவன் மேல உயிரா இருந்தாள். அத்தை மகள் வேற. கருப்புன்னாலும் கொள்ளை அழகு. கண்ணு, முழி எல்லாம் செதுக்குன மாதிரிதாம் இருந்தது. தலைமுடியும் நெளிவு நெளிவா இடுப்புக்குக் கீழே தொங்கும். நெளிவுகளை நீட்டினா பாதத்துக்கும் நீளும் போல. ராத்திரியில் மச்சான் சொல்லும் சினிமாக் கதைகளில் கிறங்கினாள். அவளையும் சைக்கிளில் வைத்து ஆறு மைல் மிதித்து சினிமா காட்டினான். படகோட்டி, விவசாயி, காவல்காரன், அடிமைப்பெண், குடியிருந்த கோயில் என எம்ஜியார் படமா கூட்டிக்கிட்டு போனான். ‘அப்பிடியாப்பட்ட சினிமாப் பாக்கதுக்குக் கொடுத்து வச்சிருக்கணும்’னு நெனச்சாள்.

மோகம் முப்பது நாள்; ஆசை அறுவது நாள்

மொத மாசம் சம்பளப் பணம் வருவது குறைந்ததை நாயனா பெருசாக் கண்டு கொள்ளவில்லை. மறு மாசமும் சம்பளப் பணம் முழுசா வரவில்லை. ‘என்ன கோளாறோ’ன்னு ரோசிக்க ஆரம்பிச்சாரு. அப்புறம் விசாரிச்சப்பதான் தெரிஞ்சிது: பிள்ளாண்டான் தெனமும் வேலைக்குப் போறதில்ல. மில்லுலயும் பிரச்சனைதாம்னு.

அதனால என்ன செஞ்சாம்னா, மில்லு வேலை பெர்மனண்ட் ஆயிட்டதால மாசத்துல இத்தனை நாள் வேலை பாத்தா அரைச் சம்பளம் அல்லது கால் சம்பளம் கிடைச்சிரும், வேலையவிட்டும் எடுக்க மாட்டாங்கன்னு ஒரு சூச்சுமம் இருக்கறத

114 | அப்பணசாமி

கோமணாண்டி தெரிஞ்சு வச்சிக்கிட்டு அத்தனை நாள் மட்டும் வேலைக்குப் போறது, மத்த நாளுகள்ல சத்திரத்துல தூங்குறதுன்னு வழக்கம் வச்சிருந்தான். மாசமானா அரைகுறைச் சம்பளத்த வாங்கி வீட்டில குடுத்துருவான்.

ஆகாசக் கோட்டைக் கட்டிக்கிட்டு அண்ணன் மகனுக்குத் தன் மகளைக் கட்டிக் கொடுத்த அத்தைக்கு ஏமாத்தமா இருந்துச்சு. ஆனா மாமன் மகனைக் கட்டிக்கிட்ட அத்தை மகளுக்கு முதல்ல கொஞ்சம் ஏமாத்தமா இருந்தாலும் கோமணாண்டி பாவாவின் வஞ்சகமில்லாத அன்பில் மயங்கினாள். பிள்ளைகளும் வரிசையா மூணு பொறந்து குடும்பம் பெருத்தாலும் அவன் மாறவில்லை. நாயனா அவனிடம் காட்டிய வாஞ்சையை ஒன்னுக்கு நாலு மடங்காகப் பெருக்கி பெஞ்சாதி பிள்ளைகளுக்குத் திருப்பினான். டவுனில் பாத்த சினிமாக் கதைகளை இப்போது பொண்டாட்டி, பிள்ளைகள் என குடும்பத்துக்கே சுவாரஸ்யமாகச் சொல்லிக் கொண்டிருக்கிறான். அவம் பெஞ்சாதிதான் இப்போது காடு, கரையைக் கவனித்துக் கொண்டு குடும்பத்தையும் கவனித்து வருகிறாள்.

பைத்தியம்னு ஊரே ஒத்துக்கிட்ட பிறகு பைத்தியத்துக்கு என்ன பிரச்சனை? என்ன செஞ்சாலும் யாரும் கேக்கப் போவதில்லை. பாவம் பைத்தியம்னு விட்ருவாங்க. ஒரு பரிதாபம், ஒரு அனுதாபம் உருவாகிவிடும். அவன் பைத்தியமாத்தான் இருக்கணும்னும் எந்த அவசியமும் இல்லை. அவன் என்ன செய்தாலும் உலகம் அவனைப் பைத்தியமாத்தான் பாக்கும். பைத்தியக்காரத்தனமா எதைச் செய்தாலும் சாதாரணமா எடுத்துக்கும். அதுதான் உலகம். அதுவும் சேர்ந்ததுதான் உலகம்.

அது போலத்தான் கோமள வண்ணனின் குண விசேஷம் பழகிப் போனதும் எல்லாரும் அப்படியே ஏத்துக்கொண்டார்கள். தூக்குவாளியில் சோத்தைக் கட்டிக் கொண்டு சைக்கிளை மிதிக்கும் கோமணாண்டி, மில் சங்கு ஊதும் நேரத்தில் சரியாக முதலியார் கடையில் கொண்டு போய் நிறுத்துவான். அங்கனயே தூக்குவாளியை வச்சிட்டு சைக்கிளை உருட்டிக்கிட்டு சத்திரம் போய் சத்திரத்தின் ஒரு ஓரமா சைக்கிளை நிறுத்திவிட்டு நிம்மதியா ஒரு தூக்கம், மத்தியானம் டாண்னு எழுந்து முதலியார் கடை வந்து தூக்குவாளியை எடுத்துக்கொண்டு எங்காவது ஒரு ஓரமா உக்கார்ந்து சாப்பிட்டுட்டு குழாய் தண்ணிய வயிறு முட்டக் குடிப்பான். பெறகு தூக்குவாளியக் கடையில் பத்திரமா வச்சிட்டு, மீண்டும் சத்திரத் தூக்கம். அப்புறம் மில் சங்கு ஊதும்போது எழுந்து சைக்கிளை உருட்டிக் கொண்டு வந்து முதலியார் கடையில் தூக்குவாளிய எடுத்துக்கொண்டு ஏதாவது தியேட்டரில் படம். அப்புறம் நேரா வீடு. மில்லில் சில நாட்கள் மட்டும் வேலைக்குப் போவான். கிடைக்கும் அரைகுறைச் சம்பளத்த அப்படியே வீட்டில் கொடுப்பான். அவனை யாரும் எந்தக் கேள்வியும் கேட்பதில்லை.

சில சமயங்களில் விதிவிலக்காக முதலியார் கடைத் திண்ணையில் உக்காருவதும் உண்டு. வரும்போதும் போகும்போதும் திண்ணயில் நடக்கும் பேச்சு சுவாரஸ்யத்தைப் பார்த்து அவனுக்கும் கொஞ்ச நேரம் இங்கன உக்காந்தா என்னன்னு தோனும். அதுவும் நல்லாத்தான் இருந்தது - பேச்சை வாய் பார்ப்பது.

அன்றும் அப்படித்தான் முதலியார் கடைத்திண்ணை களை கட்டியிருப்பதைப் பார்த்து உக்காந்தான். அதைவிட தீவாளி புதுத்துணிகள் இறங்கியிருந்ததால் அதையும் வேடிக்கை பாக்க ஆசையா இருந்தது.

அவன் வந்ததையோ உக்காந்ததையோ யாரும் பொருட்டாகக் கருதவில்லை. இரண்டு கையவும் தரையில ஊனி குனிஞ்சு பாத்தான். அங்கு ஏதோ ஒரு மவுனம் நிலவியது. அவன்தான் பேசினான்: "அண்ணாச்சி, எம்சியாருக்கு உடம்பு சுகமில்லையாமே. உக்காந்தாக்குல விளுந்துட்டாராமே. சேதி தெரியுமா?" என்றான். உண்மையில் அதை விசாரிக்கத்தான் ரொம்ப ஆவலா வந்தான்.

இது காதில் விழுந்ததும்தான் கொடையும் அருணாசலமும் உஷார் நிலைக்கு வந்தனர். கோமணாண்டியைப் பார்க்கச் சிரிப்பாணியாக இருந்துச்சு. இப்பத்தான் தூங்கி எழுந்திருச்ச முகம். வழிந்த கொடுவாய்த் தடம் அழியவில்லை. கண்களில் பூளை இன்னமும் ஒட்டிக்கிட்டிருந்தது. சுருள்முடி தலையில் கலைந்து கிடந்தது. ஆனா கண்ணிலும் முகத்திலும் வெள்ளந்தி களை படர்ந்திருந்தது. வேலைக்குப் போகவில்லை, சம்பாதிக்கவில்லை என்பதைத் தவிர ஒரு அப்பழுக்கும் அவன் மீது சொல்ல முடியாது. சூது வாது அறியாதவன். நேத்து சூரியன் மேற்கில் எழுந்தான் என்று சொன்னால் நம்பி விடுவான். பச்சப்பிள்ளைகள் ஏதாவது சொன்னால் கூட போதும். அப்படியே நம்பி எடுத்துக் கொள்வான். ஏமாளி, கோமாளி எப்படித்தான் கேலி கிண்டல் செஞ்சாலும் ஒரு சுடுசொல் அவனிடமிருந்து வராது. அவனது சிரிப்பு நம்மை வெட்கமடையச் செய்து விடும்.

வெள்ளந்தியாக, "தூங்குறது ஒரு குத்தமா அண்ணாச்சி" என அவன் கேக்கும் கேள்விக்கு என்ன பதில் இருக்க முடியும்? "தூக்கத்துக்கு ஒரே எதிரி பயம்தான் அண்ணாச்சி. அப்புறம் வயிறு நிறைஞ்சிருக்கணும். அவ்வளவுதான். எந்த இடம்னாலும் கண்ண மூடுனா

தூக்கம். அதுவும் யதார்த்தமா கனவு வந்துச்சுன்னா யாராலும் எழுப்ப முடியாது. இப்பத் தெரியுதா வெள்ளந்தியான ஆளுகளாலதான் கும்பகர்ணன் மாதிரி நிம்மதியாத் தூங்க முடியும்னு" என்பான். தூக்கத்தப் பத்தி பெரிய ஆராய்ச்சியே பண்ணி வச்சிருக்கான்.

காக்கா எப்படித் தூங்குது, குரங்கு எப்பிடித் தூங்குது. பாம்பு எப்படி தூங்கும், யானை எப்படி தூங்கும்னு கதை கதையாச் சொல்லுவான். குரங்கு உக்காந்துக்கிட்டேதான் தூங்கும் என்பான். "ஒரு கையால் கிளையைப் பிடித்துக்கொண்டு தூங்கும். கோழி, சேவல் படுத்துக்கிட்டுத் தூங்குறதப் பாத்து காக்கா, குருவியும் கூடுகட்டி அதில் தூங்கும்னு நெனைக்கோம். ஆனா அதெல்லாம் ரெண்டு காலால் கிளையில் நின்னபடிதா தூங்கும். ஆனாக்க தண்ணிப்பறவைக - கொக்கு, நாரை, வாத்து இதெல்லாம் ஒத்தக் கால்ல நின்னுக்கிட்டுத் தலைய சொகுசா றெக்கைக்குள்ள புதைச்சுக்கிட்டுத் தூங்கும். ஆனை நின்னுக்கிட்டும் தூங்கும். அது பகல் கோழித்தூக்கம். படுத்துக்கிட்டும் தூங்கும். அது ராத் தூக்கம் மாதிரி" என்பவன் "மீனு எப்படித் தூங்கும், பாம்பு எப்படித் தூங்கும் அண்ணாச்சி?" என்று கேட்பான். கண்களில் அதே வெள்ளந்திப் புன்னகை. "பாம்பு முழிச்சுக்கிட்டே தூங்கும் அண்ணாச்சி" என்பான். "மீனு தண்ணிக்கடியில் நீந்திக்கிட்டே தூங்கும். அது உள் தூக்கம் அண்ணாச்சி" என்பான்.

அவன் மனதில் இருக்கும் தெளிவு வேறு யாருக்காவது இருக்குமா என்பது கஷ்டம்தான். முகமும் தெளிவுதான். கண்களிலும் எந்தக் குறியும் காண முடியாது. எங்கும் ஒரு இடத்தில் நிலையாத பார்வை. ஆனாலும் எதையும் தேடாத பார்வை. மொத்தத்தில் மனமும் உடலும் துவைத்துக் காய்ந்த துணி போல அவ்வளவு தளர்ச்சியாக

இருந்தது கோவணாண்டிக்கு. எங்கேயும் எவர் மீதும் அவனுக்குக் கோபம் வருவதில்லை. தூங்கும்போது வேட்டி விலகி கோவணம் தெரிவதோ, கொடுவாய் வழிவதோ இன்னமும் கேலிப் பொருளாத்தாம் இருக்கு. ஆனால் எவ்வளவு பகடிக்கு ஆளானாலும் அவன் அதற்கெல்லாம் அசங்குவதில்லை. 'அது எம் பிரச்சன இல்ல அண்ணாச்சி. தூங்கும்போது வேட்டி விலகாத ஆம்பிளை ஆரு இருக்கா சொல்லுங்க பாப்பம்? கொடுவா வழியாத ஆளு யாரு?' என்பான். இதெல்லாம் ரொம்பவும் சாதாரணமாகத்தான் சொல்வான்.

முதலில் தகப்பனார் அப்புறம் பெஞ்சாதி, பிள்ளைகள் என்று போராடிப் பார்த்து, பின் எல்லாரும் அவனுக்குப் பழகி விட்டனர். சரியாக வேலைக்குப் போகாட்டியும் கெட்டுப் போகாத ஆம்பிளை என்ற பெருமை பெஞ்சாதிக்காரிக்கு. இன்னமும் வாரமானால் சினிமா தவறாது. குடும்பத்தோடு டவுனுக்கு அழைத்து வந்து படம் காட்டி அழைத்துச் சென்று விடுகிறான். பிள்ளைகளுக்குத் தகப்பனாக இருக்கிறான். அதைவிட தனக்குப் புருஷனாக ஒரு குறையும் இல்லை. இன்னமும் 'உங்கண்ணுல ஆறு ஓடுதுவளே' எனச் சொல்லி முத்தமிடுகிறான். நெளிவு நெளிவான அளகபாகத்தை முன்னால் அள்ளிப் போட்டு முயங்குகிறான். அவள் ரொம்பவும் நிம்மதியா உறங்குகிறாள்.

ஆனால் அந்த வெள்ளந்தித்தனத்தை உலகத்தால் தாங்க முடியவில்லை. சிறு பிள்ளைத்தனம் வயதாக வயதாகக் கோமாளித்தனமாகிறது. 40 வயது ஆன பிறகும் குழந்தையாக, விகல்பம் இல்லாதவனாக ஒரு மனுசப்பிறவி இருக்கவே முடியாது என்கிறது உலகம். ஏகாம்பர முதலியார் கடைத் திண்ணையும்

அப்படித்தான் பார்க்குது போலும்! எம்.ஜி.ஆர் நோவு குறிச்சு அவன் கேட்ட கேள்வி சிரிப்பாணியாக இருந்தது. இத்தனைக்கும் எம்.ஜி.ஆர் உடம்பு நோவுதான் உலகம் முழுக்கப் பெரும் துக்கமாக இருந்தது. யாரும் யாரையும் பாத்ததும் பேசும் முதல் பேச்சு அதாகத்தான் இருந்தது. எம்ஜியார் இல்லாத ஒரு உலகத்த ஜனங்களால் கற்பன பண்ண முடியல.

எம்ஜியார் நோவு குறித்து நெறைய வதந்திகளும் உலவுச்சு. ஜனங்களால் கடவுளாகப் பார்க்கப்பட்ட, வெல்ல முடியாத மாவீரன், ஒழுக்கசீலன் என்று புகழப்பட்ட மகா மனுசன் ஒருவருக்கு நோவு வந்தால் அது சாதாரண நோவாக இருக்க முடியாது என நம்பினர். கோனாரும் அதுக்கு விதிவிலக்கல்ல.

“உடம்பு தங்கம் போல மினுங்கணுமின்னு அந்த மனுசன் நிதமும் தங்கமா சாப்பிட்டாராமே. அதான் தங்கமெல்லாம் கட்டியா உருண்டு அடச்சுக்கிட்டு அப்பிடீன்னு பேசிக்கிறாங்க” என்று கோனார் கேட்டார்.

“ஆமா. எம்ஜியார் தோல் தங்கச் சிலையாட்டம்தான ஜொலிக்கும்” என்றான் கோமணாண்டி.

அருணாசல நாடார் மீண்டும் சிரித்தார். “அண்ணாச்சி அது தங்கமில்ல. தங்க பஸ்மம்னு சித்த வைத்தியத்துல ஒண்ணு இருக்கு. தங்கத்த பஸ்மமாக்கி மருந்து தயாரிக்கிறது, வெல ரெம்ப, ரெம்ப அதிகம். நம்மப்போல கூட்டாளிக எல்லாம் அத வாங்க முடியாது. அவரு அத சாப்பிட்டதா சொல்றாக. அதனாலயோ என்னமோ அவருக்கு உடம்புல சக்கரை அதிகமாயிருச்சாம்” என்றார்.

“ஆமாமா. வசதி உள்ளவரு. தெனமும் இனிப்புப் பலகாரமா சாப்பிட்டிருப்பாரு. நம்ம கூட்டாளிக

கஞ்சிக்கே லோல் படுதோம். அதான் இந்த மாதிரி சீக்கெல்லாம் நாம கேளுவிப்பட்டதே இல்ல" என்றார் கோனார்.

"அண்ணாச்சி, சக்கரை நோய் அப்படீன்னா என்னென்னா உடம்புல சக்கரையக் கரைக்கிற இஞ்சிலின்னு ஒண்ணு குறைஞ்சிருமாம். கொஞ்சம் இனிப்பு சாப்பிட்டாலும் அது கரையாதாம். ஆனா இந்த நோய் வந்தா பக்கவாதம், மாரடைப்பு திடீர்னு வருமாம். கிட்னி கெட்டுப் போகுமாம். கண்ணுகூட தெரியாமப் போகுமாம். பத்திரிகையில பக்கம் பக்கமா எழுதறான். நோய்கூட வசதி இருப்பவங்களுக்கு வந்தாத்தானே பேப்பர்காரன் கவனிக்காம். இந்தச் சக்கரை நோய் மேனாட்டுல அதிகமா இருக்காம். அங்கதான் எல்லாத்துக்கும் மெசின் வந்திருச்சுல்ல. உடல் உழைப்பு குறைஞ்சு போயி இந்த நோய் அதிகமாயிருச்சுன்னு எழுதுறான்" என்றார்.

"அப்படிப் போடு! இப்ப நான் சொன்னது சரியாப் போச்சா. நாலு மைல் தள்ளியிருக்கற ஊருக்குப் போணும்னாலும் பஸ்ஸத் தேடுதோம். அரைக்க மிஷினு. தொவைக்க மிஷினு. சோறு பொங்கக்கூட மிஷின் வந்திருச்சாம். என்னமோ குக்கரோ கிக்கரோன்னு சொல்றாங்க. இனி துவைக்கக்கூட மிஷின் வந்துரும் அண்ணாச்சி. பாத்துக்கிட்டே இரிங்க. இன்னும் பத்து, இருவது வருசத்துல இந்த நோயி இங்கயும் கொள்ளை நோயா பரவப் போவுது" என்றார்.

ஆனாலும் கோமணாண்டி கேட்ட விவரம் இன்னும் அவனுக்குக் கிடைக்கல. "எம்ஜியார் தஞ்சாவூர் கோயிலுக்குப் போனாராம். அங்கதான் மேலுக்கு முடியாம விளுந்துட்டாராம். ராஜாக்கள் யாரும் அந்தக் கோயிலுக்குப் போனா ஆகாதாமில்ல. கருணாநிதிகூட

அந்தக் கோயிலுக்குப் போனதுனாலதாம் ஆட்சிய இழந்தாராம். இது தெரியாம தலைவர் போயி சிக்கிக்கிட்டாருன்னு பேசிக்கிறாங்க" என்றான்.

"சோழ மகாராஜா ராஜராஜ சோழன். அவரு ஆட்சி செய்து ஆயிரம் வருசம் ஆச்சாம். அதுக்காக நடந்த விழாவில எம்ஜியார் கலந்துக்கிட்டிருக்காரு, அங்கதாம் அவருக்கு மயக்கம் வந்திருக்கு. இப்ப ஜப்பான் டாக்டர்கள் வந்து பாத்து அமெரிக்கா கொண்டு போயி கிட்னிய மாத்துனா சரியாப் போயிரும்னு சொல்லியிருக்காகளாம்" என்றார்.

இந்தப் பதில் கோமணாண்டியைத் திருப்திப் படுத்தியதாகத் தெரியவில்லை. அந்தத் தெளிந்த முகத்தில் இப்போது கோடுகள் தெரிந்தன. கண்கள் நீர் கோர்த்தன. எம்ஜியார் இல்லாத சினிமாவை அவனால் நினைத்துக்கூடப் பாக்க முடியலை. அவர் மரணமில்லாதவர் எனத்தான் அவன் இப்பம் வரைக்கும் நினைத்திருந்தான். ஆனாலும், இப்பக் கேளுவிப்படுத தகவலெல்லாம் நல்லதாத் தெரியல. பயமாத்தான் இருந்தது. 'என்னமுனாச்சும் ஆச்சுன்னா' என நெனச்சான். ஆண் அழுவது அழகல்ல. இருந்தாலும் அவனால் கட்டுப்படுத்த முடியல.

சேக்காளிகளைப் பாக்கச் சென்ற சின்னவன் திரும்பிக் கொண்டிருந்தான். வரும் வழியில் சாத்தூர் டீ ஸ்டாலில் ஒரு டீ சாப்பிடலாமா என நினைத்தான். அந்தப் பக்கம் ஒதுங்க நினைக்கையில்தான் டீக்கடை முன் ஒரு கூட்டம் பதற்றமேதுமின்றி நின்று கொண்டிருந்ததைப் பார்த்தான். வழக்கமான கூட்டம்தான். நடுவில் கதர் சட்டையும் வழுக்கைத் தலையுமாக ஒருவர் நின்று கொண்டிருந்தார். சுத்தி நின்ற எல்லாருக்கும் அவர் நிதானமாகப் பதில் சொல்லிக் கொண்டிருந்தார். அவர்தான் அந்த ஊரின் எம்.எல்.ஏ. இந்த ஊரின் அதிசயங்களில் இதுவும் ஒண்ணு. வேறு எந்த ஊரிலாவது ஒரு எம்.எல்.ஏ.வை டீக்கடை வாசலில் பாக்க முடியுமா எனத் தெரியாது. ஆனா இந்த ஊரில் யாரும் அவரைப் பாக்கலாம். தங்கள் பிரச்சனையச் சொல்லலாம். அததுக்கு உரிய பதிலைச் சொல்லுவதோடு, தன்னால முடிகிற காரியங்கள உடனே செஞ்சும் கொடுப்பார். அது மட்டுமில்லாமல் அவர் தாம் கையெழுத்துப் போட்ட லெட்டர் பேடை அந்த டீக்கடையில் வைத்திருப்பாராம். எல்லாம் வெத்துத்தாளில் போட்ட கையெழுத்துகள். அவர் ஊரில் இல்லாத சமயத்தில் தாசில்தாருக்கு, கலெக்டருக்கு, டீயெஸ்பிக்கு அவசரமாக மனு கொடுக்க வேணுமானால் அந்த லெட்டர் பேடை பயன்படுத்திக் கொள்ளலாமாம். இன்று ஊரில் இருக்கிறார். அடுத்து மெட்ராஸ் ரெயிலைப் பிடிக்கணும், அதுக்கு முன்னால தொகுதிக்காரங்களப் பாத்துப் பேசிக் கொண்டிருக்கிறார். அதை வேடிக்கை பாத்துவிட்டுக் கடைக்கு வந்தான்.

அப்போது இந்த ஊரப் பத்தி கொடையும் நாடாரும் பேசிக்கொண்ட கதைகள் ஞாவகத்துக்கு வந்துச்சு. இந்த டவுன் வந்து நூறு வருசந்தாம் இருக்குமாம். அதுக்கு முன்ன இது கிளா மரக் காடாகவும் பரம்புக் காடாகவும் இருந்துச்சாம். வெள்ளக்காரத் துரைமாருக்கு அடுப்புக் கரிக்காக அந்தக் காட்டையெல்லாம் வெட்டி கரி மூட்டம் போடுவாகளாம். அப்பிடித்தாம் காட்டை அழிச்சிருக்காம். கரி மூட்டம் பத்த வைக்க பக்கத்துக் கிராமங்களில் சாணி எரு வாங்குவாகளாம். பல வெள்ளச் சீலைக்காரிக சாணி பெறக்கி, வரட்டி தட்டிக் காய வெச்சு விப்பாகளாம். 'வெள்ளச்சீலை அம்மாசி அக்காமார் இட்லி விக்க ஆரம்பிக்கதுக்கு முந்தி இந்தத் தொழிலத்தாம் செஞ்சாக அண்ணாச்சி' என்று கொட சொல்லுவாரு. அருணாசல நாடார் கதை சொல்றது ஒரு தினுசுன்னா கொட கதை சொல்றது இன்னொரு தினுசுதாம்.

நாடார் என்ன சொல்லுவாருன்னா, 'அண்ணாச்சி, வடக்க உள்ள பகுதி வேப்பக்கோட்டை ராஜாக்குச் சொந்தமானது. அதுல ஒரு சிவன் கோயில் இருந்துச்சு. அம்மனுக்குப் பேரே செம்பக ராஜா பேருதாம். அந்தக் கோயில சுத்தி கோயில் பட்டர் வீடு ஒன்னு. வெள்ளக்கார சர்க்கார் ஏஜண்டாகவும் இருந்ததால கணக்கப்பிள்ளை வீடு ஒன்னு. ஓதுவார் வீடுக ரெண்டு. அப்புறம் காசுக்காரச் செட்டி வீடுகள் கொஞ்சம். இந்தப் பக்கமா ரயிலும் வந்ததால வேப்பக்கோட்ட ராஜா அதப் பயன்படுத்தீக்கிட்டாரு. அதோட டெவலப்மெண்டுதாம் இந்த டவுனு' என்பார்.

ரயிலு வந்தத கோனார் எப்பிடிச் சொல்வாருன்னா, 'ஊருக்குக் கிழக்கால இருந்து மேக்கால ரெண்டு இரும்புக்கோடு போட்டாம்' என்பார். அதாவது தண்டவாளம் போட்டதைத்தான் அவரு அப்பிடிச்

சொல்லுவார். இப்பிடி ரயில் வந்தப் பெறகு காடு வேகமா அழிஞ்சிருக்கு. இந்த இடத்தெயெல்லாம் சீமைக்கு அனுப்பும் சரக்குகளுக்கான கிட்டங்கிகளா மாத்தியிருக்காங்க. அரிசி, நவதானியம், எல்லாம் எங்கெயிருந்து எல்லாம் கொள்முதல் செஞ்சு ரயில்ல இங்க கொண்டாந்து கிட்டங்கிகள்ல வச்சிருந்து தூக்குக்குடி கப்பலுக்கு அனுப்புனாங்க.

இப்பிடி வெள்ளக்காரனுக்காக கமிஷன் ஏஜண்டா இருந்துவுகதாம் இந்த ஊர் பூர்வீக யாவாரிக என்பார் நாடார். அதுல ஊரச் சுத்தி மேலும் மூணு ஜமீன்க இருந்ததால அவுகளும் போட்டிக்கு வந்தாக. அதனால இந்த ஊருக்குள்ள நாலு ஜமீன்கள் சங்கமிக்குது. நாலு ஜமீன்கள் ஒன்னா சங்கமிக்கும் ஒரு டவுனை வேற எங்கயாச்சும் யாரும் கேள்விப்பட்டீருக்கீகளா?' என்று கேட்பார்.

அதைவிடக் கோனார் சொல்லும் பெருச்சாளிக்கதை. கேட்க ரெம்ப நல்லாயிருக்கும்.

"ஒரு கட்டத்துல ஊருக்குள்ள வீடுக எண்ணிக்கைய விட கிட்டங்கிக எண்ணிக்கை பல மடங்கு பெருத்துருச்சு. அத மாதிரி இந்த ஊரு சனங்க கணக்கவிட கிட்டங்கிகளில் குடியிருந்த பெருச்சாளிக எண்ணிக்கை நூறு மடங்காப் பெருகுச்சு" என்று சொல்லிச் சிரிப்பார்.

"பெருச்சாளிகளின் எண்ணிக்கைப் பெருக்கத்தால் சுத்துப்பட்டி கிராம சம்சாரிகளுக்குத்தாம் இம்சை. இந்தப் பெருச்சாளிகள் எல்லை தாண்டி வந்து கரிசப் புஞ்சைகளில் கதிர்களைக் கரக் கரக்குன்னு அறுத்துப் போட்டுரும். கிட்டங்கிகள்ல பெருச்சாளி வேட்டை நடக்கும்போது அதுக எங்க போகும்? வெளியே கரி மூட்டம் போட்ட உஷ்ணம் அனலா இருந்தா எங்கயும் போக முடியாது. கரிமூட்டம்

போட்ட உஷ்ணம் ஆறும் வரை கிட்டங்கிக்குள்ள அடங்கிக் கிடக்கும். உஷ்ணம் தாழ்ந்துச்சுன்னா அங்கேருந்து தப்பிச்சு பிஞ்சைகளுக்குள்ள பாய்ஞ்சிரும். முதலில் சம்சாரிக இதக் கவனிக்கலை. வயல் எலிகள் என்றே நினச்சு அம்புட்டு பேரும் ஏமாந்திருக்காம். ஆனா, கதிரு நாசமாகுறது அதிகரிச்ச உடனதாம் சுதாரித்திருக்காம். இது பெரும் மோசம்! பெருஞ் சத்தத்துல இரும்புக்கோடு மேல ஆக்ரோசமாகக் கருப்பு மூச்சை விட்டுக்கிட்டுப் போன இந்த ரயிலப் பாத்துப் பயந்தது போல பெருச்சாளியப் பாத்தும் பயந்தாம். அந்தக் கெட்ட ரயிலில் இருந்துதாம் பெருச்சாளிய இறக்கி விட்டுவிட்டுப் போறாம்னு நெனச்சாம். எப்படி பெருச்சாளிகளைப் பாக்கவே சகிக்கலையோ அப்படி ரயிலைப் பாக்கவும் சகிக்காமத்தாம் ஒரு காலத்துல இருந்தாம். அப்பிடியே குள்ளநரிக் குணம். அந்தப் பெருச்சாளிக் கொள்ளையைத் தடுக்க அப்பிடி ஒரு போராட்டம் நடத்தியிருக்காம்" என்பார். கடேசியா, "அண்ணாச்சி, புதுசா ஒரு டவுனு உருவாகுதுன்னா அதச் சுத்தி நூறு கிராமம் சாகுதுன்னு அர்த்தம்" என்று முடிப்பார்.

இதையெல்லாம் அசை போட்டுக்கொண்டு நடந்தான் சின்னவன். கொடயும், நாடாரும் இந்த டவுன் வளந்த கதை பத்திச் சொன்னதையெல்லாம் வச்சு கற்பனை செஞ்சு பார்ப்பான். கிளா மரமும் பரம்புக் காடும் மண்டிய மேட்டுப்பகுதியும் அதில் ஓடும் இரண்டு ஓடைகள் பள்ளத்தில் கிராமங்களை நோக்கிப் பாய்வதையும் மனசுக்குள் படமாகத் தீட்டிப் பார்ப்பான். அந்த அனாந்தரமான காடு அழிக்கப்பட்டு ரயில் தண்டவாளங்கள், கிட்டங்கிகள், கிழக்கிலும் மேற்கிலும் ரெண்டு பெரிய மில்கள், கடைகள், கட்டடங்கள், ஜின்னிங் பேக்டரிகள், ஆயில் மில்லுகள், தீப்பட்டியாபீசுகள், அச்சாபீசுகள், ஓடைக்கடைகள்

என இன்று ஓடைகள் மூடப்பட்டு முழுக்க, முழுக்க டவுனான கதையைக் கதையாகக் கேட்டிருக்கிறான்.

இப்படி ரோசிச்சுக்கிட்டே சின்னவன் கடைக்குள் நுழையவும் கூழாங்கல்லுகள் கூரையில் சரமாரியாக விழும் சத்தம் கேட்டது. மழைதான்! பெரிய துளிகளாகத் தொடங்கியிருந்தது. தரையில் முத்து முத்தாகத் தூத்தல்கள் விழுந்து தெறித்தன. க்ஷண நேரத்தில் சடசடவென மழை வலுத்துப் பெய்தது. அதற்குள் மின்னல்கள் வெட்டின. பக்கத்தில் இடி முழங்கியது. மழை வெளுத்து வாங்கியது. ஆலங்கட்டி மழை போல உச்சந்தலையில் சொட்சொட்டென சத்தம். கோடை மழைதான் இப்படிப் பெய்யும். ஐப்பசியில் கோடை மழை! நெனச்சதும் கொட சிரித்தார். “பாத்தீங்களா அண்ணாச்சி. ஐப்பசியில் கோடை மழை பெய்யுது”.

“யோவ் அதெல்லாம் ஒண்ணுமில்ல. ஐப்பசி மாசம் மழைக்காலம், அது தன் காலம், தன் காலத்தில் மழை எப்படியும் பெய்யும்” என்றார் அருணாசலம். புரட்டாசிப் பொட்டல் வெயிலைத் தொடர்ந்து ஐப்பசி - கார்த்திகையில் மழை நிச்சயம். முன் பாதி அல்லது பின் பாதி மழை தவறாது. ஒரு வாரம், பத்து நாள் கூட அடைப்புப் போடும். அடைமழை என்றால் நாள் முழுவதும் வாரமானாலும் நிக்காது. தவிர அது மழை மாதங்கள். சம்சாரி இம்மாதங்களை மழைக்கே ஒப்புக் கொடுத்துவிட்டான். அது, மழைக்குத் ‘தன் காலம்’. ‘தன்’ காலத்தில் அது இஷ்டம் போல வரும், போகும். சொந்தக் கோயில் நாட்டியக்காரி போல. யாரையும் கேக்க வேண்டாம். ஆடத் தெரிந்தவள் எப்படி ஆடினாலும் அழகுதான். ஐப்பசி கார்த்திகையில் விழும் மழைத்துளி ஒவ்வொன்னும் சம்சாரிக்கு அதி முக்கியமானது.

மழையால் மண்ணிலிருந்து கிளம்பிய வெப்பமும் மணமும் அங்கு நிறைந்தது.

உள்ளே ஜவுளிகளுக்குப் பட்டியல் போட்டு அடுக்கிக் கொண்டிருந்தவர்கள் மழையால் பதற்றமாகி வெளியே வந்தார்கள். தீவாளிக்காக இறங்கிய பேல்கள் வெளியே கிடந்தன. அவற்றை உடனடியாகத் திண்ணைக்கு மேலேத்தினார்கள். கனமான பேல்களை நகர்த்த கொடயும், அருணாசலமும் உதவினார்கள். கோமாணாண்டியும் ஒரு கை கொடுத்தான். ஏகாம்பரம் முதலியார் இப்பவும் சப்பணம் போட்ட காலில் ஒரு கையை ஊனி, ஒரு கையை முகத்துக்கு முட்டுக் கொடுத்தவாறு மழையைப் பார்த்துக் கொண்டிருந்தார். பாக்கி மூணு பேல்களையும் உடைத்து சரக்குகளுக்குப் பட்டியல் போட்டு, அடுக்கி விட்டுத்தான் கடையைச் சாத்த வேண்டும் என மனசுக்குள் அவர் திட்டம் செய்து கொண்டிருந்தார்.

காத்தும் மழையுமாக வெளியே வெளுத்து வாங்கியது. மழைச் சத்தம் வலுத்தது. இதில் தீவாளி விளம்பர லௌட் ஸ்பீக்கர்களின் சத்தம் கொஞ்சம் குறைந்தது. வெளியில் சனங்களின் பார்வைக்காகத் தொங்க விட்டிருந்த துணிகளைச் சின்னவன் ஸ்டூலில் ஏறி எடுத்துப் போட்டான். நடுவான் அவற்றை மடித்து அடுக்கி வைத்தான். இதுக்குள் மழைத் தண்ணீர் ரோட்டில் பெருக்கெடுத்து ஓடியது. கீழே ஓடை ஓடுகிறது. இந்த ஊரின் பஜாரின் பெரும்பாலான கடைகள் இப்படி ஓடை மீது கட்டப்பட்டவைதான். சுத்து வட்டார மழைத்தண்ணி இந்த ஓடையில்தான் பாயும். சாக்கடையும் ஓடையில்தான் கலக்கும். மழை அதிகமாகி ஓடையில் மறுகால் அளவுக்குத் தண்ணீர் ஓடும்போது, ஓட்டைகள் வழியாகத் தண்ணீர் ரோடுகளில் வெள்ளமாகப் பாயும். இதனால் ரோட்டில்

பெய்யும் மழைத்தண்ணி ஓடையில் கலக்க முடியாமல் ததும்பும். இதனால் மழை வெள்ளம் வடியாமல் ரோட்டிலேயே தங்கிக் கிடக்கும். அடை மழை பெய்யும்போது கஷ்டம்தான். மழை நின்னு ஓடையில் தண்ணீர் வடிந்த பிறகுதான் ரோட்டில் தேங்கிய தண்ணி ஓடைக்குள் விழும், அதுவரை ரோட்டில் வெள்ளம் நிக்கும்.

தண்ணியிலும் சேத்திலும் நடந்து வரும் ஜனங்க அப்படியே கடைக்குள் ஏறினால் விரித்துள்ள பாயெல்லாம் சேறும் சகதியும் அப்பி, புதுத் துணியை விரிக்க லாயக்காக இருக்காது. அதனால் பெரியவன் பேல் கட்டி வந்த சாக்குகளைத் தரையில் விரிக்கத் தயார் பண்ணிக் கொண்டிருந்தான். நாலைஞ்சு சாக்குகளை விரித்துத் தையல்களைப் பிரித்து வைத்தான். மழை விடவில்லை. திண்ணைவாசிகள் இதுக்கு மேல் தாமதிக்க முடியாது என வெரசாகக் கிளம்பினர்.

இந்த மழை எவ்வளவு தூரத்துக்குப் பேஞ்சிருக்கும் எனத் தெரியவில்லை. கிழக்கே இளம்புவனம் தாண்டி, மேக்கே செவக்குளம் தாண்டி. வடக்க மைப்பாறை தாண்டி, தெக்க குறுமலை தாண்டி பேஞ்சிருந்தா ஜனங்களுக்குச் சந்தோசம்தான் என முதலியார் கணக்குப் போட்டார். இந்த மழை அப்படியே ராப்பொழுதும் பெஞ்சா கம்மாய்களில் எப்படியும் பத்துநாள் தண்ணீ சேந்திரும், சம்சாரிக மனசுல அதன்பின் ஒரு நம்பிக்கையப் பாக்க முடியும் என நெனச்சார். அவர் நெனச்சபடிக்கே மழை நிக்கவில்லை. எல்லா ஜவுளிக்கும் பட்டியலிட்டுக் கடையை ஒரு மணிக்குச் சாத்தும் வரைக்கும் மழையும் நிக்கவில்லை. தெரு விளக்குகளும் எரியவில்லை. தெருவில் தேங்கிக் கிடந்த தண்ணீரில் 'சளப் சளப்' என மிதித்துக் கொண்டு நடந்தனர்.

முந்தைய நாள் பெய்த மழை, சந்தைக்கு நேத்தே வந்த சம்சாரிக முகத்திலும் சுத்துப்பட்டி கிராமங்களில் வானத்த வெறிச்சுப் பார்த்துக் கொண்டிருந்த சம்சாரிக மத்தியிலும் வியாபாரிகள், கூலிகள், முடிச்சவிக்கிகள், ஜேப்படி திருடர்கள், ரௌடிகள் என அனைவர் முகத்திலும் ஒரு சந்தோசத்தை வரவழைத்திருந்தது. காலையிலிருந்தே டவுனில் சம்சாரிகளின் நடமாட்டம் அதிகமாக இருந்தது. எல்லாரும் பெரிய, பெரிய கடவாப் பெட்டிகளுடன் (பனை நாரால் முடையப்பட்ட அகன்ற வாய் கொண்ட சதுரக் கூடைகள்) சந்தைக்கு வந்திருந்தனர். அவர்களில் வண்டி கட்டிக் கொண்டு வந்த சம்சாரிகளும் இருந்தனர். விதைப்புக்கு உழவுக்கு வேண்டிய சாமான்கள், மண்ணுக்கு உரம், மாட்டுக்குப் பிண்ணாக்கு, அப்புறம் தீவாளிச் சரக்குகள் - இட்லிக்கு அரிசி - உளுந்தம்பருப்பு, வசதியான சம்சாரிகள் வடைக்கு - பருப்பு, எண்ணெய், அப்புறம் புதுத் துணிமணிகள். ஆளாளுக்கு விதம் விதமான கனவுகள். இதனால் பெட்டிக்குள் பெட்டி, அதற்குள் சின்னப்பெட்டி என்று கக்கத்தில் இடுக்கிக்கொண்டு பஜாரெங்கும் அலைந்து திரிந்தனர்.

மேலே சொன்ன பட்டியலில் ஒன்னொன்னா வாங்கி, கடேசியில்தான் தீவாளி ஜவுளிப் பக்கம் வருவார்கள். இதுதான் மானாவரி சம்சாரியின் நியதி. முதலில் பத்திக்கொண்டு வந்த ஆடு, மாடு, கோழிகள் மேலும்

காய்கறிகளைச் சந்தையில் வித்துக் காசாக்கினர். காணாததுக்குக் கடனும் வாங்கிச் சிலர் பணத்தை மடியில் கட்டிக்கொண்டு வந்திருந்தனர். பொதுவாக எல்லாரும் குதூகலமாகக் காணப்பட்டனர்.

உரக்கச் சத்தமிட்டுப் பேசியவாறும், வெத்தலை எச்சிலை நாலாபக்கமும் 'புளிச் புளிச்' எனத் துப்பியவாறும் ஆணும், பெண்ணுமாக நடந்தனர். ஒவ்வொரு எட்டும் உரலில் உலக்கை போடுவதுபோல 'திங் திங்' என்று இருந்தது. சுட்டெரித்த சூரியனின் ஒளி அவர்கள் முகத்தில் குளுந்த பாலாக வழிந்தது. அதில் அவர்களின் சிரிப்பூ மினுங்கியதை டவுன்கார வியாபாரிகள் பாத்து மகிழ்ந்தனர். முதலாளிகள் மனதில் தெரிந்த சந்தோசம் கடையாளுகளுக்கும் பரவி பஜாரில் வழிந்தோடியது. சம்சாரிக்குச் சந்தோசம் வந்தால் ஊருக்கே பைத்தியம் பிடிக்கிறது.

உமர் சாயுபு காலையில் பள்ளிவாசலில் பாங்குச் சத்தம் கேக்கவும் எழுந்தவர் தொழக்கூட நேரமில்லாமல் சுறுசுறுப்பானார். காலமெல்லாம் தொழுது நெற்றித் தழும்பு ஏறியிருந்தாலும் இந்தத் தீவாளிச் சந்தைய விட்டுட்டா அப்புறம் அடுத்த தீவாளிக்குத்தான் காசைப் பாக்க முடியும். வெள்ளென விடியும் முன்ன சந்தைக்குப் போனாத்தாம் அங்க முந்தி இடம் பிடிக்க முடியும். தீவாளிச் சந்தையின்னா வராத யாவாரியும் அங்கன வந்து கடை போடுவாக. வாய்க்கு வாய் 'யா அல்லா, யா அல்லா' என்று கூரையைப் பார்த்துக்கொண்டே ஜவுளிச் சிப்பம் மூட்டை கட்டிக் கொண்டிருந்தார். சாயுபுவின் குரல் சத்தத்தில் பீவியும் எழுந்து கொண்டாள். அவளுக்குத் தெரியும் ஒரு காரியம் என்று வந்துவிட்டால் சாயுபுவின் வாய் சதா ஆண்டவரைத் துதித்துக்கொண்டே இருக்கும். நோன்பானாலும், தொழுகையானாலும்

சாயுபு 'நெம்ப ஒழுக்கமானவர்' என்பது பீவியின் அபிப்பிராயம். விரிச்சுப் படுத்திருந்த சாக்கை உதறி மடித்து வைத்துவிட்டுக் காப்பித் தண்ணி போடத் தயாரானாள். வெளிய போற மனுஷன் ஒரு வா காப்பித் தண்ணியாவது குடிச்சு விட்டுப் போனாரென்றால் அவருக்குக் கொஞ்சம் தெம்பாயிருக்கும். அப்புறம் மனுசனுக்கு ஒரு வாய் சோறு திங்கக்கூடத் தோனாது. அடுப்பில் ஒரு வரட்டியை ஒடித்துப் போட்டாள். சிம்னி விளக்கின் காயைக் கழற்றி சீமெண்ணெய் சொட்டச் சொட்ட அதன் திரியை அந்த வரட்டித் துண்டின் மேல் வைத்து ஒரு ரெண்டு சொட்டு விழச் செய்தாள். பிறகு அதன் தீயைத் திரியில் இருந்து வரட்டிக்கு மாற்றினாள். 'குபுக்' என்று அடுப்பு பற்றிக் கொண்டது. சட்டியில் தண்ணிய ஊத்தி கருப்பட்டித் துண்டைப் போட்டாள். நேத்து நாடார் கடையில் பத்துக் காசுக்கு வாங்கிய காப்பித்தூளில் கொஞ்சம் மிச்சமிருந்தது. கருப்பட்டி கரையத் தொடங்கியதும், ஒரு தாளில் மடித்து வைத்து மிச்சமிருந்த காப்பித்தூளைக் கொட்டினாள். கொதிக்கவும் இறக்கி ஒரு டம்ளரில் தெளிவாக இறுத்து முந்தானையால் டம்ளரைத் தாங்கி சாயுபுவிடம் நீட்டினாள். 'மச்சான்' என்ற குரலால் நிமிர்ந்தவர் டம்ளரில் சூடு பறப்பதைப் பார்த்ததும் முகம் மூன்றாம் பிறை போல மலர்ந்து மறைந்ததைப் பார்த்து ரசித்தாள். தனது துண்டினால் டம்ளரைச் சுற்றிப் பிடித்து வாங்கிய சாயுபு தலையைக் குனிந்து காபியை உறிஞ்சினார். திடீரென நிமிர்ந்து பீவியைப் பார்த்து, திரும்பி அடுப்பையும் பார்த்தார். சட்டியில் ஏதும் மிச்சமிருப்பதாகத் தெரியவில்லை. "நீ சாப்புடு மச்சான். புள்ளைங்க எழுந்ததும் நாம் பாத்துக்கிடுதேன்" என்றாள். சூடு தாங்க முடியாவிட்டாலும் சூடும் ஆறி விடக்கூடாது. அதனால் ஊதி, ஊதி உறிஞ்சி, உறிஞ்சிக் குடித்து டம்ளரைக் கீழே வைத்துவிட்டு.

சிப்பத்தின் முடிச்சை அவிழ்த்து மீண்டும் ஒரு இறுக்கு இறுக்கி, உலுக்கி முடிச்சுப் போட்டார். மொத்தம் மூணு சிப்பங்கள். உள்ளூர்ச் சந்தை. பெரிய சந்தை. அதான் மூணு சிப்பங்களைத் தயார் செய்தார். வெளியூர் சந்தையானால் தலையில் அல்லது தோளில் ஒரு சிப்பம். கையில் பெரிய பை. கர்னாடிக் டவுசர் துணியில் தைத்தது. ஒரு முழத்துக்கும் அதிக நீளம். ஒரு சாணுக்கும் அதிகமான அகலப் பட்டி வைத்துத் தைத்தது. நீளம் ஒன்னரை முழம். இப்போ மூணு மூட்டைகள். ஒரு கைப்பை. அதை எல்லாம் மூணு நடையாகக் கொண்டு போக வேண்டும்.

'யா அல்லா' என்றவாறே இருப்பதில் பெரிய சிப்பத்தைத் தோளில் தூக்கிக்கொண்ட உமர் சாயுபு துணிப்பையைக் கையில் தூக்கிக்கொண்டு நடக்கத் தொடங்கினார். பள்ளிவாசல் தெருவிலிருந்து சந்தை ஒரு மைல் தொலைவு இருக்கும். ஓட்டமும் நடையுமாக இருபது நிமிசத்தில் கடந்தார் அந்த எழுவது வயசுக் கிழம். அப்போதே சந்தை களை கட்டத் தொடங்கியிருந்தது. வாசலில் இருந்த குத்தகைக்கார தேவரிடம் சந்தைக்காசு கொடுத்துவிட்டு உள்ளே போனார். முதல் வரிசையிலேயே இடம் காலியாகக் கிடந்ததைப் பார்த்ததும்தான் முகம் திருப்தியை வெளிப்படுத்தியது. பக்கத்து யாவாரியிடம் மூட்டையைக் கொஞ்சம் பாத்துக்கிடச் சொல்லிவிட்டு முன்னைவிட வேகமாக வீடு திரும்பி இதேபோல திரும்பவும் ரெண்டு டிரிப் நடந்தார்.

வாரச் சந்தையில் நுழைந்ததும் கடைகள் போட ரெண்டு வரிசை கொட்டாய் போடப்பட்டிருக்கும். அதில் இடம் கிடைத்துவிட்டால் வெயில், மழையில் அல்லல்பட வேண்டியதில்லை. இல்லாவிட்டால் பொட்டலில் கிடைத்த இடத்தில் கடை விரிக்க வேண்டியிருக்கும்.

கூட்டம் அதிகமாக, அதிகமாக ஜனம் கடை மேலேயே நடக்க ஆரம்பிக்கும். சரக்குகளின் மீது புழுதி படியும். புழுதி படிஞ்சு, படிஞ்சு சரக்குகளெல்லாம் பழைய சரக்காகிவிடும். மழை வந்துவிட்டால் ஜோலி முடிஞ்சுரும்! அதைவிட உக்கார இடம் கெடைச்சா அது ஒரு சவுகரியம். கிராக்கி உக்காந்து ஆற, அமர பாத்து வாங்குவாக! அதுக்குத்தான் இந்த விரட்டு. ஒரு வழியாக் கடையை விரிச்சு உக்காந்தார். இப்போதுதான் அவருக்கு ஆசுவாசமாக இருந்தது. அவர் ஜவுளிச் சிப்பத்தைத் தூக்கிய இந்த முப்பது, நாப்பது வருச காலத்தில் எத்தனையோ தீவாளிகளைப் பார்த்துவிட்டார். அவர் பாக்காத சந்தை இல்லை. பாக்காத மனுசாளும் இல்லை. மணலில் எத்தனை நிறமுண்டோ அத்தனை மனுசாள்; அத்தனை நிறங்களில். அவர் கடலங்குடி வமிசத்தார் என்றால் யார்தான் நம்புவது?

அவர் பாக்காத தங்கமில்லை. வைரம், வைடூரியம், கோமேதகம், பச்சை மரகதங்களிலேயே உருண்டு பிரண்டு வாழ்ந்தவர். எத்தனை சந்தோசமான வாழ்க்கை? எத்தனை சதிகளும் துரோகங்களும் நிரம்பியது அவர் வாழ்க்கை? நல்லவேளை, அவர் யாரிடமும் கையேந்தி யாசகம் கேக்கவில்லை. அப்படியே கெதி வாய்த்தாலும் அவர் கலங்கமாட்டார். 'யா அல்லா' என்றபடி வானத்தைப் பார்த்துக் கையேந்துவார். இந்த வாழ்க்கை அவன் கொடுத்தது. இதை எப்போ எடுத்துக்கணும்னும் அவனுக்குத் தெரியும். 'யா அல்லா!'

கிழக்கே மண்டபம், இராமேஸ்வரம் அருகில் உள்ள கடலங்குடிதான் பூர்வீகம். பாரம்பரிய அஞ்சு வண்ணத்தார் குடும்பம். தலைமுறை தலைமுறைகளாக வியாபாரம் செய்து வருபவர்கள். சாத்துவர்களோடும், யவனர்களோடும் காலம் காலமாகப் போட்டி போட்டுக்

கடலாடியவர்கள். எப்போது இதெல்லாம் அறுபட்டுப் போனதென்று உமர் சாயுபுவுக்குத் தெரியாது. கடலில் வீசிய எத்தனையோ புயல்களுக்கு ஈடு கொடுத்து வந்த கடலங்குடி வம்சத்து வாழ்க்கை, நிலத்தில் வீசிய புயல்களுக்கு ஈடு கொடுக்க இயலாமல் சின்னா பின்னமானது.

இப்போது எழுவத்தைஞ்சு வயசைத் தொடும் உமர் சாயுபு முன்னூறு வருசங்களின் கதை தெரிந்தவர். நினைவுகள் அழிவதில்லை. நினைவுகள் வரலாற்றை எழுதுகின்றன. நினைவுகள் தலைமுறைக்குத் தலைமுறை கைமாறுவதன் மூலம் வரலாறு மறுபடியும் நினைக்கப்படுகிறது. நினைவுகளைத் தொலைத்து விட்டுப் பாதை தடுமாறும் உலகில் சாயுபு நினைவுகளோடு மட்டுமே வாழ்கிறார். இவரோடு இந்த வரலாறு அழிந்துவிடப் போகிறதா? தெரியாது. 'யா அல்லா!' என்று நினைவுகளினூடே சொல்லிக் கொள்கிறார். தெருப்புழுதி ஜவுளிகளில் படிவதை எடுத்துத் தட்டித் தட்டி தூசி படியாமல் அந்த நடைபாதைக்கடை யாவாரி சுத்தப்படுத்தி, சுத்தப்படுத்தி வைத்தாலும் மீண்டும் மீண்டும் புழுதி படிவதைப் போல நினைவுப் புழுதியும் அவருள் எழுந்த வண்ணமாகவே இருக்கிறது.

தான், இரண்டு காக்காமார், ஒரு ஸாத்தா, மூன்று தங்கச்சிமார், வாப்பா, உம்மா, வாப்பிச்சட்டச்சி என்ற பெரிய குடும்பம். வாப்பிச்சட்டச்சி காயலில் இருந்து வந்த பிறகு கடலங்குடியில்தான் வாழ்ந்தது. வாப்பிச்சட்டச்சி காயலில் ஏராளமாகச் சம்பாதித்தார். கடல்தான் அவருக்குச் செல்வத்தை வாரி வழங்கியது. ஒவ்வொரு முறை கடலில் குதித்தபோதும் கடல் தாய் அவருக்கு நல் முத்துகளாக வாரிக் கொடுத்தாள். அந்த முத்துகளை வாங்குவதற்காக சீனன்களும்,

அராபியன்களும், கிரேக்கன்களும், ரோமானியனும் போட்டி போட்டு வந்திறங்கினர். அதென்னமோ இங்கிட்டுக் கிடைக்கிற சங்கு, முத்துன்னா உலகம் கிறங்கிக் கிடந்தது. துறைமுகத்தில் எப்போதும் சீன, கிரேக்கக் கொடி பறந்த கப்பல்கள் அலை மோதின. இங்கு முத்துக் குளித்ததாலும் வெளிநாட்டு வியாபாரம் சூடு பிடித்ததாலும் மாற வர்ம மகாராசா காலத்தில் தலைநகரத்தையே காயலுக்கு மாத்திக்கிட்டானாம். சாயுபுவின் வாப்பிச்சட்டச்சிதான் கதை கதையாக் கூறுவார்.

முத்து, கேரள மிளகு ஏத்துமதி செய்து, எதிர் யாவாரமாகத் தங்கமும், குதிரைகளும், சீனப் பட்டுகளும் அன்னிய நாணயங்களும் இறக்குமதி ஆனதாம். கடற்கரை மணல்கூட பொன்னாக மின்னிச்சு என்பார் வாப்பிச்சட்டச்சி. அப்புறமா நாயக்கர் காலத்துல பரங்கித் தலையங்க வந்தாங்க. அவங்களுக்கும் நாயக்கருக்கும் இங்கே பெரும் குழப்பம். சண்டை. இதுல தோத்துப் போவோம்னு நெனச்ச பரங்கித் தலையன்கள் (ஃபோர்ச்சுக்கீசியர்களையே பரங்கித் தலையன்கள் என அழைத்தனர்) ஊருக்குத் தீ வைச்சு நாசம் பண்ணினாங்க. தொழிலில் அண்ணன் தம்பியா பழகிக்கிட்டிருந்த பரதவர்களையும் இசுலாமியர்களையும் மோதவிட்டான். வெட்டுக்குத்துன்னு அது நீண்டு போச்சு. அவன் பரதவர் சமூகத்தை ஆதரிச்சான். இசுலாமியர்களுக்கு மலபார் ராசா உதவினார். கடைசியில தூத்துக்குடியில தனியாத் துறைமுகம் ஆரம்பிச்சிக்கிட்டாங்க.

அப்புறம் பரங்கித் தலையன்களை கும்பினிகாரன் (இங்கிலாந்து நாட்டினன்) விரட்டியடிச்சான். அதுக்கும் பெறவு இவம் வச்சது சட்டமாச்சு. தொட்டதுக்கெல்லாம் வரிதாம். அதுவுமில்லாம

முன்னயெல்லாம் முத்துக் குளிச்ச பெறகுதான் சர்க்காருக்குப் பணம் கெட்டணும், இப்ப முதல்ல யாரு அதிக பணம் கொடுத்து ஏலம் எடுக்காங்களோ அவங்களே முத்துக் குளிக்கலாம்னு விதி வச்சான். அந்தப் பணமும் கொஞ்சமில்ல. கொள்ளப் பணம். இருக்கிற சொத்து சுகங்கள வித்துத்தான் எல்லாரும் ஏலத்துக்கு எடுத்தாங்க. செட்டிமாரும், சாயுபுகளும்தான் இந்த யாவாரத்துல ஈடுபட்டவங்க. அவங்களுக்கும் பரதவருக்கும்தான் கடலப் பத்தி நல்லாத் தெரியும். அவங்க கடல் தாயின் பிள்ளைகள் அப்படீம்பாரு உப்பா. எல்லாமும் ஆதியில கடலாடிகளா இருந்தவங்கதேம் இப்பிடி சாதியாப் பிரிஞ்சு கிடக்கோம்பாரு.

வாப்பிச்சட்டச்சி ஏம் இந்தக் கதையெல்லாம் சொல்றாருன்னும் உமர் சாயுபுக்கு அப்பவும் புரிஞ்சதில்லை. இப்பவும் புரியல. ஆனால், அந்தக் கதைகள் மறக்க முடியாம சாயுபுவைத் துரத்திக்கிட்டே இருக்கு. இப்பவும் தாத்தா, காதுக்குப் பக்கமா வந்து கத சொல்லிக்கிட்டே இருக்காரு.

ஒவ்வொரு முறையும் போட்டி போட்டு ஏலம் எடுத்துக் கடல்ல குதிச்சா 'என்ன கெடைக்கும்'னு யாரால சொல்ல முடியும்? முத்துக் குளிக்கறது ஒரு கட்டத்துல சூதாட்டமா மாறிப் போச்சு. ஒவ்வொரு முறையும் வெளியே கொண்டுவார சிப்பிய உடைச்சா நன்முத்து இருந்தா சந்தோசம். அம்புட்டும் பொக்கையாப் போச்சுன்னா வாயிலயும் வயித்துலயும் அடிச்சிக்குவாங்க. இதுல அஞ்சு வண்ணத்தார் ரொம்பக் கவனமா இறங்கினார். மனசுக்குள் இந்தத் தொழில் 'நெம்ப நாளைக்கி ஓடாது'ன்னு தோனிக்கிட்டே இருந்துச்சு. இதுக்கேத்த மாதிரி சம்பவமும் நடந்திச்சாம்! "அப்பம் ஒரு செட்டியாரு. காசுக்கார செட்டியார்.

பரம்பரையா தங்கம், முத்து, மாணிக்கமுன்னு பெறள்றவங்க. நமக்கும் ரெம்ப காலம் பரிச்சயம்தான். முத்துக் குளியல் நடக்கும்போது இங்க வருவாரு. மத்த நேரம் பல ஊருகளுக்குப் போயி யாவாரம் பாப்பாரு. பழைய நகைகள வாங்கிவந்து மூசு போட்டு விப்பாரு. அதுல சம்பாதிச்ச பணத்துலதான் முத்துக்குளியலில் இறங்கினாரு. எங்க போனாலும் நடைதான்! வண்டிச்சத்தம் கெடையாது. பேச்சு நாணயம், நடத்தையில நாணயம். பசும்பொன்னுதான்! அளவா யாவாரம் செஞ்சு வந்தாரு. பெரும் பொருளுக்கு ஆசப்படறவரு இல்ல அவர். அதனால எல்லாருக்கும் பிடிச்சுப் போனவரா இருந்தாரு. கும்பினி ஏலம் தொவங்குன பின்னாடி உடனே அவர் அதில் எறங்கல. ரெண்டு மூணு தடவ நோட்டம் பாத்துக்கிட்டு இருந்தாரு. அதுக்கும் பெறகுதாம் துணிஞ்சு ஏலத்துல எறங்கினாரு. அந்த ஏலத்துல நானும்தான் இருந்தேம். கடேசில எனக்கும் செட்டியாருக்குந்தான் போட்டியா இருந்துச்சு. தொகை ஒரு அளவுக்கும் மேல அதிகமாப் போச்சு. அவரு விட்டுக் கொடுக்கற மாதிரி தெரியல. ஏலத்தொகை கூடுனா கும்பினிதான சாப்பிடப் போறாம். அதச் செட்டியாரே சாப்பிடட்டுமேன்னு நானும் விலகிட்டேம். செட்டியார் பணத்தக் கட்டி இறங்கினாரு. அப்புறம் பாத்தா...”

வாப்பிச்சட்டச்சி இங்கே நிறுத்துவார். தொண்டைக் கண்டம் ஏறி இறங்கும். அப்புறம்தான் தொடருவார்: “குவியலில் ஒண்ணுகூட நன்முத்து இல்ல. செட்டியார் திக்பிரமை பிடிச்ச மாதிரி பேதலிச்சுப் போயி நின்னாரு. ஆனாலும் க்ஷண நேரம்தாம். சுதாரிச்சு எழுந்து துண்டை உதறித் தோளில் போட்டுக்கொண்டு நடையக் கட்டினார். அது முத்துக் குளியல வேடிக்கை பாக்க வந்த ஒருத்தர், வேடிக்கை பாத்துட்டுத் திரும்பிப் போற மாதிரிதான் இருந்துச்சு. அவ்வளவு பெரிய நட்டம்!

நானா இருந்தா நெஞ்சு வெடிச்சுப் போயிருக்கும். ஆனால், யாவாரம்னா லாபமும் நட்டமும்தானேன்னு செட்டியார் பாத்தார். புத்திக்கொள்முதல்னு எடுத்துக்கிட்டிருப்பார். அதுக்கும் பெறகு செட்டியார நாம் பாக்கல. மேக்க எங்கயோ கடைபோட்டு யாவாரம் பாக்கிறதாப் பேசிக்கிட்டாங்க. செட்டியார் நெம்ப நாணயமான மனுஷன் பாத்துக்கோ! பரம்பரை வணிகன்! முத்து வணிகத்துல தோத்துட்டுத் துண்டை உதறித் தோள்ல போட்டுக்கிட்டு அவரு நடந்ததப் பாக்கையில, கண்ணகி கதையில எல்லாத்தையும் தோத்துட்டுக் கோவலன் மதுரைக்கு நடந்தானாமே அது இப்பிடித்தாம் இருந்துருக்கும்னு எனக்குத் தோனுச்சு. இந்தக் கும்பினி எல்லாப் பாரம்பரியத் தொழிலையும் கொல்லாம விடமாட்டாம்னு அப்பப் புரிஞ்சு போயித்தான் நானும் இந்தப் பக்கமா கடலங்குடிக்கு வந்துட்டேம்.”

கடலை ஆட்சிசெய்த குடி வாழ்ந்த ஊர் என்பதால் கடலங்குடி என்று பேர் வந்ததாம். வாப்பிச்சட்டச்சி கடலங்குடி வரும்போது ஏராளமான தங்கமும் முத்தும் பொருளும் கொண்டு வந்தார். பாரம்பரியமும் செல்வமும் இருந்ததால் வாப்பிச்சட்டச்சி குடும்பத்துக்குப் பெருமதிப்பு உருவானது. அரண்மனை போல வீடு. ராஜா போல மதிக்கப்பட்டார். நிலத்தில் பொருள் வாங்கி கடலில் அனுப்பும் யாவாரத்தில் இறங்கினார். “யா அல்லா.” அவன் கிருபையால் தொட்டதெல்லாம் துலங்கியது. ஆள், அம்பு, ஆனை, குதிரை எல்லாம் சேர்ந்தது. கும்பினியோடு நல்ல பழக்கம். காலப்போக்கில் அவர் வீட்டு ஆட்கள் கடலங்குடி ஜமீன் என்றே அழைக்கப்பட்டனர்.

வாப்பிச்சட்டச்சி போல அனேகம் பேர் காயலை விட்டு இடம் பெயர்ந்தனர். ஆனால் யாரும் வாப்பிச்சி போல

பொன்னோடும் பொருளோடும் செல்லவில்லை. பிழைப்புத் தேடி வெளியில் ஓடினர். கும்பினியின் சதியோடு இயற்கையும் அவர்களை வஞ்சித்தது. அங்கு நடக்கும் ஆட்சி சகியாமல் கடலும் விலகியது. துறைமுகம் தூர்ந்தது. பழைய கட்டடங்களின் இடிபாடுகள் மட்டுமே காயலின் பழமையைப் பேசிக் கொண்டிருந்தன. கடற்கரைத் துறைமுக நகரமாக இருந்த காயல் இப்போது நிலப்பகுதியாக மாறியது. அங்கிருந்து பிழைப்புத் தேடிச் சென்றவர்கள் இன்று பழைய இரும்பு யாவாரிகளாக அலைகிறார்கள். அந்தத் தொழிலே இன்று காயலாங்கடை என்று ஆனது. காயல்பட்டினத்துக்காரங்களே அதிகமாக இந்த யாவாரத்தில் உள்ளதால் இப்படி அழைக்கிறாங்க.

கடலங்குடி ஜமீன் வம்சமான தாமும் சந்தைக்குச் சந்தை சுமை தூக்கிக்கொண்டு அலையும் நெலமையத்தானே அந்த ஆண்டவன் கொடுத்துள்ளான் என சாயுபு எண்ணிக் கொண்டார். 'இதாவது பழுதில்லாமல் ஓட வேண்டும்.'

இந்தத் தீவாளிச் சந்தையில் காலையிலிருந்தே நல்ல யாவாரம்தான். யாவாரத்தில் லாபம் இல்லாவிட்டாலும் சரக்குகள் தங்கிவிடக்கூடாது. தீவாளி முடிஞ்சா ஒரு துணியைக்கூட அப்புறம் விக்க முடியாது. சம்சாரிகளிடம் அதுக்குப் பிறகு பணப்புழக்கம் இருக்காது. துணியும் புழுதியில் தூசு படிந்துவிடும். வெயிலில் சாயமெல்லாம் வெளுத்துப் பழைய துணியாகிவிடும். அப்புறம் நட்டம்தான் வந்து சேரும். அதனால் கேட்டதைக் கேட்ட விலைக்கு வித்துக் கொண்டிருந்தார். ஆரம்பத்துல உருப்படிக்கு ரெண்டு ரூவாகூட இல்லாமல் கொடுக்க மாட்டாரு. ஆனா நேரம் ஆக ஆக வித்தாப் போதும்னு ஆயிரும். அசல் தேறுதாம்னு பாப்பாரு. அப்புறம் சரக்கு

நிறையத் தங்கிப் போச்சுன்னா நட்டமானாலும் பரவாயில்லைன்னு கேட்ட வெலைக்கு விப்பாரு.

ஏன்னா துணி விக்கலைன்னா ஒரு வாரத்தில் பழைய துணியாகிவிடும். சாயம் வெளுத்துப்போன துணிய பின்னே யார் வாங்குவாக? இதெல்லாம் ஒரு யாவாரமா? ஒரு பொருளை வாங்கி தம்பிடி காசு லாபம் இல்லாமல் வித்தால் எப்பிடி சோறு திங்க முடியும்? சாப்பாடா முக்கியம். மானம்தான் முக்கியம். இருக்கிற பொட்டுத் தங்கத்தையும் அடமானம் வெச்சு, காணாததுக்குக் கடன ஒடன வாங்கி சரக்குகளை வாங்கியுள்ளார். அதையெல்லாம் வித்து தீவாளியோட கணக்குத் தீக்கணும். கடன அடைக்கணும், நகையத் திருப்பணும், இல்லன்னா மானம் போயிரும். இல்லாதவன் கடன் வாங்கினா அவனத் திருடனப் போலத்தான இந்த உலகம் பாக்கும். வாப்பிச் சட்டப்பா சொன்னது ஞாவகத்துக்கு வந்தது: "வணிகன் தோத்தா திருடன்! அப்பிடித்தான் சமுதாயம் பாக்கும். பொண்டாட்டியோட சிலம்பைத்தான் கோவலன் வச்சிருந்தாம்ங்கறத யாரு நம்புனா?"

காலையில் பீவி போட்டுக் கொடுத்த கருப்பட்டிக் காப்பியோடு சரி. சந்தையில் இட்லி, ஆப்பம் எல்லாம் விக்கத்தான் செஞ்சாக. ஒரு ரூவாய்க்கு இட்டிலியாவது வாங்கிப் பிச்சுப் போட்டிருக்கலாம் வயித்துக்கு. ஆனால் அவர் அப்படி செய்யவில்லை. வெயில் ஏற ஏற வயிறு கிள்ளியது. வெயில் உச்சிக்கு வந்ததும் மயக்கம் வரும் போல இருந்தது. அந்த நேரம் பாத்து மொச்சை வித்தான். ஒரு மரப்பெட்டியைத் தலையில் சுமந்தபடி 'மொச்சே... மொச்சே' என வித்துக்கொண்டு வந்தான். அவனிடம் நாலணாவுக்கு அவிச்ச மொச்சையை வாங்கித் தின்னார். அப்படியே சந்தைக் கிணத்தில்

தண்ணி இறைத்துக் குடித்தார். வயுறு நிறைஞ்சு மயக்கம் தீர்ந்தது. யாவாரத்தைத் தொடர்ந்தார்.

கடலங்குடியில் வாப்பிச்சட்டப்பாவுக்கு வியாபாரம் பெருத்து செழித்து வளர்ந்தது. கீழக்கரை, தனுஷ்கோடி மூலம் சரக்குகளை ரெம்பத் தூரத்துக்கு அனுப்பினார். கீழக்கரை மிக அருகில் இருந்தது. அங்கிருந்து நிலத்துக்கும் அனுப்பலாம், கடலுக்கு அப்பாலும் அனுப்பலாம். கீழக்கரைக்கு அந்தக் காலத்தில் பேரே நெனைத்தது முடித்தான் என்றுதான் இருந்ததாம். அதோட தனுஷ்கோடியிலிருந்து நேரா சிலோனுக்கும் சரக்குகள் அனுப்பினார். அப்பமெல்லாம் சிலோனுக்கு சரக்கு அனுப்ப அவ்வளவு சிரமம் தேவையாய் இருக்கவில்லை. நெறைய சரக்குன்னாத்தான் தனுஷ்கோடி போய் கப்பலில் அனுப்ப வேண்டியிருக்கும். கொறைஞ்ச அளவு சரக்குன்னா வேம்பார், சூரங்குடி, சாயல்குடி பகுதிகளிலிருந்து வள்ளங்களிலேயே அனுப்பலாம்.

பலவித சரக்குகளை வியாபாரம் செய்து வந்தாலும் கடலங்குடி வமிசத்தார் முத்து மற்றும் நவரத்தின மணிகளையே அதிகம் தருவித்து விற்பனை செய்து வந்தனர். உள்நாட்டு நிலத்திலும் கடல் கடந்தும் அதற்கு நல்ல கிராக்கி இருந்து வந்தது. இதனால் கடலங்குடி வமிசத்தின் வீட்டில் ரத்தினங்கள் ஜொலித்தன. கோட்டுகள் மட்டுமல்லாது பெண்களின் புர்காவிலும் சால்வைகளிலும் பிள்ளைகளின் ஜோட்டுப் பொத்தான்களிலும் பச்சை, மரகதம், பவளம் எனப் பதிக்கப்பட்டு அரச வமிசம் போல வாழ்ந்து வந்தனர். இதனால் பல தேசங்களில் இருந்தும் கொள்ளையர்கள் கழுகு போல வட்டமிட்டு வந்தனர்.

கொள்ளையர்களிடமிருந்து பாதுகாக்க வீச்சரிவாளும் கவண் கல்லும், வலரிகளும் தாங்கிய சண்டியர்கள் எந்த நேரமும் கடலங்குடி வீட்டைப் பாதுகாத்து வந்தனர். இருந்தபோதும் முத்து, வைரம், வைடூரியம், பவளம், பச்சை, நீலக்கற்கள் ரகசிய அறைகளில் பாதுகாப்பாக வைக்கப்பட்டிருக்கும். அப்படியும் கொள்ளையர்கள் புகுந்தால் அவர்களை ஏமாற்ற அதே போன்ற போலிக்கற்கள் பட்டை தீட்டி மெருகூட்டி பெட்டிகளில் அடைத்து வைக்கப்பட்டிருக்கும். பல நேரங்களில் வீட்டுப் பிள்ளைகள் அந்தக் கற்களை வைத்து விளையாடுவார்கள். உமர் சாயுபுவும் அந்த இமிடேசன் கற்களை வைத்து விளையாடியவர்தான். திடீரென வீட்டுக்குள் வருபவர்களுக்குக் குழந்தைகள் நவரத்தினங்களை வீசி விளையாடுவது போன்றே இருக்கும். அப்பிடி முத்து மணிகளை வீசி விளையாடிய அதே உமர் சாயுபுதாம் இப்போது சந்தை மணலை அளைந்து கொண்டிருக்கிறார்.

சாயுபுவின் வாப்பிச்சட்டப்பாவுக்கு பதினோரு பிள்ளைகள். ஏழு பெண் மக்கள் நாலு ஆண் மக்கள். முதலில் நாலு பெண் மக்கள். அடுத்துதான் மூத்த மகன் ஜலால் பிறந்தார். வாப்பிச்சட்டப்பா தனது பெண் மக்களை மிகப் பெரிய இடங்களில் நிக்காஹ் செய்து கொடுத்தார். இரண்டு மாப்பிள்ளைகள் மலேயாவில் வியாபாரத்தில் நல்ல நிலையில் இருந்தனர். பெண் மக்களுக்கு நிக்காஹ் ஆன பெறகுதான் ஆண் மக்களுக்கு நிக்காஹ். அவுகளுக்கும் பெரிய இடங்களிலிருந்து பெண் எடுத்தார். பேரன், பேத்திகள் எனக் குடும்பமும் பெருகியது. அந்தக் குடும்பத்து மூத்த ஆண் வாரிசு ஜலால்தான் உமரின் வாப்பா. வாப்பிச்சட்டப்பாவைப் பொறுத்தவரை நிறைவாழ்வு வாழ்ந்துதான் அல்லாவின் திருவடி சேர்ந்தார். அவருக்கு ஆண்டவன் ஒரு குறையும் வைத்திருக்கமாட்டான்.

வாப்பிச்சட்டப்பா தன் பேரன்களிலேயே உமரைத்தான் ரொம்பவும் கொஞ்சுவார். உமருதான் எல்லாத்துலயும் புத்திசாலி என்பார். உமருவின் கையைப் பிடித்துக்கொண்டு நடப்பார். தன்னைப் போலவே குர்தாவும் பைஜாமாவும் தங்கப் பொத்தான்கள் வைத்துத் தைத்து மாட்டி அலங்கரிப்பார். விதம் விதமான நகைகளை அவனுக்கு மாட்டி அழகு பார்ப்பார். பேரனோடு பேசும்போதும் யாரோ பெரியாம்பிளையுடன் பேசுவது போல கவனமாகவும் மரியாதையாகவும் பேசுவார். தனது வம்சம், காயல், நவரத்தினங்கள், அரபு வியாபாரம், சீன வியாபாரம், பரங்கித் தலையர்கள், கும்பினிகள் என பழைய கதைகளைக் கூறிக் கொண்டேயிருப்பார். தமது வம்சாவளியைப் பற்றி திரும்பத் திரும்பக் கூறி நினைவுபடுத்திக் கொண்டேயிருக்க வேண்டியதன் அவசியம் என்ன என்பது புரியாமலேயே, அந்தச் சிறுவனும் அத்தனை தகவல்களையும் தனக்குள் நிலை நிறுத்திக் கொண்டான். ஏன் இந்தக் கதைகள் என்பது அவனுக்குத் தெரியாது. அது வாப்பிச்சிக்கும் தெரியுமா என்றும் தெரியாது. ஆனால், கதைகளின் சிறையிலிருந்து அவனால் வெளியேற இயலவில்லை. அந்தக் கதைகள் எந்த யுகத்திலோ யாருக்கோ நிகழ்ந்த கதைகள் போலிருக்கின்றன. அவர் வாழ்க்கையில் அடிபட்ட கதைகள் மிகுந்த வலி தருபவை. ஆனால் தோல்வியடைந்தவனின் கதைகளை யார் கேட்கிறார்கள்? வெற்றி பெற்றவர்களின் கதைகள்தான் மீண்டும் மீண்டும் கேட்கப்படுகின்றன. வெற்றிக் கதைகளே யுகம் யுகமாக நினைவுகளின் ஊடாக வாழ்கின்றன. உமரின் கதை தோல்வியடைந்தவனின் கதை. தோல்விகளின் நினைவுகளும் வாப்பிச்சட்டப்பாவின் வெற்றிக் கதைகளும் உமர் சாயுபுவுக்குள் சதா போராடிக் கொண்டிருக்கின்றன.

வாப்பிச்சட்டப்பாவின் மூத்த மகன் ஜலாலின் கடைசிப் பிள்ளை உமர். ஏற்கனவே நான்கு மகள்களுக்கும் கலியாணமாகி மகள்வழிப் பேரன்கள், பேத்திகள் இருந்தனர். அவர்கள் அனைவருக்கும் வாப்பிச்சட்டப்பா கண்ணுப்பாவாகியிருந்தார். மூத்த மகளின் முதல் பிள்ளைக்கும் இவரின் கடைசிப் பிள்ளைக்கும் - அதாவது முதல் பேரனுக்கும் கடைசிப் பிள்ளைக்கும் - இடையில் வயது வித்தியாசம் கிடையாது. அதன் பிறகும் மூணு பெண் மக்கள். அதன் பிறகே மூத்த ஆண் வாரிசு ஜலாலுக்கு நிக்காஹ் நடந்தது. ஜலால் வாப்பாவின் கடைசிப் பிள்ளைதான் உமர். அதனால் உமர் பிறக்கும்போதே பழுத்த கிழமாகத் தொடங்கி விட்டிருந்தார் வாப்பிச்சட்டப்பா. அந்தப் பெரிய வீட்டில் அப்போதே சொத்துப் பிரச்சனைகளும் வெடிக்கத் தொடங்கியாச்சு.

நெலம முன்பு போல இல்ல. யாருக்கும் மரியாதை இல்லாத காலம் ஆரம்பிச்சாச்சு. பெரியாள், சின்ன ஆள் என்று மட்டுமரியாதை எதுவும் கெடயாது. யாரும், யாரை எதிர்த்தும் போட்டி போடலாம். உம் பரம்பரை என்ன? எம் பரம்பரை என்ன என்ற கேள்வி, விசாரணை எதுவும் இங்கு எடுபடல. யாவாரத்திலும் நடந்தது இதுதான். அதிலும் கடலங்குடி வம்சத்தின் மீது எல்லாருக்குமே ஒரு கண் இருந்தது. தொட்டதெல்லாம் துலங்கிக் கொண்டிருப்பதன் ஊற்றை அடைக்க எல்லாரும் விரும்பினர். ஆனால், பக்கத்தில்கூட அண்ட முடியவில்லை. இதனால் அண்டிக் கெடுக்கும் வேலைகளில் மும்முரமாய் இறங்கினர்.

வாப்பிச்சட்டப்பா எங்கோ கமுக்கமாக ஒரு புதையல் வைத்திருப்பதாகவும், அதைத் தனக்குப் பிரியமான மக்கள், பேரன்கள், கொள்ளுப்பேரன்களுக்கு மட்டும் கொடுக்கப் போகிறார் என்றும் வதந்திகளைப் பரப்பி

விட்டனர். குறிப்பாகத் 'தனக்குப் பிரியமான பேரன் உமருக்காக ஒரு பெரிய புதையலை எங்கயோ அவர் தனியா, ரகசியமாப் பதுக்கி வச்சுருக்காரு' என்ற பேச்சு வீட்டுக்குள்ளேயே ரகசியமாக உலவியது. அந்த நேரத்தில் வியாபாரப் போட்டியின் காரணமாகப் பண வரத்தும் குறையத் தொடங்கி விட்டதால் அவரது சொந்தப் பிள்ளைகளே அதையெல்லாம் நம்பத் தொடங்கினர். வீட்டிலிருந்து நகைகள் கடத்தப்படுவதாகவும் சந்தேகித்தனர். இதுக்கிடையேதான் அந்தச் சம்பவம் நடந்தது.

ஜலால் வாப்பாவின் பேரனும் உமரின் அண்ணன் மகனுமான முத்தாலிபு, அஞ்சு வயசாயிருக்கும்போது திடீரெனக் காணாமல் போனான். அப்போது உமருக்கு பதினேழு, பதினெட்டு வயசுதானிருக்கும். முத்தாலிபுதான் அப்போது கடலங்குடி வமிச வீட்டில் செல்லப்பிள்ளை. முத்தாலிபுக்கு உமர் சித்தப்பா என்றால் உயிர். உமர்தான் முத்தாலிபை வளர்த்தான் என்றும் சொல்லலாம். முத்தாலிபு அழுது யாரும் பார்த்ததில்லை. எப்பவும் சிரிப்புதான். ஆனால் பேச்சுதான் அவனுக்கு இன்னமும் வரவில்லை. அப்பிடி இருப்பதும் உண்டு. லிமால் பாலக்குகள் வந்து ஆரூடம் பார்த்தனர். "அப்பிடியில்லாம் ஒன்னும் இல்லை. அல்லா முத்தாலிப்புக்கு பேச்சு கொடுப்பான்" என்று அடித்துச் சொல்லிச் சென்றனர். முத்தாலிபு மழலையாகக் குழறத் தொடங்கினான்.

அன்று முத்தாலிபு நீலவண்ணப் பட்டுச்சட்டையும் பச்சைக்கல் பதித்த சங்கிலியும் வைரக் கடுக்கனும் போட்டிருந்தான். கடேசியா பேரனும் பூட்டனும்தான் விளையாடிக் கொண்டிருந்தது. அதன் பிறகு கண் இமைக்கும் நேரத்தில் முத்தாலிபு காணாமல் போனான். அரண்மனை போன்ற வீட்டில் உள்ளே

தேடுவதற்கே ஒரு நாழிகைக்கும் அதிகமாக ஆனது. ஆளுக நாலா பக்கமும் சிதறியோடித் தேடுனாக. யாரோ ஒருவன் அழும் பிள்ளையைப் போர்வையில் மூடி எடுத்துக்கொண்டு ஓடினதாகத் துப்புக் கிடைச்சுது. அவன விரட்டிப் பிடிக்க தாட்டிக்கமான ஆளுக ஓடுனாக. கையில ஈட்டி, கவண்கல், வளரி எல்லாமும் இருந்தது. ஏதோ சண்டைக்குப் படை திரட்டுன மாதிரித்தான் தெரிஞ்சுது. விசாரித்து விசாரித்துப் போனாக. நாலா பக்கமும் சிதறிப் போயும் தேடுனாக. அருப்புக்கோட்டை வரை வந்துட்டாக. எப்பிடியும் நாப்பது மைல் வந்தாச்சு. அருப்புக்கோட்டை வந்தா, ஊருக்குள்ள நுழைய முடியலை. திருவிழாக் கூட்டம். ஜனம் கூத்தும் கும்மாளமுமாகக் கொண்டாட்டத்தில் இருந்துச்சு. அந்தக் கூட்டத்துக்குள் புகுந்து தேடுவது இயலாத காரியமாக முடிஞ்சு போச்சுது. எல்லாரும் வெறும் கையாத் திரும்புனாக.

பிள்ளை அணிந்திருந்த மாணிக்க மாலைக்கும், வைரக் கடுக்கனுக்கும் ஆசைப்பட்டுதான் யாரோ கடத்திக் கொன்று விட்டதாகக் கதை கூறப்பட்டது. ‘நகை போனாப் போகுது. பிள்ளை கிடைச்சாப்போதும்’ என கடலங்குடி குடும்பத்தார் நினைத்தனர். ஆனால் அதுவும் கிடைக்கல. ஆனால் பேச்சு வேறு மாதிரி திசை மாறியது. பிள்ளை நகைக்காகத் திருடு போனதா? அல்லது குடும்ப வாரிசை அழிப்பதற்காக, சொத்துக்கு ஆசைப்பட்ட யாராவது இப்படிச் செய்திருப்பார்களா என்ற சந்தேகம் குடும்பத்துக்குள் வலுத்தது. எது எப்படிப் போனாலும் பேரன், பேத்தி, பூட்டன், பூட்டிகளிடம் வாப்பிச்சட்டப்பா நெருக்கமாகப் பழகுறத வீட்டிலுள்ளவுக யாரும் விரும்பல. ஏற்கனவே யாவாரத்திலிருந்து கொஞ்சம் கொஞ்சமாக விலகி இருந்தவருக்கு பேரப் பிள்ளைகளோடு கொஞ்சுவதும் ஜின் கதைகள் கூறுவதும்தான் ஒரே வேலையாக

பிரியமானதாக இருந்தது. இப்போது அதுவும் குறைஞ்சு போச்சு. அதை விடவும் அவர் மீதே தேவையில்லாத சந்தேகப் பார்வையும் விழுந்துடுச்சு. அவர் எங்கு சென்றாலும் மகன்கள், மாப்பிள்ளைகள் என ஆளாளுக்குப் பின் தொடர்ந்தாக. தன் மீது சந்தேகத்தின் நிழல் கவிந்திருப்பது வாப்பிச்சட்டப்பாவுக்கும் நன்றாகவே தெரிந்தது. அடுத்து தன் நிலைமை என்ன என்பதும் அவருக்குத் தெரிந்துதான் இருந்தது. ஆனால் அதுக்கு வாப்பிச்சட்டப்பா உடம்படவில்லை.

"சொத்தப் பிரிக்கறதுங்கிற பேச்சே இங்கன இருக்கப்படாது; மக்கா கடலங்குடி வமிசம் ஒன்னா இருக்கற வரைக்கும்தாம் நமக்கு மதிப்பு. அதைக் குலைச்சுப்புட்டீகன்னா... விறகுக் கட்டைக் கலைச்ச மாதிரி சிதறிப் போயீருவீங்க மக்கா" என்றார். திடீரென அவருக்குக் காயல் பாசை வந்தது. இழுத்து இழுத்துப் பேசினார். பேச்சு இங்குள்ள இழுவையைவிட அதிகமானதாக இருந்தது. வீட்டு ஆண்களுக்குக் கொஞ்சம் கொஞ்சமாக நிதானம் தப்பிக்கொண்டிருந்தது. வாப்பிச்சட்டப்பாவுக்கு வேறு எங்கயோ இன்னும் சொத்து சுகம் இருக்குமென்றும் சந்தேகப்பட்டார்கள். அதை எல்லாம் தங்கமாகவும் நவரத்தினங்களாகவும் பதுக்கி வைத்திருக்கிறார். அந்தப் புதையல் இருக்கும் இடத்தைக் கண்டுபிடித்துவிட வேண்டும் எனத் துடித்தனர். ஒவ்வொருவரும் தனியாக வாப்பிச்சட்டப்பாவிடம் நைச்சியமாகப் பேசிப் பார்த்தனர். ஒண்ணும் நடக்கலை, இருந்தால்தானே... 'ஒண்ணுமே இல்லையே ஐயா' என்றார். இதுக்காக யார் யாரோ வந்து வசியம் செய்து பார்த்தனர். அப்புறம் மை போட்டுப் பார்க்கும் மஸ்தான் ஒருவரையும் அழைத்து வந்தனர். மாடியில் தனியறையில் உள்ளே மஸ்தான் மை போட்டுப் பார்க்கும்போது மகன்கள், மாப்பிள்ளைகள் எல்லோருமே மாடியில் ஆஜராகி இருந்தனர். புதையல்

இருக்குமிடம் தெரிந்தால் எல்லாருமே சமமாகப் பங்கு போட்டுக் கொள்வது என்று ஏற்பாடு. ஆனால் மை போட்டுப் பார்த்ததில் எதுவும் தெளிவாகத் தெரியவில்லை. இந்தத் திசையில் பசு மாடு கட்டிக் கிடக்கும் இடம் என்றான். அந்தத் திசையில் 28 வீடுகளில் பசு மாடு கட்டிக் கிடந்தது. அப்புறம் ஒரு உலக்கை சாத்தி வைத்திருப்பது தெரியுது என்றான். இதையெல்லாம் வச்சு எப்பிடிக் கண்டுபிடிக்கிறது. வீட்டுக்கு வீடு உலக்கை. அப்படியும் எதுவும் தெரியவில்லை. இதையெல்லாம் வச்சு வீடு வீடாக நோட்டம் விட்டதில் ஊர்ப்பகைதான் மிச்சமானது.

சொத்தைப் பிரிச்சாத்தான் ஆச்சு என்றனர் எல்லோரும். வாப்பிச்சட்டப்பா அதுக்கெல்லாம் அசரவில்லை. அலுங்கவில்லை. அதனால் கடைசியாக அவர் மீது அந்த அஸ்திரத்தை ஏவினர். அவரை மாடி அறையில் வைத்துப் பூட்டினர். சிறுசுகள் கூட அந்தப் பக்கம் போகாமல் தடை செய்தனர். எந்த நேரமும் மாடிப்படி முன்பு காவல். முதலில் மூணுவேளைச் சோறு கொடுக்கப்பட்டது ரெண்டு வேளையானது. அடுத்து அதுவும் ஒரு வேளைச் சோறானது. கடைசியில் அதையும் நிறுத்தினர். அடுத்தகட்டம் குடிக்கத் தண்ணிகூட வைக்கவில்லை. ஆனால் வாப்பிச்சட்டப்பா எதற்கும் அசரவில்லை. பூட்டிய அறைக்குள் அமைதியாக இருந்தார். நீங்களாகச் சோறு தண்ணி கொடுக்கும்வரை நானாக எதையும் கேட்க மாட்டேன் என வைராக்கியமாக இருந்தார். ஒரு வாரம்தான். மாடியிலிருந்து நாத்தம் வரத் தொடங்கியதும்தான் மாடி அறையைத் திறந்தனர். வாப்பிச்சட்டப்பா மவுத் ஆகி இரண்டு நாள் ஆகியிருந்தது. அறையில் மலமும் நீரும் கலந்து அதில் வாப்பிச்சட்டப்பா சடலமாகக் கிடந்தார்.

வாப்பிச்சட்டப்பா மவுத் ஆனதை உமருவால் தாங்க முடியவில்லை. உள்ளுக்குள் அழுகை குமுறிக்கொண்டு வந்தது. ஆனால் அழக்கூடாது என வைராக்கியமாக இருந்தான். அப்போது உமருக்கு எல்லா விஷயமும் தெரிந்துதான் இருந்தது. நடப்பது எல்லாம் நாடகம் என்பது அவனுக்குத் தெரியும். ஊரே திரண்டு வந்து வாப்பிச்சட்டப்பாவை ஆண்டவனிடம் அனுப்பி வைத்தது. அந்த நிகழ்ச்சியில் ஒரு சொட்டுக் கண்ணீர் கூட சிந்தக்கூடாது என வைராக்கியமாக இருந்தான் உமர்.

பிறப்புக்கும் இறப்புக்கும் இடையிலான காலம் அல்லா தந்தது. இதில் ஐந்து நெறிகளைப் பின்பற்றி, போகிற இடத்துக்குப் புண்ணியங்களைச் சேகரிக்கிறவன் அல்லாவின் காலடித்தடத்தை அடைகிறான். பாவங்கள் செய்கிறவன் விமோசனம் பெறுவதில்லை. இதில் கண்ணீருக்கு என்ன வேலை என்பதுதான் அப்போது உமர் சாயுபுவின் எண்ணமாக இருந்தது.

உமர் சாயுபுவைப் பொறுத்தவரை வாப்பிச் சட்டப்பாதான் அவனுக்கு எல்லாமாகவும் இருந்தார். இந்த வாழ்க்கையில் எதுவும் நிரந்தரமில்லை. அவன் நாமத்தைத் தவிர. 'யா அல்லா' இதுதான் நிலைத்திருக்கும் வாசகம். சொத்து, சுகம், பொன், பொருள் எல்லாம் மண்ணோடு மண்ணாகப் போய்விடும். வாப்பிச்சட்டப்பாவைப் பொறுத்தவரை கடலங்குடி வமிசம் தழைக்க வேண்டும் என அவர் விரும்பிப் பாடுபட்டார். அதுவும் நிலையானதில்லை என்பது அப்போது அவருக்குத் தெரியவில்லை. அவர் கண் முன்னாலேயே அது சிறுகச் சிறுகச் சரிந்தது. அதை ஏற்க வாப்பிச்சட்டப்பாவுக்கும் மனசு வரவில்லை. தனது வைராக்கியத்தால் போரிட்டார். போரிட்டுத் தோற்று மண்ணைக் கவ்வினார்.

வாப்பிச்சட்டப்பா தனக்காக நெறைய கதைகள் கூறினார். மார்க்கத் தத்துவங்கள் போதித்தார். வாழ்க்கைப் பழக்கவழக்கங்கள் பற்றியும் பேசினார். இன்னதெல்லாம் செய்யலாம் இன்னதெல்லாம் செய்யக்கூடாது என்றும் கூறினார். எப்பிடி வாழணும் என்பதற்கும் எப்பிடியெல்லாம் வாழக்கூடாது என்பதற்கும் அவருகிட்டத்தான் கத்துக்கணும்.

வாப்பிச்சட்டப்பாவின் இதயம் பாவங்கள் அண்டாமல் புனித நீரால் கழுவப்பட்டுப் பாதுகாக்கப்பட்டிருந்தது. குர்-ஆன் வாசிப்புதான் வாப்பிச்சட்டப்பாவை இந்த நிலைக்கு உயர்த்தியது என்பதை உமர் சாயுபு அறிந்திருந்தார்.

நிச்சயமாகக் கடினமானது ஒவ்வொன்றுடனும் இலகுவானது ஒன்றும் சேர்ந்தே இருக்கிறது என்பார் வாப்பிச்சட்டப்பா. அப்படியிருக்கும்போதும் நீ பயப்படும்படி ஒன்னுமேயில்லம்பாரு.

“நான் ஓய்வாவும் அமைதியாவுந்தான் இருக்கேன். என்னைத் துன்பப்படும்படி இறைவன் விடமாட்டான். ஏன்னாக்க எல்லோர் மேலயும் நான் அன்பாயிருக்கேன். உண்மையைப் பேசுறன், தேவையுள்ளவங்களுக்கு என்னால முடிஞ்சத செஞ்சேன். வந்தது யாரு? என்ன ஆளுன்னு நான் பாத்ததில்லை. இரக்கம் என் சுபாவம். அது அல்லா எனக்குக் கொடுத்தது” என்றுதான் சொல்லுவார். நியாயமான ஒவ்வொரு செயலுக்கும் சொல்லுக்கும் ஆதரவா இருந்தாரு. அவர் நம்பிக்கையில் அவர் உறுதியாக இருந்தாரு, அடுத்தவங்க நம்பிக்கைன்னாலும் சரின்னா உடனே ஏத்துக்குவாரு. அப்படி ஏதாவது ஏத்துக்க முடியலன்னாலும் நிர்த்தாச்சண்யமா எல்லாம் பேச மாட்டாரு. ஏழ, எளியதுகளுக்கு எதெது நல்லதோ

அதெல்லாம் மார்க்கத்துக்கும் நல்லதும்பாரு. மொத்தத்தில் மனுஷப்பிறவி அற்பமானதுதான். அவனால் எல்லாத்தையும் தெரிஞ்சுக்கிட முடியாது. நாமெல்லாம் கடைசியில அல்லாவுக்குக் கணக்குக் காட்ட வேண்டியவங்கதான் என்பார்.

தனது அந்திமக் காலத்தில் அவர் படாத துயரமில்லை. அதை நினைக்கும்போது தமது நிலைமை எல்லாம் ஒன்னுமேயில்லைன்னு உமர் நினைத்துக் கொள்வார். நாம மூணு வேள கஞ்சிக்குப் போராடுனாலும் நிம்மதியாத் தூங்குறோம். ஆனாக்க வாப்பிச்சட்டப்பா அம்புட்டு சொத்து சொகம் இருந்தும் எவ்வளவு அவஸ்தப்பட்டாரு. கடைசியில் சோறு தண்ணி இல்லாம, மக்க மனுசங்க ஆதரவு இல்லாம வஞ்சகத்தால செத்துப் போனாரு.

உமர் சாயுபு நாற்பது ஆண்டுகளுக்கு முன்பு தலைச்சுமை யாவாரியாக ஆனதிலிருந்து ஊர் ஊருக்குச் சுத்துகிறார். பெரும்பாலும் சந்தைகளுக்குப் போவார். சாயுபு யாவாரம் சுத்து வட்டாரச் சந்தைகளில் பிரபலமாகியிருந்தது. ஒரு ரூபாய், ரெண்டு ரூபாய்க்கும் துணி மணி வாங்க வேண்டுமானால் சாயுபுவைத்தான் தேட வேண்டும். அத்தனையும் பழைய துணிகள் என்றாலும் பாக்கப் புத்தம் புதுசாக இருக்கும். மக்களின் வறுமை நிலையறிந்துதான் அவர் யாவாரம் செய்து வந்தார். மழை பெய்து கம்மாய், குளத்துல தண்ணி நிறைஞ்சு மிதந்தா புதுத்துணி வாங்கி யாவாரம் செய்வார். இல்லாட்டிப் போனாக்க பழைய துணி யாவாரம்தான். இந்த வருசம் தீவாளிக்குப் புதுத் துணிகளாகவே கொள்முதல் செய்திருந்தார். அவர் எதிர்பார்ப்புக்கு மோசம் வந்துவிடக்கூடாது. வீட்டுல பொட்டுத்தங்கம்கூட இல்ல. எல்லாத்தையும் அடமானம் வச்சுக் கொள்முதல் செஞ்சாச்சு. இதைப் பழையபடியும் நகையா மாத்தணும்.

சாயுபுவின் நம்பிக்கை பொய்த்துப் போகாது போலத்தான் தெரிஞ்சுது. காலையிலேயே சந்தையில் நல்ல கூட்டம். சாயுபுவின் மொகத்தப் பாத்ததுமே சனங்களுக்குச் சந்தோசம். உலகிலேயே மலிவான சரக்கு; மலிவான சரக்கு எதுவுமே நாட்பட்டு உழைக்கும் தரமில்லை. இது ரெண்டு தரப்புக்கும் நல்லாவே தெரியும். இருந்தாலும் நல்ல நாளுன்னு

ஒன்னு வரும்போது ஏதாவது ஒன்னு செஞ்சாகணுமே. மக்கள் தங்கள் இயலாமையை மறைத்துக் கொள்ளப் போடும் நாடகம்தான் உலகிலேயே உயர்வானது.

சந்தை முழுவதும் வாய் கொள்ளாப் பேச்சாக அது இருக்கிறது. பேரம், பேரம், பேரம்.

ஆடு கைமாத்துகிறவர்கள், மாடு, கன்னு கைமாத்து கிறவர்கள் கைகளுக்கு மேல் ஒரு துண்டைப் போட்டுக்கொண்டு பேசுகிறார்கள். இதில் கை தேர்ந்தவர்கள் ஒரு ரகம். கத்துக்குட்டிகள் ஒரு தரம். கத்துக்குட்டிகள் தான் துண்டுக்குக்குக் கீழே என பரிமாறப்படுகிறது என்பதை வாய் வழியாவும் சொல்லுவார்கள். ஒருவர் கையை ஒருவர் பிடித்துக் கொண்டு விரல்களைப் பயன்படுத்தி சங்கேத மொழியில் விலை சொல்லுவது, விலை கேப்பது, கொஞ்சம் குறைப்பது, கொஞ்சம் கூட்டுவது என சைகைகளைத் தங்களுக்குள் பரிமாறிக் கொள்வார்கள். அது வெளியாருக்குத் தெரியாமல் ஒரு துண்டால் மறைக்கப்பட்டிருக்கும். விரலால் பேசிக்கொள்வதைக் கத்துக்குட்டிகள் வாயாலும் சொல்லிக் காட்டிக் கொடுத்துருவாக.

'என்னண்ணாச்சி இந்த வெல சொல்லுதீரு', 'இது கட்டாது. கொஞ்சம் மேல வாங்க'ன்னு வாயாலும் பேரம் பேசுவாக. கைதேர்ந்தவுக உருப்படியப் பாத்து சோதிச்ச பெறகு ஒரு நெதானத்துக்கு வந்ததும் எதிராளி கை விரலைப் பிடித்துத் தோள் துண்டை எடுத்து அதன் மீது போடுவாக. கை ஒன்னு பேசிக்கிட்டிருக்கும். வாய் வேற ஒன்னு பேசும். "ரெண்டு நா மழையிலயே செவக்குளம் கம்மா நெறஞ்சு போச்சாமுல்ல" என்பார் ஒருவர். "ஆமா! ஆனா பக்கத்துல கரிசக்குளம் கம்மா எல்லாம் வறண்டு கிடக்கு" என்று பதில் சொல்வார்.

“பின்ன, காலம் கெட்டுக் கிடக்குல்லா. அதான் ஒரு வயலுக்கு மழை பெஞ்சா அடுத்த வயலில் வெயில் கொளுத்துது.” “அதச் சொல்லும். மனுசன் மனுசனா இருந்தவரைக்கும் வானமும் சொன்ன சொல்லு கேட்டுது. இப்ப மனுசனும் ஆண்டுமாறியாயிட்டான். வானமும் மேகத்தப் பத்திக்கிட்டுப் போயிருது.” ஏதோ மழை விசயத்தைப் பேச வந்தவங்களப் போல பேச்சு முடிஞ்சதும் துண்ட எடுத்துத் தோளில் போட்டுக் கொள்வார்கள். அதற்குள் துண்டுக்குக் கீழே விரல்களின் சைகை பரிமாற்றங்களில் யாவாரம் தெகைஞ்சு போயிருக்கும். மடியிலிருந்து பணத்தை எடுத்துக் கொடுத்துவிட்டு உருப்படியைப் பத்திக் கொண்டு போவாக.

சந்தையில் ஆடு, மாடு வாங்க விக்க மட்டுமில்லாம, மத்த தட்டுமுட்டுச் சாமான், சவுளி யாவாரிகளிடமும் பேரம்தான். பேரம்னா எல்லாத்திலயும் பேரம்தான். வடை விப்பவர் ‘வடை ஓரணா’ என்றால் ‘நாலணாவுக்கு அஞ்சு வடை தாரீரா?’ என்றுதான் பேரம் பேசுவாக.

‘எப்படியும் இந்தத் தீவாளிய அஞ்சுக்கு ரெண்டு பழுதில்லாமக் கடத்தீரலாம்’ என்ற எண்ணம்தான் சாயுபுவின் மனசுக்குள் அப்போது ஓடியது. அதனால் நிம்மதியாக ஒரு டீ குடிக்கலாம் என்றுகூட நெனச்சாரு. ஆனா ‘விடுதா இந்த சனம்’ என அலுத்துக் கொண்டார். கிராமத்திலிருந்து வந்த சனங்களெல்லாம் சாயுபு கடையில்தான் விழுந்தன. சந்தையில் நுழைஞ்சதும் சாயுபு கடை விரிச்சிருப்பதைப் பாத்ததும்தான் அவுகளுக்கெல்லாம் நிம்மதி. ‘சாயுபு கடை போட்டிருந்தால் கையில் இருக்கும் காசுக்கு என்னத்தையோ ஒன்ன வாங்கீட்டுப் போயிறலாம்’ என்ற ஏக்கம் ஏழை சம்சாரிகளுக்கு. இல்லன்னா

மத்தவங்க ஏமாத்துவாங்க. பழைய துணியக்கூட புதுத்துணின்னு சொல்லி ஏமாத்துவாங்க. அதனால் சந்தையில சாயுபு இல்லாட்டா பஜாரில் முதலியார் கடைக்குத்தான் போகணும், அங்க எல்லாம் நாகரிகமான டிசைன்ல, நல்ல ஒசத்தி சரக்கா கிடைக்கும், ஆனா வெல கொஞ்சம் சாஸ்தியா இருக்கும். சாயுபு கடைக் கிராக்கிகளுக்கு ஏகாம்பர முதலியார் கடையே நவ நாகரிகக் கடைதான். ஏகாம்பர முதலியார் கடை கிராக்கிகளுக்கு ஷோகேஸ் கடை நவ நாகரிகமான கடை. அக்கரைக்கு இக்கரைப் பச்ச.

உமர் சாயுபுவுக்கு ஒரு டீ குடிக்கக்கூட நேரமில்லாமல் யாவாரம் சுறுசுறுப்பாக நடந்து கொண்டிருந்தது. சுத்துப்பட்டி கிராமங்களில் முப்பது ஆண்டு தலைச்சுமை வியாபாரத்தால் அவரது கியாதி பெருகியிருந்தது.

வாப்பிச்சட்டப்பா இறந்த பிறகு கடலங்குடி வம்சம் உருக்குலைந்தது. பெரிய குடும்பம். ஏராளமான பங்காளிகள். காணாததுக்கு உடம்பிறந்த பெண் மக்கமாரின் மாப்பிள்ளைகளும் தங்களுக்கும் பங்கு வேண்டும் என்று போர்க்கொடி தூக்கினர். நித்தம், நித்தம் பஞ்சாயத்துதான் நடந்தது. சொந்த சமூகத்தைச் சேர்ந்த பெரியவர்கள் பேசிப் பார்த்தார்கள். வெளி சமூகங்களிலிருந்துகூட பெரிய தலைகள் வந்து பேசிப் பார்த்தார்கள். ஒத்துமைக்கு வழியில்லை எனப் புரிந்து போனது. கடலங்குடி வம்சம் உடைகிறது எனத் தெரிந்ததும் ஆளாளுக்கு ஒவ்வொருவரைப் பிடித்து மத்தவங்களுக்கு எதிராக மோதவிட்டனர். வம்பு வழக்கு என பெருசாக வளர்ந்தது. கடலங்குடி வம்சத்து சொத்துக்களை ஊர்க்காரர்கள் தின்றனர். சொத்துகள் கரைந்தன. கடைசியாக, கடலங்குடி வமிசம் உடைந்த கண்ணாடியாக சில்லுச் சில்லாகச் சிதறியது.

இதில் நெம்பவும் பாதிக்கப்பட்டது உமர்தான். உமருக்குச் சேர வேண்டியதைக் கொடுக்காமல் ஏமாத்தியதோடு மட்டுமில்லாமல் அவன் மனசையும் சுக்கல் நூறாக உடைச்சு நொறுக்கி அனுப்பினார்கள். பீவியுடனும் கைக்குழந்தைகளுடனும் கடலுக்கு முன்னால் அனாதைகளாக நின்றபோது பீவி காதிலும் கழுத்திலும் போட்டிருந்த பொட்டு பொடுசு நகைகள், கைக்குழந்தைகளின் உடலில் கிடந்த ஒன்றிரண்டு தவிர இரண்டு துணி மூட்டைகளில் கட்டப்பட்டிருந்த சில துணிமணிதாம் சொத்தாக மிஞ்சின. கடலங்குடி வமிசாவளிகள் ஒருவருக்கு எதிராக ஒருவர் ஏமாற்றிக் கொண்டார்கள் என்றால், வாப்பிச்சட்டச்சியின் செல்லப்பேரன் உமரை எல்லாருமாகச் சேர்ந்து ஏமாத்தி வீதிக்கு விரட்டினர்.

அம்பது ஆண்டுகளுக்கு முன் கடலுக்கு எதிரில் பீவியுடனும் கைக்குழந்தைகளுடனும் நிர்க்கதியாக நின்றார் உமர் சாயுபு. அவருக்கு நெனவு தெரிஞ்ச நாள் முதல் சுகமானாலும் துக்கமானாலும் கடல்தான். இதன் கரையில்தான் வாப்பிச்சட்டப்பாவின் கைவிரல்களைப் பிடித்து நடந்தபடியே கதை கேட்டார். "இந்தக் கடலில் அப்படியே தெக்கால போனா கடேசியா அது அப்பிடியே மேக்கால போயி, வடக்கால திரும்பும்லே" என்பார். அதுதான் மேலைக்கடல். அங்குதான் ஆயிரமாயிரம் ஆண்டுகளுக்கு முன் அரபுகள் வந்து இறங்கினர். அப்போது அவர்கள் வியாபாரிகள் மட்டும்தானாம். அதுவும் நாடோடி வியாபாரிகளாம். ஆனால் நெசவு, வைத்தியம் என அவர்களிடம் ஏராளமான கைத்திறன்களும் இருந்தன. அவர்கள் கடலோடிச் செல்லாத தேசமே கெடையாதாம். அவர்களின் அறிவையும் மிஞ்ச முடியாதாம். இந்த மண்ணில் இறங்கிய பெறகு மண் வளமையப் பாத்து இங்கேயே தங்கி விட்டாகளாம். மேலைக் கடலிலிருந்து

தரை வழியாகவும் கடல் வழியாகவும் கீழைக் கடலுக்கு வந்தாகளாம். இத்தனை ஆண்டு காலமும் கடல் அவுகளைக் கை விட்டதில்லை. இத்தனை ஊழிகள் கைவிடாத கடல் இப்போது உமர் சாயுபுவை மட்டும் விரட்டுகிறது. அலைகள் மீண்டும், மீண்டும் கரையில் வந்து மோதியதைப் பார்த்துத் தன்னை மட்டும் அங்கிருந்து அது விரட்டுவதாக அப்போது உமர் உணர்ந்தார்.

கால்களின் கீழ் கடல் மணல் சரசரத்தது. மணல் சரசரப்பில் சாயுபுவின் கை விரல்கள் வாப்பிச்சட்டப்பாவின் உள்ளங்கைப் பிடிப்பைத் தேடுகின்றன. அவர்தான் முதன் முதலாகக் கடல் பாக்க அழைத்து வந்தது. கடல் மணலிலோ அல்லது வள்ளத்தின் மீதோ உட்கார்ந்தபடிதான் கடலின் மகிமை பற்றியெல்லாம் கூறியிருக்கிறார்.

இந்த மணலில் நடந்தபடிதான் "இந்தக் கடல் எவ்வளோ நீளம் வாப்பிச்சட்டப்பா?" என உமர் கேட்டான்.

கடல் எவ்வளவு தொலைவு என்று எப்படிச் சொல்ல? எப்படிச் சொன்னாலும் அந்தப் பதில் அவனுக்குத் திருப்தியாக இல்லை.

"இங்கிருந்து நம்ம மசூதி போற அளவு தொலவா?"

"இல்ல, இன்னுந்தூரம்"

"ஹலிமா மச்சி வீடு இருக்கே, அவ்ளோ தொலவா?"

"இல்ல இன்னுந் தொலவு"

"புதூர் தர்ஹாவுக்குப் போவமே, அவ்ளோ தொலவா?"

"இல்ல இன்னும்ம்"

"பெறவு எவ்ளோ தொலவு, வாப்பிச்சட்டப்பா?"

"நம்ம கடலங்குடி வம்சத்து வீடு எவ்ளோ பெருசு?

"நெம்பப் பெரிசு. அதமாதிரி வீட நாம் பாத்ததே இல்ல."

"அந்த வீடு கடல்ல மெதந்துச்சுன்னா, போவப் போவ சின்னதா ஆகி, ஆகி கடேசியில் கடுகு மாதிரி புள்ளியாத் தெரியுமுல்ல... அவ்ளோ தொலவுக்கும் அதிகம்..."

"அப்டீன்னா எவ்ளோ தொலவு?"

வாப்பிச்சட்டப்பா ரோசித்தார். அப்போதுதான் அவருக்கே புரிந்தது.

"கடலுக்கு முடிவே கெடையாது. அது போய்க்கிட்டே யிருக்கும். அது அநாதி தூரம்."

இப்போ அவர் அதைவிட அதிகத் தொலைவுக்கு அல்லாவிடமே போய்விட்டார். பாதங்களுக்குக் கீழ கடல் மணல் உமரிடம் ஏதோ கேட்கிறது. என்ன கேட்கிறது? 'வாப்பிச்சட்டப்பாவ எங்க?' என்று கேக்குதோ! 'அவர எங்கடா தொலைச்சுட்டீக' என்று கேக்குதோ என நெனைச்சான்.

இந்தக் கடல் மணலுக்கு வாப்பிச்சட்டப்பாவை நெம்பப் பிடிக்கும். இந்த மணலின் பெருமை அவருக்குத்தான் தெரியும். மணல் பத்தி கதை கதையாச் சொல்லியிருக்கார். "உமரு இது சாதா மண்ணில்லலே. நெம்ப சக்தி வாய்ந்தது. கன்னாகுமரியில் மண் செவந்திருக்கும். அதுக்கு இந்து புராணத்துல கதை இருக்கு. பராசக்தியின் ரத்தம் கலந்த மண்ணுன்னு அதச் சொல்லுவாங்க. ஒரு உலைக்குப் பக்கத்துல போனா எப்படி காங்கை அடிக்குமோ அப்பிடி ஒரு காங்கை

அந்த மணலைக் கையில் ஏந்தும்போதும் இருக்கும். திருச்செந்தூருல இருந்து வேம்பார் வரைக்கும் பாத்தீன்னா தேரிக்காட்டு மண் அப்படியே பஸ்மமா இருக்கும். அது என்னென்னு நெனைக்க? ஒரு பொண்ணுவிட்ட சாபத்தோட அக்கினி அதுக்குள்ள தகிச்சுக்கிட்டு இருக்கு. ஒரு ராசா தப்பா தீர்ப்பு சொன்னதால சிரச்சேதம் செய்யப்பட்ட அந்தப் பொண்ணு தன் தலையை அவுத்துப் போட்டு ஆவேசமா விட்ட சாபத்துல மானத்துல இருந்து மணல்மாரி பொழிஞ்சு இப்படி ஆயிருக்கு. இந்த மணலும் சாதாரண மணல் இல்ல. ஏன்னா இந்தக் கடல் சாதாரணக் கடல் இல்ல. ஒலகத்துல எங்கயும் இல்லாத கடல் ஜீவன்கள் எல்லாம் இந்தக் கடலுக்குள்ள இருக்கு. கடல் குருத, கடல் பசு, பாசி, கடல் தாழைன்னு இன்ஷா அல்லா வளமான கடல். அதனால இந்த மணலும் சாதாரண மணல் இல்ல. நான் யாவாரத்துக்காகப் போகாத கடல் இல்ல. கீழக் கடல்ல வேதாரண்யம் வரைக்கும் போயிருக்கேம். மேலக் கடலும் பாத்திருக்கேன். கீழக்கடல், மேலக்கடல் தாண்டியும் போயிருக்கேன். ஆனாக்க, கன்னாகுமரிலருந்து இங்க வரை இருக்குற மணலுக்கு ஒரு சத்தி இருக்கு. வேணாம் பாரேன்! இதோட மகிமை தெரிஞ்சு இத அள்ளி வித்து கோடீஸ்வரனா ஆவப் போறாங்க. ஒங் காலத்துலயே நீயும் அதப் பாக்கப்போற. நீயும் கருத்தா இருந்து பொழைச்சா அது நீயாவும்கூட இருப்பலே" என்று அப்போ அவர் சொன்னது உமருக்குப் புரியவில்லை. இப்பவும் முழுசாப் புரியல. ஆனால் அந்தச் சொல்லெல்லாம் மனப்பாடமா மனசுக்குள்ள பதிஞ்சு போச்சு!

அப்போ உமர் சாயுபு மட்டும் அங்கு அனாதையாக நின்று கொண்டிருந்தார். கடல் அலைகளுக்குப் போட்டி போட்டுக்கொண்டு அவர் மனசுக்குள் துக்கம்

அலை அலையாக மோதிக் கொண்டிருந்தது. வெடித்து அழ தாம் என்ன பெண் பிள்ளையா என நினைத்துக் கொண்டார்.

வாப்பிச்சட்டப்பா மவுத் ஆகி நாற்பது நாள் துக்கம் முடியும் வரை காத்திருந்தார்கள். கடலங்குடி பெரிய சாயுபு மவுத் ஆகியுள்ளதால் அதுக்குத் தக்கனபடி எல்லாம் நடக்க வேணும் என எல்லாரும் விரும்பினார்கள். பெரிய சாயுபு மவுத்தான துக்கம் விசாரிக்க ஆளுக வந்து கொண்டே இருந்தாங்க. வந்தவுகளோட கடலங்குடி ஊரு ஜனம் எல்லாத்துக்கும் நெதமும் பந்தி நடந்தது. வாப்பிச்சட்டப்பா ஒரு வாரம் சோறு, தண்ணியில்லாம கிடந்து செத்து, நாறிப் போனாலும் நல்லபடியாக அல்லாவிடம் போய்ச் சேர்ந்தார் என்றே சொல்லப்பட்டது.

அதுக்குப் பெறகு கடலங்குடி வமிசத்தில் சூறாவளி ஏற்பட்டது. கடலங்குடி வமிசத்தின் அத்தனை தலைக்கட்டுகளும் ஊரார் தின்றது போக மிச்சமிருக்கும் சொத்துகளைப் பங்கு பிரிக்கும் வேலையில் இறங்கினர். இதுக்காக சமூகத்தின் பெரியாளுக பலரும் வந்தாக. உள்ளூர் ஆளுகளும் அதில் இருந்தாக. பெரிய பஞ்சாயத்தாகவே அது நடந்தது. ஒவ்வொரு தலைக்கட்டையும் பின்னாடி இருந்து தூண்டிவிட்ட வேத்து ஆளுகளும் இருந்தாக. அவுகளும் அவங்கவங்க தரப்பு ஞாயத்தப் பேச வந்திருந்தாக. பஞ்சாயத்துப் பேச்சு ஒரு வாரம் இழுத்தடிச்சுது. மொத்தத்துல என்னென்ன சொத்து இருக்கு, வீடு, கட்டடம், நிலம் எவ்வளவு, சரக்குக எவ்வளவு, தங்கம், வைரம், வைடூரியம், முத்து, பச்சை, நீலம்ன்னு நவரத்தினங்க எவ்வளவு, ரொக்க இருப்பு எவ்வளவு, கொடுக்க வேண்டியது என்ன, வர வேண்டியது என்னன்னு எல்லாத்தையும் கணக்கெடுத்தாக. அதுக்குப் பெறகு

வாப்பிச்சட்டப்பாவின் ஆண் மக்கள் வகைக்கு ரெண்டு பங்கு, பெண் மக்களின் வகைக்கு ஒரு பங்குன்னு பேசி முடிச்சாக. அதுக்குள்ள ஏக கைகலப்பாய்ப் போச்சு. பெண் மக்களின் வாரிசுகள் யாரும் இதை ஏத்துக்கல. அவுக ஆளுக வேல்கம்பு ஈட்டியோட வந்து காத்திருந்தாக. அதுக்குக் குறைச்சல் இல்லாம ஆண் மக்க வாரிசுகளும் அருவா, கம்போட இருந்தாக. இருந்தாலும் பேசி ஒரு முடிவுக்கு வந்தாக. ஆக ஆண் மக்க வகையறாவுக்கு ரெண்டு பங்கு, பெண் மக்க வகையறாவுக்கு ஒரு பங்குன்னு கடேசியில் முடிவாச்சு. அது இல்லாம யாவாரத்த ஆண் மக்க வாரிசுக கவனிக்கிறதுன்னும் கிட்டங்கிகள்ல இருக்குற சரக்குகள் எல்லாம் அவுகளைப் போய்ச் சேரும்னும் முடிவு செஞ்சாக.

அதுக்குப் பெறகு ரெண்டு பங்குக்கான சொத்துப் பட்டியல் என்னென்ன, ஒரு பங்குக்கான சொத்துப் பட்டியல் என்னென்னன்னு பேசுனாக. நிலம், நீச்சு, ரொக்கம், நகை நட்டுகள் எல்லாம் பிரிக்கப்பட்டது. அதுக்குப் பெறகு நான்கு ஆண் மக்களுக்கு ரெண்டு பங்கு சொத்துல இருந்து சரிக்கு சமமா நாலா பிரிச்சு பட்டியல் போட்டாக. அப்புறம் ஏழு பெண் மக்களுக்கு ஒரு பங்கு சொத்துல இருந்து சரிக்கு சமமா ஏழாப் பிரிச்சுப் பட்டியல் போட்டாக.

அதுக்குப் பெறகு இதோட நிறுத்திக்கிறது, அவுகவுக பங்க வச்சுப் பிழைக்கிறதுன்னு ஒரு முடிவுக்கு வரலாம்னு பேச வந்தவுகள்லாம் சொன்னாக. ஆனா வாப்பிச்சட்டப்பாவின் பேரன் பேத்திக அதுக்கு ஒத்துக்கலை. பதினோரு பங்காளிகளுக்குப் பிரிக்கப்பட்ட சொத்துகளை ஒவ்வொரு பங்காளியின் பிள்ளைகளுக்கும் தனித்தனியா பிரிச்சாகணும். அதுலயும் ஆண் மக்களுக்கு ரெண்டு பங்கு, பெண்

மக்களுக்கு ஒரு பங்குன்னுதான் பிரிச்சுப் பட்டியல் போடணும்னு பேரன்கள், பூட்டன்கள் வம்புக்கு நின்னாக. ஆனா, இதை அவுகளப் பெத்தவுக யாரும் கேக்கல. இப்ப நம்ம பங்குக்கு இருக்கிறத பிரிச்சுட்டா நாளைக்கு இவனுககிட்ட கஞ்சிக்குக் கையேந்தி நிக்கணும், கடேசில நம்ம வாப்பாக்கு ஏற்பட்ட கதிதாம் நமக்கும்னு அச்சப்பட்டாக.

ஆனா புதிய தலைமுறை என்ன நெனைச்சதுன்னா நம்ப பங்கப் பிரிச்சு வாங்கிட்டு, அத வந்த விலைக்கு வித்திட்டுப் பட்டணத்துக்குப் பிழைக்கப் போகலாம்னு நெனச்சாக. பெத்தவுகளுக்கும் பிள்ளைகளுக்கும் இடையில பெரும் கூப்பாடா இருந்துது. கடேசியில மத்தியஸ்தம் செஞ்சவுக தலையிட்டு இதோட நிக்கட்டும், இனி பாகம் பிரிக்கிறதுன்னா அவுகவுக பெத்தவுககிட்ட தனித்தனியாப் பேசி தீர்த்துக்கிடணும், நாங்க இதுல இன்னுமே தலையிட மாட்டோம்னு முடிவா சொல்லிட்டாக.

இப்பிடியாக உமரின் பாகம் அவனது வாப்பா ஜலாலிடம் சிக்கியது. ஆனால் வாப்பாவுக்கு வயசாகிக் கொண்டிருந்தது. அண்ணன்மார்கள்தான் யாவாரத்தக் கவனிச்சுக்கிட்டு இருந்தாக. உமரும் யாவாரத்தில் இருந்தாலும் கடைக்குட்டிப் பையனான அவனிடம் யாரும் கலந்துக்கிறது இல்லை. அவனுக்காக வாப்பிச்சட்டப்பா இன்னமும் எங்கயோ புதையல் சேர்த்து வைச்சுருக்கார் என்றும் அது அந்த உமருக்கு மட்டும் தெரியும் என்றும் அவங்க எல்லாரும் நம்புனாங்க. இதை மதினிகள் கூட சாடைமாடையாகப் பேசிக்கிட்டாக.

"கொழுந்தனாருக்கு என்ன, அவுக வாப்பிச் சட்டப்பாவோட செல்லப் பேரனாச்சே.

அவுகளுக்குன்னு தனியா ஏதும் செஞ்சிருப்பாக" என்று உமர் காது படவே மதினிகள் கூறுவார்கள். உமருக்கு என்ன சொல்வது, என்ன செய்வது என்று தெரியவில்லை. 'சும்மா கேலிக்குச் சொல்றாக' என்றுதான் அவன் நினைத்தான். அதனால் எல்லோரோடும் சேர்ந்து யாவாரத்தைக் கவனித்தான். ஆனால் பணம் கொடுக்கல் வாங்கலில் அவன் புழங்குவதை அண்ணன்மார்கள் யாரும் விரும்பவில்லை. இதனால் நாளடைவில் ஒரு வேலைக்காரனைப் போல ஆனான். இதுக்கிடையில் பீவி வந்து சேர்ந்தாள். பீவி பேருக்கேத்த அமைதியான பெண். ஆனால் அவளை அமைதியாக அவர்கள் இருக்க விடவில்லை. ஒதுக்கிக்கொண்டே இருந்தனர். பிள்ளைகளும் பிறந்தனர். உமரின் வாரிசுகளை வாப்பிச்சட்டப்பாவின் சொத்துக்குப் புதிய பங்காளிகளாகப் பார்த்தனர்.

ஆனால் உமரை சண்டை போட்டு விரட்ட வேண்டியதில்லை என்பது அவர்களுக்குத் தெரியும். இடத்தை நெருக்கிக்கொண்டே இருந்தால் போதும் என திட்டமிட்டனர். கடையில், வீட்டில் சதா பொரணி, சாடை பேசிக்கொண்டே இருந்தனர். பீவி நடந்தா குத்தம்; நின்னா குத்தம். பிள்ளைகள் மத்த பிள்ளைகளோடு சேர அனுமதிக்கவில்லை. ஒருநாள் கூட பீவி அந்த வீட்டில் நிம்மதியாகத் தூங்கவில்லை. உமருக்கு சள்ளையாக இருந்தது. ஒருநாள் கையில் கிடைத்த துணிமணிகளை மூட்டை கட்டிக்கொண்டு பீவியையும் பிள்ளைகளையும் அழைத்துக் கொண்டு பிறந்து வளர்ந்த அந்த வீட்டை விட்டுக் கிளம்பினார். கடைசியில் கடல் மணலில் வந்து நின்றார்.

கடலங்குடி வமிசத்தின் கதைகளை மட்டும் சுமந்தபடி மீண்டும் தெக்கு நோக்கி நடந்தார். கைக்குழந்தையைத்

தூக்கிக்கொண்டு பீவியும் உடன் நடந்தாள். நாள் முழுவதும் நடந்து கால் சோர்ந்து போகும்போது அருப்புக்கோட்டை எல்லையில் ரெண்டு பேரும் இருந்தாக. எல்லை மடத்தில் படுத்து எழுந்து மீண்டும் நடந்தாக. மறுநாள் பொழுது அடைய இந்த டவுனில் இருந்தார்.

இதுக்கு மேல எங்க நடக்க எனத் தெரியவில்லை. பூமி இந்த ஊரோடு முடிந்துவிட்டது. இனி மேலும் நடப்பதற்கு பூமி இல்லை என்று உமர் நினைத்தார். அப்போது ஒலித்த வாங்கொலி அவருக்கு நல்ல சகுனமாத் தெரிஞ்சுது. வாங்கொலி வந்த திசையை நோக்கி நடந்தனர். பிழைப்புக்காகத் தெக்கேயிருந்து வருவதாகப் பள்ளி வாசலில் கூறினார். தாம் யார் என்ற விவரத்தை யாரிடமும் சொல்லவில்லை. தனது பூர்வீகக் கதைகளும், செல்வாக்கும் தமக்குள்ளேயே பொதைஞ்சு போகட்டும் என எண்ணினார். பள்ளிவாசல் தெருவில் ஒரு வீட்டை வாடகைக்குப் பிடித்தார். குடித்தனத்துக்குத் தேவையான கொஞ்சம் பாத்திர, பண்டங்கள், சில தட்டுமுட்டுச் சாமான்களை சில நகைகளை வித்து வாங்கினார். சொளகு, முறம், உரல், உலக்கை, அருவாமனை என எல்லாமும் வாங்க வேண்டியிருந்தது. தொழில்? தமக்கு என்ன தொழில் தெரியும் என்று ரோசித்துப் பாத்தார். ஒண்ணும் புலப்படவில்லை. பரம்பரை பரம்பரையாக யாவாரந்தான். அதை ஒரு அனுபவமாக யார் எடுத்துக்குவாங்க. ‘அப்பிடியா! அப்ப யாவாரம் செய்யத் தெரியாம, தோத்துப்போய் ஓடி வந்தவனா!’ என கேலிதான் பேசுவார்கள். ‘சொந்த ஊரில் வெல போகாத மாடு அசலூரில் வெல போயிருமா?’ என்றும் சொல்வார்கள். உலகில், தோத்துப் போன யாவாரியின் அனுபவத்துக்கும் சொல்லுக்கும் என்ன மதிப்பு இருக்கப்போகுது. அதனால அதையெல்லாம்

வெளியில் சொல்ல முடியாது. கோவலன் கதையில எல்லாத்தையும் இழந்த கோவலனுக்குத் திரும்பவும் பிழைக்கணுமுன்னா யாவாரம் மட்டும்தான் தெரிஞ்ச தொழிலா இருந்துச்சு. அந்த நிலைமதான் உமர் சாயுபுவுக்கும் இப்ப இருந்தது. யாவாரம் செய்ய முதல் வேண்டாமா? கையில என்ன மிச்சமிருக்கு? என்ன யாவாரம் செய்யறது? இதே சிந்தனைதான். பீவியை ஏறெடுத்துக்கூட பாக்க முடியல. ஆனா ஏதாவது செஞ்சாகணும். நல்லா ரோசிச்சுப் பாக்கும்போது ஒன்னு மட்டும் நல்லாப் புரிஞ்சுது. யாவாரத்துக்கு ஏத்த ஊர் இந்த ஊர். சுத்துப்பட்டி மக்கள் எல்லாரும் இந்த ஊருக்கு வந்துதான் வேண்டியத வாங்கிட்டுப் போறாங்க. ஊரில் பெரிசு, பெரிசா ரெண்டு மில்லுக இருக்கு. காணாததுக்குத் தீப்பட்டியாபீசுக. அச்சாபீசுக. ஜின்னிங் பேக்டரிக. பார்த்தா நல்ல காசு பணம் பொழங்குற இடமாத் தெரிஞ்சுது. இங்க பொழைக்காம வேற எங்கனப் போயி பொழைக்கப் போறோமுன்னு சாயுபு தனக்குள் நெனச்சுக்கிட்டார். ஏகாம்பர முதலியார் போலவே உமர் சாயுபுவும் இந்த டவுனை தேர்ந்தெடுத்தார்.

இப்படித்தான் ஒருநாள் யதேச்சையாக ஏகாம்பர முதலியார் கடையேற வேண்டிய நிலைம உமர் சாயுபுவுக்கு வந்துச்சு. வீட்டுக்குக் கொஞ்சம் துணிமணி வாங்க வேண்டியிருந்துச்சு. 'முதலியார் கடைக்குப் போங்க, அங்க சல்லுசா கெடைக்கும்'னு சுத்தியிருந்தவங்க சொல்லியிருந்தாங்க. அதான் விசாரிச்சு இங்க வந்தாரு. வந்து முதலியார் முகத்தப் பாத்ததுமே துணுக்குனு ஆயிப் போச்சுது. அச்சு அசலா அப்படியே முத்தாலிபு முகம். அவன் வயதும் அவர் வயசும் ஒன்னாத் தெரிஞ்சிது. ஏகாம்பர முதலியாருக்குள் முத்தாலிபைப் பார்த்தார். அப்படியே ஏகாம்பர முதலியாரை அணு அணுவாக ஆராய்ச்சி செய்து

கொண்டிருந்தார். கடையேறி வந்து உக்காந்தவரு அப்படியே 'திக்பிரமை' பிடிச்ச மாதிரி அசையாம முதலியாரு முகத்தையே பாத்துக்கிட்டு இருந்தது முதலியாருக்கு ஒரு மாதிரி இருந்துச்சு. என்ன இருந்தாலும் வளர்த்த முகம் இப்படியும் மறந்து போகுமா? ஆனா முதலியாருக்கு இதெல்லாம் ஒன்னும் புரியலை. மெய் மறந்து தன் மொகத்தயே பாத்துக்கிட்டிருந்த உமர் சாயுபுவை அதிசயமாகப் பார்த்தார். உமர் சாயுபு திடீர்னு நெதானம் வந்து சுதாரிச்சுக்கிட்டாரு. ஒண்ணும் பேசல. என்னத்தப் பேச? என்னன்னு கேக்க? ஒன்னும் அவருக்குப் பிடிபடல. ஆனா முத்தாலிபு வளந்தா இப்படித்தாம் இருப்பான்னு மட்டும் உறுதியா மனசுக்குள்ள நெனைச்சுக்குவாரு. அதுக்கும் பெறகும் இந்த முப்பது, நாப்பது வருசமா அந்தப் பக்கம் போகும்போதும் வரும்போதும் ஏகாம்பரம் முகம் தெரியுதான்னு கடைக்குள்ள பார்ப்பதைத் தவிர்த்ததில்லை. இப்பவும் திடீர்னு அவன் ஞாபகம் வந்தது. பாக்கணும் போல இருந்துச்சு. முதலியார் கடைக்கு ஒரு முறை போய் பாக்கணும்னு நெனைச்சுக்கிட்டாரு. ஆனா இது விஷயமா அவர் பீவியிடம் கூட இதுவரை வாய் திறந்து எதையும் சொன்னதில்ல. சொன்னாத்தான் யாரு நம்பப் போறாக!

உச்சிவெயில் இறங்கத் தொடங்கியதும் சந்தை மீண்டும் களை கட்டத் தொடங்குச்சு. இந்த வருசம் போல எந்த வருசமும் தீவாளிச் சந்தை இவ்வளவு கூட்டம் அலை மோதியதில்லை என்று சொல்லுமளவுக்குச் சந்தைக்குள் தள்ளுமுள்ளாக இருந்தது. இது ஒவ்வொரு வருசமும் சொல்லப்படுவதுதான்: 'அடேங்கப்பா, என்ன சனம்? செம்மறியாட்டுக் கூட்டமாட்டம்ல்ல சனம் மொய்க்குது. இம்பூட்டுச் சனங்கள நா என் வாழ்நாளில் கண்டதில்ல. இந்தப் பஞ்ச காலத்திலயும் எங்கயிருந்துதான் பணம் காய்க்குதோ' என சந்தைக்கு வெளியே ஏதாவது ஒரு

பெரிசு வருசம் தவறாமல் இப்பிடிச் சொல்லுறதக் கேக்கலாம்.

சுத்துப்பட்டி கிராம மக்கள் தீவாளிச் சந்தையில் ஊரையே துவம்சம் செய்துவிட்டார்கள். எங்கு பாத்தாலும் திருவிழாக் கொண்டாட்டம். பலூன் விக்காதது ஒன்னுதான் பாக்கி. கரிசல் சம்சாரி துக்கமானாலும் தொண்டை கிழியக் கத்துவான். சந்தோசமானாலும் அவன் தொண்டையில் பட்டாசு வெடிக்கும். மேக்காத்த எதித்து அடுத்த ஊருக்கும் கேக்கும் அவன் குரல். பஜாரில் சம்சாரிகள் பேசிக்கொண்டது சத்தச் செடிகளாக மிதந்தன. காய்ஞ்சு கரடு தட்டிப்போன கரிசல் மண்கட்டிகளில் நடந்து நடந்து கரடு தட்டிப்போன பாதங்களும் டயர் செருப்புகளும் தேய்த்து தேய்த்து ஊர் முழுவதும் புழுதிக்காடாக எழுந்தது. கண்ணாடி ஷோகேஸ் கடைகளில் மாட்டியிருந்த அலங்கார விளக்கு வெளிச்சத்தில் புழுதி ஒளிப்புயலாக எழுந்தது. அதோடு தீவாளி விளம்பரத்துக்காகக் குழாய்களும் கத்தின. சம்சாரியின் குரலுக்கு முன் இந்தச் சத்தத்தால் ஈடு கொடுக்க முடியவில்லை என்பதுதான் யதார்த்தம்.

ஆனால், ஏகாம்பர முதலியாருக்கு காலையிலேயே பேரிடியாக வந்து விழுந்தது. சள்ளை. எரிச்சல். காலையில ஆரம்பிச்ச வதந்தி அதுக்குள்ள ஊரு பூராம் பரவிப் போச்சு. அது நிசந்தானான்னு முதலியாருக்கே சந்தேகந்தாம். நேரம் ஆக ஆக அது உறுதியாயிட்டு. இது எப்படி முடியும்னு பஜாரில் உள்ள எல்லா சின்னக் கடைக்காரங்களும் மூக்குல விரல வச்சாங்க. முதலியார்தாம் ‘ஏழை எளிய சின்ன யாவாரிங்க அடி மடியிலயும் கைவைக்க ஆரம்பிச்சிட்டாங்க’ன்னு சொன்னாரு. விசயம் இதுதாம்: காலையிலயே சனங்க வந்து ‘அண்ணாச்சி ஒம்பதேகால் ரூவா சேலை

இருக்கா'ன்னு கேக்க ஆரம்பிச்சாங்க. இதென்ன புதுக்கூத்தா இருக்குன்னு அவரு முதல்ல நெனைச்சாரு. அப்புறம் வரிசையா வந்து சொல்லிவச்ச மாதிரி 'ஒம்பதேகால் ரூவா சீலை' குடுங்கன்னாங்க. 'ஏதுய்யா ஒம்பதேகால் ரூவாய்க்கி சீலை. நீங்க வேணா வாங்கிக் கொண்ணாந்து குடுங்க. எத்தன சீலன்னாலும் பத்து ரூவாய்க்கு வாங்கிக்கிடுதம்'னு சொன்னாரு. பிறகு ஏன் சொன்னம்னு ஆயிப் போச்சு.

நடந்தது என்னன்னா, சீவில்லிப்புத்தூர் பக்கத்துல ஏராளமான தறிகளில் மலிவான சீலை ரகங்கள் நெசவு தாராளமாக நடக்கும். சீலைக்கான அளவெல்லாம் சரியா இருக்காது. ஒரு சீலைன்னா குறைஞ்சது பத்து, பதுனோரு முழமாவது இருக்கணுமுல்ல. அது ஒம்பது முழந்தான் இருக்கும். ஆனா மானத்த மறைக்க அது போதுமுல்ல. அதனால அதுக்கு ஏழை எளிய சனங்க மத்தியில கிராக்கி உண்டு. அதனால் தறியில பதுனோரு ரூபாய்க்கு வாங்கி போக்குவரத்து செலவு ரெண்டு மூணு ரூவா வரும். ஒரு சீலை பதினைஞ்சு ரூவாய்க்கு வித்தாக்க, சீலைக்கு ஒரு ரூவா கிடைக்கும். ஆனா, சின்னக் கடைகளுக்குப் போறவுகளையும் வளைச்சுப் போட்டு வெரட்டணுமுன்னு ஷோகேஸ் கடைக்காரன் ஒருத்தன் திட்டம் போட்டிருக்கான். 'மலிவு விலையில சீலை கொடுத்தா எல்லாத் துணிமணியும் விலை சல்லிசாத்தாம் இருக்கும்னு நம்பி ஏமாந்து சனங்க எல்லாம் ஷோகேஸ் கடைகளுக்குப் படையெடுத்து வருவாக'ன்னு கணக்குப்போட்டு, சீவில்லிப்புத்தூர் தறிகளில் அறுத்த மொத்தச் சீலைகளையும் ஒம்பது ரூவாய்ன்னு பேசி ரெடி கேஷ் கொடுத்து வாங்கியிருக்காம், அதுவும் இல்லாமல் தறியிலருந்து அறுக்க அறுக்க அவங்களாவே கொண்டுவந்து கொடுத்தா பஸ் சார்ஜ் சேர்த்து ரொக்கமா கொடுக்கறதா வேற சொல்லியிருக்காம். ஒம்பது ரூவாயோட சிப்பச்

செலவு கால் ரூவா சேத்து ஒம்பதேகால் ரூவாய்க்கு காலையில இருந்து சீலை விக்க ஆரம்பிச்சிருக்காம். தீவாளிச் சந்தையில்லியா? சேதி விஷம்போல பரவி சின்னக்கடை யாவாரிகளின் பிழைப்பை நிர்மூலமாக்கத் தொடங்கிருச்சி இந்த ஒம்பதேகால் ரூவா சீலை.

எங்க பாத்தாலும், "ஒம்பதேகால் ரூவாயிக்குச் சீல விக்காகளாமுல்ல"ங்கறதுதான் பேச்சு! அந்த வெலையில் ஒரு ஒத்தத்தட்டு (நாலு முழம்) வேட்டிகூட வாங்க முடியாது. இப்படி ஒரே நாளுல மொத்த யாவாரத்தையும் கவுத்துட்டாம். அதே மாதிரி பாலியஸ்டர் சட்டைத்துணி பதினைஞ்சு ரூவாய்க்கு விக்க ஆரம்பிச்சுட்டாங்க. எல்லாம் சூரத் ஐட்டம். மட்டமான பாலியஸ்டர் நூல். அதெல்லாம் சனங்களுக்குத் தெரியவா போகுது. நயம் பாலியஸ்டர் துணி மீட்டர் நாப்பது ரூவா, அம்பது ரூவான்னு விய்க்கும்போது மொத்தச் சட்டைக்குமான துணி பதினைஞ்சு ரூவாய்க்கும் இருபது ரூவாய்க்கும் கெடைக்குமுன்னா எவன் முதலியார் கடைக்கு இனி வரப் போறான். அதனால் ஷோகேஸ் கடைகளில் கூட்டம் தள்ளுமுள்ளு ஏற்படும் அளவுக்கு முண்டியடிச்சுது.

இதெல்லாம் யாவார தர்மமாக ஏகாம்பர முதலியாருக்குத் தெரியவில்லை. இது ஒரு சூது! ஒரு பொருளை நட்டத்துக்கு வித்து இன்னொரு பொருளில் கொள்ளையடிப்பது என்பது நெறி தவறிய காரியம். ஒரு பொண்ணையோ, பிள்ளையையோ பொய் சொல்லிக் கட்டி வைப்பது போலத்தான். அந்தக் கலியாணம் எப்படி நெலைக்காதோ அப்படித்தான் இந்த யாவாரமும் நெலைக்காது. மக்களும் என்ன முட்டாள் சனங்களா! அங்க ஒம்பது ரூவாய்க்குச் சீலை கொடுக்கிறான்னா அதை மட்டும் அங்க வாங்குவான்.

மத்தத் துணிமணிகளுக்கு நம்மைத்தான் தேடி வரணும். பதினைஞ்சு ரூவாய்க்கு சட்டைத்துணி தராம்னா தையக்கூலி நாப்பது, அம்பது ரூவா ஆகும்ல; அத அவங்கப்பனா வந்து கொடுப்பான்னு முதலியாரு நெனச்சுக்கிட்டாரு.

அவரு நெனப்பு சரிதாங்கறத சம்சாரிங்க நிரூபிச்சுட்டாங்க. என்னமோ ஒன்னுக்குப் பேர்வாதியா விக்காகளாம்னு போனவக எல்லாம் தலை தெறிக்க ஓடியாந்தாக. நேரா முதலியார் கடைப் படியேறிச் சிரிச்சாக. ‘சீலை ஒம்பதேகால் ரூவாயாம்! ரவுக்கைத் துணி பதினைஞ்சு ரூவாயாம்! இது நல்ல கூத்தால்ல இருக்கு’ன்னாக. ‘கோவணம் ஓசிப் பணம். அருணாக்கயிறு அஞ்சு பணமாம்’னு நாளைக்குக் காடுகளில் இதுதான் ஒரே சிரிப்பாணிப் பேச்சாயிருக்கும். ஆனாலும் ‘இது நல்லதுக்கில்ல’ என்றுதான் முதலியாருக்குப்பட்டது. அவனவன், அவனவன் யாவாரத்த மட்டும் பாத்துக்கிடறதுதான் நல்லது. அவ்வளவு பெரிய யாவாரி ஏன் சின்னஞ்சிறிய யாவாரிக பொழப்புல கை வைக்கணும்? அப்படீன்னா ஊருக்குள்ள சின்னஞ்சிறிய யாவாரிக யாரும் இருக்கக்கூடாதுன்னு நெனைக்க ஆரம்பிச்சுட்டான் போல. இனிமே இதுக்காக என்னவும் செய்வாம்னு முதலியாருக்குத் தோனுச்சு. அவருடைய அனுபவ அறிவு சும்மாவா சொல்லும். இனி என்ன நடக்கப் போகுதோ?

சாயந்தரம் மனக் கணக்காகப் போட்டுப் பாத்ததில் தீவாளிச் சந்தை மோசமில்லை என்பது முதலியாருக்குப் புரிந்தது. இன்னமும் நாழி இருக்கிறது. கூட்டமும் அலை அலையாக வந்தபாடுதான் இருக்கு. கொடைக் கோனார், அருணாசல நாடார், கோவணாண்டி எல்லாரும் வந்திருந்து யாவாரத்துக்கு ஒத்தாசையாக

இருக்காக. மூனு பசங்களுக்கும் காலையிலருந்து கை ஓய்ஞ்சு போச்சு. துணிய விரிக்கிறதும், மடிக்கிறதும்னு கை கால் எல்லாம் றெக்கை கட்டின மாதிரிப் படபடத்துக் கொண்டிருந்தன. அதோடு தொண்டைத் தண்ணிய வேற கொடுக்கணும், ஒரே கூச்சலும் கத்தலுமா இருந்துச்சு. சில நேரம் யாரு, என்ன பேசுறாகன்னு கூட தெரியாது. ஆனா ஒரு விஷயத்துல மட்டும் கவனமா இருந்தாக. பணம் கைக்கு வராம சரக்கு கை மாறக்கூடாது, அவ்வளவுதான். திருடன் பெருசா, காப்பான் பெருசாங்கற போட்டிதான். அப்படியும் எம காதகங்க; பேச்சு பேச்சா இருக்கையில உருப்படிய கடத்தீருவாங்க. நீ பாரு, நீ பாருன்னு சரக்கு கடைக்கு வெளியே போயிரும், அதுக்குத்தாம் வெளியே பூதங் காக்கற மாதிரி கோனாரும், நாடாரும் திண்ணையில உக்காந்திருக்காக. அவங்கள மீறி ஒரு உருப்படியும் வெளியே போக முடியாது.

திரும்பவும் யாவாரம் ஒரு பிடி பிடிச்சுது. ராத்திரி பத்துக்குப் பெறகுதான் கொஞ்சம் ஓய்ஞ்சுது. முதலியார் அப்படிச் செத்த காலார நடக்கலாம்னு போனாரு. கூடவே கோனாரும், நாடாரும் நடந்தாக, பார்வதி பிள்ளை கடையில இன்னிக்கு எல்லாத்துக்கும் டிபன். வயிறு பெருத்த கோமளவண்ணன் அப்பவே கிளப்புக் கடைக்குப் போயாச்சு. பெரியவனும் சின்னவனும் கடைப்பையனும் உள்ளே கலைஞ்சு கிடந்த துணிகளை மடிச்சு வச்சுக்கிட்டு இருந்தாக. நடுவான் வெளிய உக்காந்திருந்தான்.

பஜாரிலும் கூட்டம் கொஞ்சம் லேசா ஓய்ஞ்ச மாதிரி தெரிஞ்சுது. திடீர்னு ஒத்தையாளா ஒருத்தன் கடையில ஏறுனாம். அவம் ஏறுறதுக்கு முன்னாலேயே நுரைச்ச பழரச வாசனை முந்திக் கொண்டு வந்தது. நடுவான் நிமிந்து பாக்கவும் மீசையும் முரட்டு முகமும் கள்ளச்

சிரிப்பும் கொண்ட அந்த ஆசாமி தள்ளாடினாலும் கையை நீட்டியபடியே 'தீவாளி மாமூல் கொடு'ன்னு மிரட்டினான். தெரிஞ்ச முகம்தான். பஜாரில் மாமூல் வாங்கும் ரவுடி. "என்ன பாண்டியா இப்படி தீவாளிக் கூட்ட நேரத்துல வந்தா எப்புடி? அப்புறமா வா பாண்டி! பாக்கலாம்"னான் நடுவான். அவன் தள்ளாடியபடி வேட்டிய மடிச்சுக் கட்டுவது போலத் தெரிஞ்சாலும் இப்போது அவன் கையில் துருப்பிடித்த கத்தி. இமைக்கும் நேரத்தில் நடுவானின் கழுத்துக்கு நேரா கத்தியைப் பிடிச்சான். 'இப்பென்ன உம் பொண்டாட்டி தாலியறுக்கணுமா?'ன்னு கேட்டான். உள்ளே இருந்தவுகளுக்கெல்லாம் ஒரே அதிர்ச்சி!

ஆனா நடுவான் மட்டும் கொஞ்சமும் பயந்ததாக் காட்டிக் கொள்ளவில்லை. "சும்மா வெளையாடாத பாண்டி. துருப்பிடிச்ச கத்தி வேற. லேசாக் கீறுனாலும் சலம் வச்சுதுன்னா புண்ணு சாமானியமா ஆறாது. உனக்கு என்ன? குடிக்கணும் அவ்வளவுதானே! அப்பிடி உக்காரு. கடைய எடுத்து வச்சிட்டு ரெண்டு பேரும் சேர்ந்து போயே குடிப்போம். சரியா! ஆனா, இப்பக் காசு மட்டும் கேக்காத" என்று பேசியபடி, அவன் கவனத்தைத் தெசை திருப்பி, சடாரென அவன் கையை இறுக்கிப் பிடித்துக் கொண்டான். உள்ளே இருந்தவங்களும் பாய்ந்து வந்தனர். அவர்களைத் தடுத்துவிட்டு பிடித்த கையை முறுக்கியபடி தானும் எழுந்து அவனை நெட்டித் தள்ளினான். அவன் திண்ணைக்கு வெளியே போய் விழுந்தான். அதுக்குள் கூட்டம் கூடிவிட்டது. பக்கத்துக் கடைகளிலிருந்தும் ஆளுக வந்து சேர்ந்து விட்டார்கள். எல்லோருக்கும் இந்தப் பாண்டிப் பயலின் மீது நீண்டநாள் ஆத்திரம். கடையில் கூட்டம் அதிகமாக இருக்கும்போது அலப்பரை செய்து, கத்தியைக் காட்டிப் பணம் பறிப்பான். இதுக்குப் பேரு மாமூல். எல்லோருக்கும்

கொடக்கோனார் கொலை வழக்கு | 173

பயம் அந்தத் துருப்பிடித்த கத்திதான். இன்னைக்கு அதுக்கு விதி மோட்சம் உருவாகியிருக்கு. ஆளுக எல்லாரும் ஒன்னாச் சேர்ந்து மொய்த்துவிட்டார்கள், பின்னங்கையைக் கட்டி அவனை பஜாரில் ஊர்வலமாக இழுத்துச் சென்றார்கள், ஆனால் அவனை விட்டு விடும்படிதான் நடுவான் சொன்னான். 'கழுதப்பயல விடுங்க அண்ணாச்சி. நல்ல நாளும் பொழுதுமா அவன மேட்டுக்குக் கூட்டிப் போயி கச்சேரில தள்ள வேணாம்'னான். ஆனா யாரும் அவம் பேச்சக் கேக்கல. பல வருசமா சேத்து வச்சிருந்த ஆத்திரத்தத் தீர்த்துக் கொண்டார்கள். அவனை அவமானப்படுத்தும் முகமாகப் பின்னங்கையக் கட்டி மேட்டுக்கு இழுத்துட்டுப் போனாக. முதலியார் கடையில் வேறு யாருமே போகல. ஒண்ணுமே நடக்காத மாதிரி வேலையப் பாக்கத் தொடங்கிட்டாக. முதலியார் முதலில் விக்கித்துதான் போனார். ஏதாவது கடையில் ஒன்னுக்கு மன்னா ஆயிருந்தா என்னவாகும்? கண்ட கண்ட புஸ்தகத்தப் படிச்சு வீணாப் போயிருவாம்னுதான் நடுவானப் பத்தி அவரு நினைச்சுக்கிட்டு இருந்தாரு. ஆனா, எப்பிடியோ அவன் பொறுப்பானவனா திருந்திட்டான். ரெம்ப நெதானமான பையன். இந்தச் சூழ்நிலையில யாராக இருந்தாலும் நடுவான் மாதிரிச் சமாளிச்சுருக்க முடியாது என்பதும் அவருக்குத் தெரியும். மத்த விஷயங்களில் அவருக்குக் கோபதாபம் இருந்தாலும் சமயோசிதமா வேலை பார்க்கும் விஷயத்தில் அவன் மீது முதலியாருக்கு எப்பவும் நம்பிக்கைதான்!

செவ்வாய்க்கிழம தூங்காத இரவாக விடிந்து கொண்டிருந்தது. சந்தைக்கு வந்தவர்கள் இன்னமும் ஊர் திரும்பவில்லை. மாடு, கன்னு, கெடா விக்க வந்தவுக, வாங்க வந்தவுகளோட பணப் பட்டுவாடாக்கள் பெரும்பாலும் செவ்வாய்க்கிழம காலையிலதான் நிகழும். முந்திய நாள் பேசி முடிவு செய்தவர்கள் அதுக்கான பணத்துக்காகத் தாங்கள் கொண்டு வந்தத வித்துக் கிரயமாக்க முயற்சிப்பாக. அதேபோல தாங்கள் கொண்டு வந்ததக் கிரயமாக்கியவுக அந்தப் பணத்தில் தங்களுக்குத் தேவையானதப் பேசி முடிப்பாக. இந்தப் பணமெல்லாம் செவ்வாய்க்கிழமை அதிகாலையிலதாம் கைமாறும். அதிலும் தீவாளிச் சந்தை என்பதால் பரபரப்பும் பதைபதைப்புமாகச் சனங்கள் ரெண்டாம் காட்சிக்குப் போய் வந்தும் அல்லது கடைத் திண்ணைகளில் சாய்ந்து உட்கார்ந்து கதை பேசியபடியும் தங்கள் பரபரப்பை மறைச்சிக்கிட்டு நேரம் போக்குவாக.

இந்தச் சந்தைக்கு வந்த எல்லா சனமும் சினிமாவுக்கு முண்டியடிச்சுப் போனாக. பொதுவா எம்சியார் இல்லன்னா சிவாசி படத்துக்குத்தாம் விரும்பிப் போவாக. இல்லன்னா செய்சங்கரு படம். எல்லாப் படத்துலயும் நாகேசு, மனோரமா கண்டிப்பா இருக்கணும். மத்தபடி இப்ப வார கமலு, ரசினி படமெல்லாம் அவ்வளவா ரசிக்கறதில்ல. படமெல்லாம் பெருசா நோங்கறதில்ல. அதெல்லாம்

இளவட்டங்கதாம் பாக்கும். பாத்துக்கிட்டு அதப்போல ஆட்டம் போடுங்க. ஆனா இந்த சிலுக்குன்னா மட்டும் உசிருதாம். வாலு போஸ்டருல சிலுக்கு மூஞ்சு தெரிஞ்சா எப்பிடியும் படம் பாத்துப்பிடணும்னு மனசுக்குள்ள திட்டம் பண்ணிக்குவாக. இன்னிக்கி இவுக யாரு படமும் ஓடல. எதுவும் சுதாரிப்பாத் தெரியலை. சிலுக்குகூட இல்ல. ஆனாலும் சனமெல்லாம் தியேட்டரப் பாத்துப் படையெடுத்துச்சு.

எப்பிடியாச்சும் அதப் பாத்துரணும். அதும் படம் போடுறதுக்கு முன்னாலயே அதக் காட்டறாங்கன்னு பேச்சாயிருந்துச்சு. முண்டியடிச்சுப் போய் முன்னால உக்காந்தாக.

உக்காந்தா, திடீர்னு: 'நீங்க நல்லாயிருக்கணும் நாடு முன்னேற'ன்னு இதயக்கனி படப் பாட்டப் போட்டு எம்சியாரக் காட்டுனான். முழுப் பாட்டும் ஓடுச்சு. அவ்வளவுதான் கொட்டகை முழுக்க ஒரே கூச்சல்! அடுத்த பாட்டு "இறைவா உன் மாளிகையில்" ஒளிவிளக்கில் சவுகார் சானகி பாடிய பாட்டு... அதில் 'என்னுயிரைத் தருகின்றேன் மன்னனுயிர் போகாமல் இறைவா நீ ஆணையிடு' என்ற கட்டம் வந்ததும் தியேட்டரே தலையில் அடிச்சிக்கிட்டு அழுதது. மூணு தியேட்டரிலும் இதே கதைதாம். எம்ஜியாருக்கு மேலுக்கு இப்பிடி ஆனதுலருந்து படம் போடுறதுக்கு முன்னால இதப் போட்டுட்டுத்தான் அப்புறம் படம் காண்பிச்சான். அதக் கேள்விப்பட்டுத்தான் சந்தைக்கு வந்த சனமெல்லாம் தியேட்டருக்குப் படையெடுத்து வந்துச்சு. படம் முடிஞ்சு வரும்போதும் இதாம் பேச்சு. எம்ஜியார் கத ஓடுச்சு. எம்ஜியார் கதைக்குப் பஞ்சமா என்ன? விடியும் மட்டும் இதே பேச்சு. விடிஞ்சதும் பொழப்பப் பாக்கக் கிளம்பியாச்சு.

சந்தைக்குள்ளும் சலசலப்புகள் நீடித்துக் கொண்டுதான் இருந்துச்சு. கடைகள் இருந்தால் வியாபாரமும் தொடரும். அதனால் சாயுபு கடையைக் கட்டவில்லை. ஒரு வழியா காலை யாவாரத்தையும் முடிச்சிட்டு ஒரேயடியா மூட்டையக் கட்டலாம் என்று நினைத்தார். நாள் முழுவதும் பம்பரமாக வேலை பார்த்தார். நேரத்துக்குச் சாப்பிட மறந்து போனார். அவ்வப்போது தலை சுத்தும். ஒரு எட்டு போய் ஏதாவது வாயில் போட்டு விட்டு வரலாம் என நினைப்பார். அதுக்குள் ஒரு கிராக்கி வந்து நிற்பது நிழலாடும். உடனே பசி மறந்து போகும். தலைக் கிறுகிறுப்பும் தள்ளாட்டமுமாகத்தான் இருந்தது அவருக்கு. வயசாச்சுல்ல, ஆனால் பீவியின் தங்கச் சாமான்கள் முழுகிப்போக விட்டுவிடக்கூடாது என்பதில் பிடிவாதமாக இருந்தார். விடிவதற்கு முன்பே சந்தை களை கட்டிவிட்டது. தீவாளிச் சந்தையின் இறுதிக்கட்டம் தீவிரமாக அரங்கேறிக் கொண்டிருந்தது. சனங்கள் முகத்தில் எல்லாம் சந்தோசம் தவிர வேற ஒன்னுமில்லை.

ஏகாம்பர முதலியாரின் மகன் மூத்தவன் காலை அஞ்சரை மணிக்கெல்லாம் வந்து கடையத் திறந்தான். கடையைத் திறக்கவிடாமல் கூட்டம் மொய்த்தது. பின்னாடியே முதலியாரும் மத்த பையன்களும் வந்துவிட்டனர். இது வழக்கந்தான்! சந்தை நாளில் கல்லாக் கட்டும் தொகைக்கு ஈடாக செவ்வாய்க்கிழமை காலையிலும் யாவாரம் நடக்கும் என்பது முதலியாரின் அனுபவக் கணக்கு. மத்தக் கடைகள் எல்லாம் எட்டு, ஒம்பது மணிக்குத்தான் திறப்பாக. ஆனா, முதலியார் மட்டும் அஞ்சு, அஞ்சரைக்குத் திறப்பதால் மொத்தச் சனமும் இங்குதான் வந்து குவியும். நேத்து சந்தையில் பேசி முடிக்கப்பட்ட யாவாரங்களுக்கான தொகை (பணம்) கைக்கு வரும் நேரம் என்பதால்

கொடக்கோனார் கொலை வழக்கு

அப்போதுதான் துணிமணி பத்தி யோசிப்பார்கள். அதே சமயம் ஊருக்கும் சீக்கிரம் திரும்ப வேண்டும். ஆனா கடையெல்லாம் ஒன்பது மணிக்குத்தான் தெறப்பான்; இதென்னடா சள்ளைன்னு நெனைப்பாங்க. ஏன்னா கிராமத்தில் ஏராளமா வேலை கெடக்குது. நல்ல மழை பேய்ஞ்சு நிலம் வாகாக் கிடக்குது. போய் உழவுக்கு மாடு சொல்லணும். ஆள் பிடிக்கணும். விதை இருக்கான்னு பாக்கணும், விதைக்க ஆள் சொல்லணும். ஒரு சம்சாரிக்கு எத்தனை வேலைக இருக்கும். அப்பப் பாத்து ஒரே ஒரு கடை மட்டுமாச்சும் தெறந்திருந்துச்சுன்னா அங்கயே என்னத்தயாவது ஒன்ன வாங்கீட்டுப் போய் தீவாளியக் கழிச்சுடுவோம்னு நெனைப்பாங்க இல்லியா. அத ரோசுச்சுதாம் முதலியார் அஞ்சு மணிக்கே கடையத் தெறக்க ஆரம்பிச்சார். இப்பிடி, சம்சாரிக பிரச்சனைககளுக்கு எல்லாம் முதலியார் கடை ஒரு தீர்வாக அமைவதுதான் இதில் விசேஷம். அவரது கல்லாப்பெட்டி நிறைவதற்கும் அதுதான் காரணம். யாவாரம் பிய்ச்சு வாங்கியது. கொஞ்சம் கொஞ்சமா வெயில் ஏற ஏறக் கடை நிதானத்துக்கு வந்தது. இனி சாயந்தரம் வரைக்கும் அவ்வளவு கூட்டம் இராது. அதனால ஒவ்வொருத்தரா வீட்டுக்கு சாப்பிடப் போயிட்டு வந்தாக.

அந்த நேரத்தில் பஜாரில் ஒரே பரபரப்பு. சந்தையில் கடை போட்டிருந்த சாயுபு ஒருத்தரு இறந்திட்டாராம்னு பேசிக்கிட்டாக. எல்லாரும் சந்தைப் பக்கம் ஓடிப்போய் பார்த்தனர். ஒரு ஜவுளி மூட்டையில் முகத்தைத் தாங்கக் கொடுத்தவாறு உட்கார்ந்த நிலையில் உமர் சாயுபு இருந்தார். கூட்டமெல்லாம் கலைஞ்சதும் வீட்டுக்குப் போகலாம்னு மிச்ச ஜவுளிகளை மூட்டையாகக் கட்டத் தொடங்கியிருக்கிறார். மூனு மூட்டை சரக்கு கொண்டு வந்தார். எல்லாம் வித்து ஒரு மூட்டை மிஞ்சியது. அதைக் கட்டி முடிச்சிட்டு மறு முடிச்சு

போட வழக்கம் போல மூட்டையைத் தூக்கிக் குலுக்கி மறு முடிச்சுப் போட்டிருக்கிறார். ஆனா அந்தாக்குல மூட்டை மேலயே சாய்ஞ்சிருக்கார். பக்கத்துல இருந்த யாவாரிக பார்த்துப் பதறிப்போய்த் தூக்க உமர் சாயுபுவின் உயிர் பிரிந்திருக்கிறது.

அந்த உயிர் கடலங்குடியின் கடைசி வமிசம் என்பது யாருக்குத் தெரியப் போகிறது. விஷயம் கேள்விப்பட்டு ஏகாம்பர முதலியாரும் ஒரு எட்டுப் போய்ப் பார்த்து வந்தார். ஜவுளி மூட்டையோடு மூட்டையாக சாயுபு குனிந்தவாறு இருந்த கோலத்தை ரெம்ப நேரமாகப் பார்த்துக் கொண்டிருந்தார்.

“அத்தே, அப்ப நான் ஒரு எட்டு போய்ட்டு வந்துருதேன், அத்தே” என்றாள் மூத்தவன் பெஞ்சாதி தனம். மூத்தவனுக்கு விருதுநகரில் பெண் எடுத்திருந்தது. நல்ல வசதியான குடும்பம். ஆளும் எடுப்பாக இருப்பாள். புது நெறம். ஆனாலும் தெளிஞ்ச முகம். கூர் நாசி. மூக்கின் இரண்டு பக்கமும் மூக்குத்தி போட்டிருப்பாள். புட்டத்துக்குக் கீழே தொங்குகிற சடை. கலியாணமான புதுசில் கோபி பொட்டுதான் வைப்பாள். கோபி பொட்டு வைத்தாளானால் பார்க்க அப்பிடியே ஆண்டாள்தான்! ஆனால், குடும்பத்துப் பொட்டச்சி கோபிப் பொட்டு வைக்கிறதாவதுன்னு முதலியார் ஒரு தடவை சொல்லிட்டார். அதோடு கோபிப் பொட்டு தொலைந்தது. எல்லாரையும்போல அம்பரை விரலால் தொட்டு நடுநெத்தியில் வட்டமாக வச்சு, அதன் மேல் குங்குமத்தை இட்டுக் கொள்ள ஆரம்பித்தாள்.

மருமகக்காரி பேசியதைக் கேட்டு நிமிர்ந்து பாத்த மாமியார்க்காரி “போய்ட்டு வாடீ” என்றாள். இருந்தாலும் மூத்தவன் பெஞ்சாதி தயங்கித் தயங்கி நின்றாள். “என்னடீ” என்றாள் மாமியார்க்காரி. “பொறந்த வீட்ல எனக்கு என்ன மருவாத இருக்கு. அவங்ககிட்ட பணம் காசு இருக்குன்னா தங்கச்சியக் கட்டிக்கொடுத்த வீட்ட மதிக்க வேண்டாமா! எப்பப் பாத்தாலும் அத்தானக் குறை சொல்லிக்கிட்டே இருக்காக. அங்க ஏன் போகணும்னு இருக்கு. ஏதோ

நீங்க சொல்லுதீகளேன்னு போறேன்" என்றாள் மூத்தவன் பெஞ்சாதி.

"ஆம்பளைங்களுக்குள்ள என்னன்னும் போறாங்க. நாமதான் பொறந்த வீட்டுக்கும் புகுந்த வீட்டுக்கும் விட்டுக் குடுக்காம இருந்துக்கணும். நாளைக்கு ஒண்ணுன்னா பொறந்த வீட்டு ஆளுகதான்டி பொம்பளைக்குப் பாதுகாப்பு" என்றாள் மாமியார்க்காரி.

மூத்தவனின் பெரிய மச்சினரின் மகளுக்குக் கலியாணம் பேசி முடிக்கிறார்கள். மச்சினனும், அவன் பொஞ்சாதியும் வீட்டுக்குவந்து சொல்லிட்டுப் போயிருக்காக. அவுக வரும்போதும் இப்படித்தான் மூத்தவன் பெஞ்சாதி தனம் கோணக் கலப்பை சாத்தினாள்.

"ம்க்கும்... இப்ப மட்டும் ஒடம்பொறந்தவ வேணுமாக்கும். பின்ன, வீட்டுல நடக்குற விசேஷத்துல ஒத்தைக்கு ஒத்த மருமகப்பிள்ளை இல்லேன்னா காறித் துப்பீருவாகள்ல. அதான் ஒடம்பொறந்தவ ஞாவகம் வந்து தேடி வரானுக. அத்தே, நான் அவன் மூஞ்சிலயே முழிக்கமாட்டேன். நீங்களே பேசி அனுப்பீருங்க" என்று சொல்லிவிட்டு அடுப்படிக்குள்ளேயே இருந்து கொண்டாள் தனம்.

ஆனால், மாமியார்க்காரிதான் 'தனம், அப்படியில்லடி இவளே, என்னயிருந்தாலும் ஒடம்பொறந்த பொறப்பு இல்லேன்னு போயிராது. போடி வீட்டுக்கு வந்தவுகள வாங்கன்னு கேளு, அதான் மருவாதை' என்று அவளை சமாதானப்படுத்தினாள்.

"நான் வரல அத்தை. எம் புருசனையும் மாமனாரையும் மதிக்காதவன் யாரா இருந்தாலும் அவன் மூஞ்சியில நான் முழிக்கமாட்டேன். நாம நல்லா வாழறது

அவங்களுக்குப் பொறாமையாக் கிடக்கு. என்னப் பொறுத்தவரை எப்ப மாப்பிள்ளைங்கற மருவாதைய அவங்க தரல்லையோ அப்பவே ஒடம்பொறந்த பொறப்பு எல்லாம் செத்துட்டதா தலை முழுகீட்டேன்" என்றாள்.

"அடி கிறுக்குச் சிறுக்கி. மச்சினனும் மச்சினனும் இன்னைக்கு அடிச்சுக்குவாங்க; நாளைக்குச் சேந்துக்குவாங்கடி. அதுக்காவ நாம பொறந்த வீட்டை விட்டுக் குடுக்கலாமா?" என்று அவளைக் கையைப் பிடித்து இழுத்துவந்து கூடத்தில் விட்டாள். அடுப்பங்கரையில் இருந்த வரைக்கும் மூக்கைச் சிந்திக் கொண்டிருந்தவள், கூடத்தில் சின்ன அண்ணனையும் அண்ணியையும் பார்த்தவுடன் முகம் சீனிச்சேவு தின்ன மாதிரி மலர்ந்தது.

நாய் மாதிரி வீட்டைச் சுத்திவந்த புள்ள இன்னொரு வீட்டில் சமத்தாக் குடித்தனம் நடத்தறதப் பாக்கும்போது ஒடம்பொறந்தவங்களுக்குச் சந்தோசமாத்தான் இருக்கும். பொறந்த வீட்டில் இருக்கும் வரைக்கும் கடுகுன்னா என்னன்னு தெரியாது. மிளகு எப்படி இருக்கும்னு பாத்தது இல்லை. ஆனால் தனம் வாக்கப்பட்டு வந்த இடத்துல எல்லா வேலையவும் பழகிச் செட்டாப் பொழைக்கிறது மட்டுமல்ல, பொறந்த வீட்டில் தனக்கு வேணுங்கிறதச் சண்டைபோட்டு வாங்குறதுலயும் மகா கெட்டிக்காரி. தங்கச்சிக்காரி கட்டுசெட்டாகக் குடித்தனம் பண்ணுவதில் அவள் பெரியண்ணன் காரனுக்கு எப்பவும் சந்தோசந்தான்.

அண்ணனையும் அண்ணியையும் விழுந்து விழுந்து உபசரிச்சா. மதியம் சாப்பிட்டு விட்டுத்தான் போக வேணுமென்று பிடிவாதம் பிடிச்சா. ஆனா, இன்னும் நாலு வீட்டுக்குப் போகணும். மாமனார் வீடு

சாத்தூர்தாம். மாமனார் வீட்டுக்குப் போய் கை நனைக்காட்டா நல்லாருக்காது. அதனால தங்கச்சியைச் சமாதானப்படுத்துவதில் அண்ணனும் அண்ணியும் இறங்கினர்.

"தீவாளிக்கடையா இருக்கு; அவுகளோ, மூத்தவனோ வரத் தோதுப்படுமான்னு தெரியல. மருமகள மட்டும் அனுப்பி வைக்கோம். அப்புறமா நிச்சயதாம்பூலம் செய்யும்போது எல்லாரும் வரோம்" என்றாள் மாமியார்க்காரி. மேலும் பெண் எடுத்த வீட்டில் அப்படி முந்திக்கொண்டு எல்லாக் காரியத்துக்கும் போறது கவுரதியாவும் இருக்காது என்பதும் மாமியார்க்காரியின் எண்ணம். "சரி அப்பக் கிளம்புறோம்"னு அவர்கள் சொல்லிச் சென்றார்கள்.

அந்த விசேஷத்துக்குத்தான் மாமியார்க்காரி மருமகளைப் போகச் சொல்லி வழியனுப்பிக் கொண்டிருந்தாள். ஆனால், மருமகள் தனம்தான் ரொம்பவும் பிடிவாதமாக இருந்தாள். செத்தாலும் பொறந்த வீட்டின் வாசப்படிய மிதிக்கவே மாட்டேன்னாள். ஒரு வழியாக மருமகளை அனுப்பிவச்சா. அவள் போகவும்தான் முதலியார் வீட்டுக்கு வந்தார். தீவாளிக் கடையை விட்டுட்டு வராரேன்னு சந்தேகமாகப் பார்த்தாள். "ஒண்ணுமில்ல. ஒரு துட்டி. போக வேண்டியதாச்சு" என்றார். "அதாரு?" என்றாள் அவர் பெஞ்சாதி. "ஒனக்குத் தெரியாதுவளே அன்னம். சாயுபு ஒருத்தரு. தலைச்சுமையா யாவாரம் செய்றவரு. சந்தையில யாவாரத்தில இருக்கையில திடீர்ன்னு மண்டையப் போட்டுட்டாரு. பாவம், அதான் போயிப் பாக்க வேண்டியதாயிருச்சு" என்றார். "அச்சச்சோ" என்றாள். அவர் குளித்து முடிக்கவும் இட்லி பரிமாறும்போது பெரிய மருமகளை அனுப்பிவச்ச விவரத்தை அவருக்கு விலாவரியாகச் சொன்னாள்.

தனம் தன் பொறந்த வீட்டுக்கு வந்து சேர்ந்தா. பேசி முடிக்கும் காரியம் நல்லபடியா முடிஞ்சது. அதைவிட எல்லோரும் மாப்பிள்ளை வரலியா', 'மாப்பிள்ளை வல்லையா'ன்னே கேட்டாக. அது அவளுக்குக் கொஞ்சம் பெருமையா இருந்துச்சு. இப்ப வீட்டாளுக மட்டும் இருந்தாக. இவளும் நாலு மணி பஸ்ஸுக்குக் கிளம்பத் தயாரானா. வீட்டு மட்டுக்குமான சங்கதிகளைப் பேசிக்கிட்டிருந்தாக. அவளது அம்மா மகளின் தலையை வாரி விட்டுக்கொண்டே சம்பந்தி வீட்டுச் சமாசாரங்களை விசாரிக்கத் தொடங்கினா. பெரிய அண்ணனும் இருந்தார். "என்னடி" என அம்மாக்காரி ஆரம்பிச்சதுதான் தாமசம்: "என்னய ஏன் இந்தப் பாழும் கிணத்துல தள்ளுனீக. இதுக்குப் பதில் நாலு அரளி விதையக் குடுத்திருந்தீகன்னா அரைச்சுத் தின்னுட்டு நிம்மதியாப் போயிச் சேந்திருப்பேனே" என ஒப்பாரிய ஆரமிச்சா. விரிச்ச அளக பாரம் கரும் மேகமா அவள் மீது கவிந்து கிடந்தது. அவளது குலுங்கல், அளக பாரத்து நெளிவுகளில் துடித்தது "எனக்கு இந்த வாழ்க்கை வேண்டாம்மா" என்று கதறினாள் தனம்.

"தனம், இப்ப என்ன ஆயிப் போச்சு?" என்றார் பெரியண்ணன்.

"நின்னாக் குத்தம்; உக்காந்தாக் குத்தம். எப்பப் பாரு எம் பொறந்த வீட்டைக் கொறை சொல்றதே அவுங்களுக்குப் பொழப்பாக் கிடக்கு. அவங்க பொழைக்கிற பொழப்புக்கு நம்ம பொழப்பு குறைஞ்சா போச்சு. நம்ம வீட்டு ஆளுகளக் குத்தம் சொன்னா எனக்குத் தாங்க முடியல. நம்ம நல்லா வாழறது அவங்களுக்குப் பொறாமையா இருக்கு" என்றாள்.

"இனிமே அதெல்லாம் நெனைக்கக் கூடாது. ஆச்சு. கலியாணம் கட்டிக் கொடுத்து பிள்ளைகளும் ஆயாச்சு.

இனிமே அவங்களுக்கு எது நல்லதோ அதான் உனக்கும் நல்லது. நம்ம வீட்டப் பத்தியெல்லா நீ நெனைக்கக்கூடாது" என்று சொன்ன அண்ணன் பாசத்துடன் அவள் தலையைத் தடவி விட்டார்.

அவளும் தலைவாரிப் பின்னி, பூ வச்சு, பவுடர் போட்டு, ஞாபகமாக அம்பர் வைத்து அதன் மேல் குங்குமப் பொட்டு வைத்துக்கொண்டு கிளம்பினா. கிளம்பும்போது "பத்திரிகை வைக்க எல்லாரும் நேருல வந்து கொடுங்க. கலியாணத்துக்கு எனக்கு பட்டுப்புடவையும் மாப்பிள்ளைக்குப் பட்டு வேட்டியும் எடுக்க மறந்துறாதீக." என்றபடியே வாசல்படி வரை சென்றவள், திரும்பி "எம்மா, உங் கழுத்துல கெடக்கிற மூணு வடம் சங்கிலி எனக்குத்தான். நீ பாட்டுக்குக் கழட்டி எந்தப் பேத்தி கழுத்திலயும் போட்டியோ தொலைஞ்ச" என்று அம்மாவை மிரட்டிவிட்டு வாசல் படி தாண்டினாள் தனம்.

உள்ளே அவள் அம்மாவும் அண்ணனும் சிரிப்பது காதில் விழுந்தது. தனம் தன் மனசுக்குள் 'களுக்' எனச் சிரித்துக்கொண்டாள். இது அவள் கற்றுக்கொண்ட தந்திரம். ரெண்டு சம்பந்தி வீட்டிலும் நல்ல பேர் வாங்க செய்து கொண்ட தந்திரம். மாமியார்க்காரிகிட்ட தம் வீட்டை மட்டம் தட்டிப் பேசுறது, அம்மைகிட்ட மாமியாரை மட்டம் தட்டிப் பேசுறது. ரெண்டு பக்கமும் தன் காரியம் தட்டில்லாமல் நடந்தேறிவிடும்.

ஏகாம்பர முதலியாருக்குக் காலையில் பார்த்த சாயுபு ஞாவகமாவே இருந்துச்சு. இதுக்கு முன்ன அவரைப் பாத்த ஞாவகம் இல்ல. ஆனால் சந்தைக்கு சாயுபு ரெகுலரா வாரவருன்னு தெரியும். ரொம்பக் காலமாவே தலைச்சுமையா யாவாரம் செஞ்சுக்கிட்டு வாரவறாம்! பாவம்! தலச்சுமை யாவாரி நிலமய அவரும் தெரிஞ்சவருதாம். அவரும் அய்யாகூட சந்தைக்குப் போனவருதாம். அய்யா போனப் பெறகும் மூட்டையத் தூக்கிக்கிட்டு சந்தை சந்தையா அலஞ்சிருக்காரு. என்ன பொழப்பு அது! வெயில்னு இல்ல. மழையின்னு இல்ல. ஏன் வெள்ளமே ஓடுனாலும் போற சந்தைக்குப் போய்த்தான் ஆகணும். அதுவும் தீவாளிச் சந்தையின்னா விட்டுடவா முடியும்.

இப்படித்தான் ஒரு தடவை விளாத்திகுளத்துக்கு வசூலுக்குப் போய் வைப்பாத்து வெள்ளத்துல சிக்கிப் பிழைச்சது ஞாவகத்துக்கு வந்தது. அது ஒரு தீவாளி நாள். அன்னிக்குப் போகலைன்னா குடுத்த சரக்குக்குக் காசு வாங்க முடியாது. போகும்போதே சொன்னாங்க. வைப்பாத்துல வெள்ளம் பெருக்கெடுத்து ஓடுதுன்னு. ஆனா மனசு கேக்கல. ஆத்துக்கு அரை மைல் தூரத்துக்கு முன்னாலயே எல்லா வண்டியும் நின்னுருச்சு. வெள்ளம் பாயிற சத்தம் 'ஹோ, ஹோ'ன்னு கேக்குது. ஆனா, மனசுக்குள்ள படபடப்பு. இன்னிக்கு விட்டாச்சுன்னா அப்பறம் பணத்த வசூல் பண்ண முடியாது. நெருங்க, நெருங்க வெள்ளம்

தெறிச்சு மழையா ஊத்துது. வெள்ளத்தப் பாக்கப் பயமா இருக்கு. தரைப்பாலத்துக்கும் மேல ரெண்டடி உசரத்துக்கு வெள்ளம் பாயுது. மனசுக்குள்ள ஒரு குருட்டுத் தைரியம். தரைப்பாலத்து மேல நடந்தே போயிரலாம்னு நெனைச்சாரு. மெதுவா வெள்ளத்துல இறங்குனாரு. பாதத்த ரெம்பத் தூக்காம நகர்ந்தாரு. யாரு தடுத்தும் கேக்கல. ஓரத்துல ஒண்ணும் தெரியல, உள்ள போகப் போக வெள்ளம் ஆளை இழுக்குது. ஒரு பாதத்தைத் தூக்குனா தண்ணி இழுக்குது; பாதத்த கீழ ஊன முடியல. அப்படியே தூக்கி லாத்துது. மெதுவா நிதானமாக் காலத் தூக்காம தேய்ச்சு, தேய்ச்சு அங்குலம் அங்குலமா நகர்ந்தாரு. இப்படி நடு வெள்ளத்துக்கு வந்துட்டாரு. ரெண்டு பக்கமும் கரையில நின்ன ஆளுக கூப்பாடு போடுறாக. அந்தப் பக்கம், அந்தப் பக்கம் கையக் காட்டுறாங்க. திரும்பிப் பாத்தா திகீர்னு இருந்துச்சு. வெள்ளத்துக்கு மேல இன்னொரு மே(ல்) வெள்ளம் அஞ்சு தல நாகம் மாதிரித் தலையத் தூக்கீட்டுப் பாஞ்சு வருது. ஏற்கனவே, வெள்ளம் நெஞ்சுக்குமேல பாயுது. புது வெள்ளம் இன்னும் ரெண்டடி உயரத்துக்கு மேலெழுந்து வருது. தலை முங்கீரும். அதுக்கு மேல இந்த வெள்ளத்தத் தாமரிக்க முடியாது. அவ்வளவுதான், சோலி முடிஞ்சுதுன்னு நெனைச்சாரு. அப்ப ஒரு இளம் கை அவரது தலை முடியப் பிடிச்சு இழுத்தது. கொஞ்சம் தூக்குன மாதிரி இருந்தது. 'தலைய தண்ணிக்கு மேல தூக்கிக்கீரும். தண்ணியக் குடிக்காதீரும்'னு சத்தமா சொன்னது இரைச்சலுக்கு நடுவில் மெதுவா கேக்குது. வெள்ளம் அவரைப் பல திசைக்கும் இழுக்குது. ஆனால் தலையில் பிடிச்சபிடி விடல. இவரும் கால உதைச்சாரு. கொஞ்ச நேரத்துல கரை சேந்தாச்சு. அப்பத்தான் பாத்தாரு. தன்னக் காப்பாத்துனது ஒரு பதினைஞ்சு வயசுப் பையன். கையெடுத்துக் கும்பிட்டாரு. ஆனா, அதில்

எல்லாம் அவன் கவனம் செலுத்தவில்லை. காசுதான் அவன் குறி. கையை நீட்டினான். அன்டிராயரில் ஜவ்வுத்தாளில் கட்டி வைத்திருந்த பொட்டணத்தை அவிழ்த்து ஒரு அஞ்சு ரூவாயை எடுத்து அவன் கையில் போட்டார். அஞ்சு ரூவாய்க்கு அப்பப் பத்துப் படி அரிசி வாங்கலாம். கண்கள் விரிய காசை வாங்கிக்கொண்டு அவன் சிட்டாய்ப் பறந்தான். அதுக்குப் பெறகு பணத்த வசூல் பண்ணிக்கிட்டு வெள்ளம் வடியக் காத்திருந்து மய்க்காம் நாள் (மறுநாள்) ஊர் திரும்பினார். அந்த வருசம் முழு நாளும் தீவாளிக்கு அவர் வீட்டில் இல்லை. அதோடு கடன் கொடுக்கறதையும் நிப்பாட்டிட்டாரு.

எத்தனை நாள் ஒரு மொச்சை வாங்கக்கூட வழியில்லாம, கேட்ட விலைக்குத் துணிய வித்து கிளப்பு கடையில மொச்சையும் தோசையும் தின்னு உயிரக் காப்பாத்தியிருக்கோம்னு நெனச்சுப் பாத்தாரு. சாயுபுவும் கூட நேத்துக் காலைல ஒரு மொச்சைதாம் தின்னாராம். அதுலயிருந்து ஒண்ணுமே சாப்பிடலயாம். 'பாவம்தான்' என நெனச்சுக்கிட்டே கடைக்கு நடந்தார்.

செவ்வாய்க்கிழமை உச்சி சாயத் தொடங்கியதும் பஜார் வெறிச்சோடியது. ஆனால், நிழல் நீளத் தொடங்கியது பழையபடியும் சனங்க சாரிசாரியா வர ஆரம்பிச்சாக! இதுக்கு நடுவுல ஒரு குட்டிக் கலாட்டா நடந்தது. ஒரு ஆள், தலையில் மொட்டை அடித்துக் கொண்டு நாக்கில் அலகு குத்திக்கொண்டு நடந்தான். முருகன் கோயிலுக்குக் காவடி தூக்க இன்னமும் நாள் இருக்கிறது. அதற்குள் இந்த ஆள் எதற்காக அலகு குத்தியிருக்கிறான் என்று பக்கத்தில் போய்ப் பார்த்தா, கோவணாண்டிதான் அலகு குத்தியிருக்கிறது. எம்ஜியார் வாத்தியார் சீக்கிரமா குணமடைய வேண்டிக்கொண்டு அலகு குத்தியிருக்கிறான். ஒவ்வொரு கடையாக யாசகம் பெற்று, அந்தக் காசில் திருச்செந்தூர் போய் மொட்டை போட்டுக் கொள்ள நேர்ந்திருக்கிறான். இப்போதே எம்ஜியார் அவனுக்குள் தெய்வமாகி விட்டதை அவன் உணரவில்லை. பக்தியோடு தன் வேண்டுதலை நிறைவேத்திக் கொண்டிருக்கிறான். அப்போதும் கவனமாக முதலியார் கடைப்பக்கம் வராமல் தவிர்த்தான். ஆனால் அவனோட பக்தி நெசம். தீவாளி கூட்டத்துக்கு மத்தியில் கோமாளி வேசம் கட்டிக்கொண்டு நடந்த மாதிரிதான் சனங்க அவனை வேடிக்கை பார்த்தது. திருவிழாக் கூட்டத்தில் எத்தனையோ வேடிக்கைகள். அதில் இதுவும் ஒன்னு. அவன் விரித்த முந்தியிலும் காசு, பணம் விழத்தான் செஞ்சுது.

மழை வருமா, வராதா என்று வானத்தப் பாத்தபடியே சனங்க நடந்து கொண்டிருந்தது. ஆனா விடிஞ்சா தீவாளி! நசநசவென கூட்டம் பெருகியது. ஊரின் பெரியகோயில் தேரும் ஓடத் தொடங்கியது. தேர் ஓடி முடிஞ்சதும் திருக்கல்யாணம். இந்தத் தேரை யாரும் அவ்வளவாகக் கண்டு கொள்வதில்லை. அது அது பாட்டுக்கு நடக்கும். எல்லாம் சித்திரை தீர்த்தமும் தேரோட்டமும்தான் பெரும் கொண்டாட்டமாக இருக்கும்.

கொடைக்கோனாரும் அருணாசல நாடாரும் இதையெல்லாம் வேடிக்கை பார்த்தபடி பஜாரில் நடந்து வந்து கொண்டிருந்தனர். தேரில் அம்மன் உலாவை நின்று பார்த்து தரிசனம் பெற்றனர். விபூதி, குங்குமம் வாங்கி இட்டுக்கொண்டனர்.

என்ன ஒன்னு! இப்ப ரத்தினசாமி நாடார் கோயில் தர்மகர்த்தா ஆகிவிட்டார். அவர் தேர் வடத்தைக் கையால தொட்டுக் கொடுத்தாத்தான் தேர் ஓடும். இது மேட்டுத் தெருவாசிகள் மத்தியில் கொஞ்சம் முணுமுணுப்பை ஏற்படுத்தியது. சிவகாசி, சாத்தூர் கலவரங்களால் பாதிக்கப்பட்டு இந்த ஊருக்கு வந்தவக. அவுகளுக்கு அப்பெல்லாம் தனித் தெரு இருந்தது. ஏதோ சின்னதா சுமை யாவாரம் செஞ்சு வந்தாக. தீப்பட்டியாபீசும் அச்சாபீசும் வந்தது. அது ரெண்டுமே கடுமையான வேலை வாங்குற தொழில். ஒன்னுல கரி மருந்து நாத்தம்! இன்னொன்னுல, அச்சு மெஷின் பெடலை மிதிச்சு மிதிச்சுக் கால் ஓய்ஞ்சு போகும். காச நோய் வரும். ரெண்டுலயும் குடும்பம், குடும்பமா ஈடுபட்டாக. நல்லா முன்னேறுனாக. இன்னிக்கு அவுக வீடுக இருக்கற தெருவுக்கு பங்களா தெருவுன்னு பேரு.

அப்புறமா சாத்தான்குளத்துல இருந்து கருவாட்டு யாவாரிக இந்த ஊருக்கு வந்தாக, அவுகளும் நாடாக்கமார்தாம்! அவுக கடைக்குப் பேரு சம்பக்கடை! ஒவ்வொரு கிட்டங்கியும் கடல் மாதிரிப் பெரிசு. தெக்கயிருந்து வடக்க வரைக்கும் உள்ள கடலோரக் குப்பங்களில் காய வைக்கப்பட்ட கருவாட்டையெல்லாம் கொள்முதல் செஞ்சு அனுப்ப குப்பத்துக்குக் குப்பம் இந்த ஊர் ஏஜண்டுக ஏராளம் பேரு இருந்தாக. இதனால நெதமும் லாரிகள்ள கருவாட்டுச் சிப்பங்கள் வந்து இறங்குறதும், ரயில்களில் ஏத்தி அனுப்பப்படுவதுமா ஊருக்கே மீன் மணத்தக் கொண்டு வந்தது அவுகதான். அதுவுமில்லாத கருவாடு சல்லிசாவும் கெடைச்சுது. பச்சை மொளகா, கருவேப்பிலை, கொத்தமல்லி ஓசிக்கு வாங்குறது போல சம்பைக் கடைகள்ல போய் நின்னா ஒரு கையளவு கருவாட்ட அள்ளிப் போடுவாக. எல்லாம் சிப்பத்தில் இருந்து உதிர்ந்து கீழே விழுந்தது. மார்க்கெட்டிலும் அம்பாரமா குவிச்சுவச்ச படியால அளந்து போடுவாக. அதனால அனேக வீடுகள்ள மீன், கருவாட்டுக் கவிச்சி மணத்துக்கிட்டு இருக்கும்.

இப்பிடிப் பலவிதமான யாவாரங்களில் நாடார்களின் பங்கு அதிகமாகிக்கிட்டே இருந்தது. தீப்பெட்டியாபீசு தொழில் பெரும் போடு போட்டதால் நாடார் மொதலாளிகள் எக்கச்சக்கமா ஊரில் பெருத்தாக. மத்த யாவாரங்களிலும் முன்னுக்கு வந்தாக. அதுல பலபேர் மெட்ராஸ் போயி யாவாரம் செஞ்சு சம்பாதிச்சுக் கொண்டு வந்து குவிச்சாக. வட நாட்டுக்கும் போய் யாவாரம் பார்த்தாக. உள்ளூரிலும் சகல யாவாரங்களும் செஞ்சாக. பலசரக்குக் கடை, காய்கறி யாவாரம், தட்டுமுட்டுச் சாமான்கள், பாத்திர பண்டங்கள் விற்பனை, பருத்தி, வத்தல் கொள்முதல், கமிஷன் மண்டி, ஐவுளிக்கடை, தியேட்டர், ஒட்டல்னு பெருகிப்

பெருகிக் கடைசியில நகைக்கடைகளும் கூட வைக்க ஆரம்பிச்சாக.

இன்னொரு பக்கத்துல படிப்பிலும் கவனம் செலுத்துனாக. இதுக்காக மகமை வசூல் பண்ணாக. வருசா வருசம் மகாசபையைக் கூட்டி இந்த வருசம் என்ன செய்யணும், அதுக்கு எவ்வளவு செலவு, மகமைப் பணம் இவ்வளவுன்னு முடிவு பண்ணுவாக. இதெல்லாம் முந்திக் காலத்துல செட்டியார்கள் கொண்டு வந்த பழக்கம். யார் யார் என்னென்ன யாவாரம் பண்ணாலும் அதுல ஒரு தொகையை மகமைக்குன்னு ஒதுக்கணும். ஒரு கூடை தக்காளி வித்தா இவ்வளவு காசு மகமை. தீப்பெட்டி பண்டல் இத்தனி வெளிய போனா அதுக்கு இவ்வளவு மகமை. ஒரு சிப்பம் கருவாடு ஏத்துமதி செஞ்சா இவ்வளவு காசுன்னு மகமை. அதை வச்சு பள்ளிக்கூடம் கட்டுனாக, பத்ரகாளியம்மன் கோயில பெருசா எடுத்தாக. காலேஜு கட்டுனாக. பாலிடெக்னிக் கட்டுனாக. இப்பம் இன்ஜினியரிங் காலேஜ் வரப் போகுது, மெடிக்கல் காலேஜ் வரப் போகுதுன்னுல்லாம் பேசிக்கிடுதாக.

இதனால நாடார்கள் இந்த ஊரின் முக்கியமான புள்ளிகளாக உசந்தாக. ஊரில் நெறைய சொத்துகள் வாங்குனாக. முன்னாடி ஒதுக்குப்புறமா இருந்தவக ஊரின் மெயின் சென்டரில் இடம் பிடிச்சாக. படிப்படியா முன்னேறி இப்பம் நகைக்கடைப் பஜாருக்கும் வந்துட்டாக.

இப்ப பெரிய கோயில் தர்மகர்த்தா ரத்தினசாமி நாடார். அதனால சித்திரைத் திருவிழாவில் மொத மரியாத அவருக்குத்தாம்! அவருதான் வடத்தத் தொட்டுக் கொடுக்கணும்! அப்படித்தான் தேர் புனிதப்பட்டுது! கழுகுமலையிலயும் மத்த ஊர்கள்லயும் எதுக்காகப்

போராடி, தாக்கப்பட்டு இந்த ஊருக்கு எல்லாரும் ஓடி வந்தாகளோ, அது அவுகளோட ஒத்துமையாலயும், உழைப்பாலயும் வளர்ச்சியாலயும் இந்த ஊர்ல லேசா நடந்தது.

இப்ப ஊர் வரவு செலவுல பெரும் பகுதி அவுகளுக்குள்ளதாம் நடக்குது! அப்பக் கொஞ்சம் முணுமுணுப்பு ஊருக்குள்ள இருக்கத்தானே செய்யும்! இதையெல்லாம் அருணாசல நாடார் கண்ணில் நீர் வழியக் கதை கதையாச் சொல்லுவாரு!

“யோவ், நாலு தலைமுறை எவனும் நல்லா வாழ்ந்தவனும் இல்ல. நாலு தலைமுறை எவனும் கெட்டதுமில்ல. அத மாதிரிதாம்யா எந்தச் சமுதாயமும் ரெண்டு தலமுறையில தோத்துட்டா அடுத்த தலமுறை எழுந்திருச்சு நிக்கும்!” என்று கொடைக் கோனாரிடம் பேசிக்கொண்டே நடந்தார் அருணாசல நாடார்.

இதையும் அவர் எத்தனையோ தடவை தன் பேச்சுல சொல்லீட்டாரு. ஆனால் நாத் தழுதழுக்காம, கன்னச் சதையெல்லாம் ஆடாம, கண்ணுல தண்ணி வழியாம ஒரு மொறையும் அவர் சொன்னதில்ல.

வெயில் ஏற ஏற முதலியார் கடையில கொஞ்சம் கூட்டம் கொறையவும் அப்பிடீ காலார நடந்து வரலாம்ன்னு போனாக. அப்பிடிப் போகும்போது என்னமோ தகராறு நடந்த மாதிரி இருந்துச்சு. இவுகளும் வேடிக்கை பாக்க நின்னாக. அது சாம்பான் கடை. அவர் ஒரு சுமை வியாபாரி. பாய், கடவாப் பெட்டிகளை சந்தை, சந்தைக்குக் கொண்டு போய் விப்பாரு. மத்த நாளுக்கெல்லாம் இங்கதான் சந்தைப் பக்கமா ரோட்டுலயே கடை விரிப்பாரு. பேரு சாம்பான்னுதான் கூப்பிடுவாக. வாய் நெறைய வெத்தலையும் சிரிப்புமா இருப்பாரு. அவருதான் குனிஞ்சு நின்னுக்கிட்டிருந்தாரு.

அவர் கண்ணுல கள்ளச் சிரிப்ப கோனாரு பாத்தாரு. தள்ளி குருசாமித் தேவர் நின்னுக்கிட்டு இருந்தாரு. அவரு கண்ணுல அதிர்ச்சி. அதக் கோபமா மாத்தப் பாக்காரு முடியல. நம்ம சாம்பான், 'சாமி மாப்பு, சாமி மாப்பு'ன்னு சொல்லிக்கிட்டே இருக்காரு. ஆனால் கண்ணுல கள்ளம் கொஞ்சமும் குறையல. சுத்தி நின்னவுகளுக்கெல்லாம் அதிர்ச்சி; அதிசயம்.

அப்பிடி என்ன அதிசயம் நடந்துச்சுன்னு விசாரிச்ச நாடாருக்கும் கோனாருக்கும் சிரிப்பாணி தாங்க முடியல. நடந்தது இதாம்: குருசாமித் தேவர் ஊருல பெரிய தலை. காங்கிரஸ் கட்சியிலயும் அவர் இருக்காரு. ஆனால் எல்லாருகிட்டயும் சும்மாவே வம்பிழுப்பாரு. யாருக்கோ கடவாப் பெட்டி வாங்கிக் கொடுக்கணும்னு இங்க வந்திருக்காரு. பேரம் பேசுனப்ப சாம்பானச் சீண்டிக்கிட்டே இருந்திருக்காரு. "நீயெல்லாம் கட போட்டு யாவாரம் செஞ்சு ஒரு மனுசனாயிட்ட" என்கிற எகத்தாளம். சாம்பான் "அதெல்லாம் இல்லிங் சாமி. ஒத்தக்கட்ட. அனாதக் கழுத... வயித்தக் கழுவுறேம் எஜமான்"னு பணிவாத்தாம் சொல்லியிருக்கார். தேவரும் "அப்ப ஒம் பையக் காமி பாப்பம்"னு இடுப்புல சுத்தியிருந்த பையப் பட்டுனு இழுத்திருக்காரு. பை சரியா கட்டாததால அது தேவர் கைக்குப் போயிருச்சு. சாம்பானும் ஏதோ எஜமான் வெளையாட்டுக்குத்தாம் இப்பிடி செய்யிறாருன்னு சிரிச்சுக்கிட்டு நின்னுருக்காரு. பைக்குள்ள கைய விட்டுப் பாத்த தேவரு "ஏயப்பா எம்புட்டு பணம் வச்சிருக்க"ன்னு உள்ள இருந்த சில்லறையவும் பணத்தையும் அள்ளியிருக்காரு. அப்பத்தாம், சாம்பான் அவருக்குப் புத்தி காட்டறதுன்னு தீர்மானம் பண்ணியிருக்காரு. தேவரிடமிருந்து பையை வாங்குவது போல ரெண்டு கையவும் அலைபாய விட்டாரு. தேவரும் ஒரு கைய உயரத் தூக்கிட்டு

இன்னொரு கையால இருந்த பணத்த சூறையிடுவது போல பாவனை பண்ணியிருக்காரு. இந்த நாடகத்துல அவரு பின்னால நகரவும் சாம்பான் முன்னால நகரவுமா இருந்தாக. அந்த நேரத்துல தேவர் கையில இருந்த பணத்த 'சூற விட்டிருவம்ல'னு நகந்தாரு. அந்தச் சமயத்த சாம்பான் நேக்கா பயன்படுத்தி தன் வலது காலால அவரோட இடது கால நைசா வாரி விட்டாரு. அவ்வளவுதாம்! தேவர் மட்ட மல்லாக்கத் திடும்னு விழுந்துட்டாரு. அவர் விழுந்த வேகத்துல தரை அதிர்ந்து புழுதி படர்ந்தது. தேவருக்கும் ஒரே அதிர்ச்சி, எல்லாருக்கும் முன்னால கீழ விழுந்த அவமானம், கோபம் கண்ணுல கொப்பளிக்கு. ஆனா, சாம்பான் "அய்யய்யோ என்னா சாமி. இது"ன்னு பதறுகிற மாதிரி காம்பிச்சிக்கிட்டு "ஏன் சாமி வயசான காலத்துல இப்பிடி கீழ விழுந்து வக்கீக. பாத்து, பாத்து எந்திங்க"ன்னாரு. ஆனா தேவருக்குத்தாம் தெரியும், சாம்பான் தன் காலை நேக்கா வாரி மட்ட மல்லாக்க விழத் தாட்டினாம்'னு. ஆனால், ஒண்ணுமே தெரியாமக் குனிஞ்சு மரியாதையா நிக்காம். கூட்டம் பூரா வேடிக்கை பாக்கு. சாம்பான் தட்டித்தான் கீழே விழுந்தோம்னு ஊருக்குத் தெரிஞ்சா, வேற கேவலம் ஏதுமில்ல. வெளையாட்டு இப்பிடி வினையாப் போச்சேன்னு நெனச்சுக்கிட்டாரு. மேலயும், வசமா வாரிவிட்டதால பிட்டியில நல்ல அடி. எழுந்திருக்க முடியல. சாம்பான் அவரைத் தூக்கிவிட யத்தனித்தார். தன்னைத் தொடக்கூடாது என கையை உதறினார். அந்தச் சாக்குல தேவர் கையில இருந்த பணப்பையை வாங்கித் தன் இடுப்பில் கட்டி செருகிக் கொண்டார் சாம்பான். மொத்த மானமும் பைக்குள் இருந்தது. வித்தா பணம். விக்காட்டி சரக்கு. கடங்கொடுத்தவனுக்கு ஒண்ணு பணத்தக் கொடுக்கணும். இல்லாட்டா மிச்சமிருக்கற சரக்கைக்

காம்பிக்கணும். இப்படித்தாம் அவர் பொழப்பு ஓடுச்சு. தேவர் பாட்டுக்குப் பணத்த சூறை போட்டுட்டா சரக்கு கடன் கொடுத்தவனுக்கு என்ன பதில் சொல்றது? அதாம் நேக்காக் கவுத்தாரு. சாம்பான் நெருங்குவதால் தேவர் பதற்றமடைந்து கையை ஆட்டினார். உடனே சுத்தி வேடிக்கை பாத்தவுக எல்லாம் வந்து அவரைத் தூக்கிவிட்டாக. அந்தச் சமயத்துலதாம் கோனாரும் நாடாரும் வேடிக்கை பாக்க வந்து நின்னாக.

நடந்ததக் கேள்விப்பட்டு வாய் வலிக்கச் சிரிச்சாக. கோனார்தாம் மொதல்ல ஆரம்பிச்சாரு, "சாம்பான்னா யாரு! ராசாய்யா ராசா" என்றார். கதை தொடங்கியது.

"சாத்தான்குளம் ஜமீனாக இருந்தது சாம்பாக்கமார்தான். அதுல சாத்தன்னு ஒருத்தன். முடி மழிச்ச சாமியார்தான். காலையில மாலையிலயும் யோகம் செய்வாரு. சில சித்து வேலைகளும் அவருக்குத் தெரியும். பூதம், முனி இதுக எல்லாம் அவர் சொன்னா, சொன்ன பேச்சக் கேக்கும். சுத்துப்பாடு கிராம மக்களுக்காக ஒரு குளமும் வெட்டுனாம். அதாம் அந்தக் குளத்துக்கே சாத்தான்குளம்னு பேரு வந்துச்சு. சாத்தன் நாடு, நகரம் சுத்திப் பாக்க குருதயிலதாம் போவானாம். அப்பிடி ஒரு நா போகயில தன்கிட்ட கணக்கப்பிள்ளையா இருந்த வெள்ளாளர் மகளப் பாத்திருக்காம். அவ பேரு பாப்பம்மா. அவளும் நல்ல அழகி. இவனும் சொல்ல வேணாம், அழகந்தான். ரெண்டு பேத்துக்கும் ஒருத்தரை ஒருத்தர் பிடிச்சுப்போச்சு. ராவுல கள்ளத்தனமா சந்திச்சுக்கிட்டாக. இது தொடரவும் செஞ்சுது. அது ஊரு கண்ணுல படாம இருக்குமா? வெள்ளாளர்களும் மத்த சமூகத்து ஆளுகளும் கூடி ரோசிச்சாக. இவம் சமீந்தாரா இருக்காம். நமக்கு படி அளக்கறவனும் அவன் தாம்! அதனால இதக் கள்ளத்தனமாத்தான் அறுக்கணும்னு முடிவு செஞ்சாக.

“இதுக்காக மலையாளத்துல இருந்து மாந்திரீகனக் கூப்புட்டு வந்தாக. அவம் என்ன செஞ்சாம்னா அத்துவானக் காட்டுல ஒரு இடத்தக் குறிச்சு அங்கனயே இருந்து பூச செஞ்சான். அந்த இடத்துல அதலபாதாளமா ஒரு குழி தோண்டி மேல பிரப்பம் பாயை வச்சு மூடி மண்ணத் தூவி மறைச்சாம். சாத்தான் எப்பவும் வரும் வழி அது. எல்லாம் மறைஞ்சு இருந்தாக. சாத்தான் குருத வந்துச்சு. அந்தக் குழியில கால வைக்கவும் குப்புறக் கவுந்துது. சாத்தானும் குழிக்குள்ள விழுந்தாம். ஒரு ஆள் உசரத்துக்கும் அதிகமான குழி. உடனே பதுங்கி இருந்தவுக சரமாரியா அவம் மேல கல்லு விட்டாக, அவனால மேல ஏற முடியல. ஒரு பக்கம் குருத ஓதைக்கிது. மேலயிருந்த வகையான கல்லெறி. தாங்க முடியாம பொணமானாம்.

“அவனையும் குருதயவும் அந்தக் குழியிலயே போட்டுப் பொதைச்சாக. இது பாப்பம்மாவுக்கு எப்படியோ தெரிஞ்சு போச்சு. வெறியோட பெரிய அரிவாள எடுத்து அப்பன வெட்ட வந்தா. அவளுக்கும் கல்லெறி. கீழ விழுந்தவளக் கண்டந்துண்டமா வெட்டி, சாத்தான் குழிக்குப் பக்கத்துலயே ஒரு குழியத் தோண்டி அவளையும் புதைச்சாக. ஆனால் பாப்பம்மா சாகும்போது விட்ட சாபத்துனால அந்தக் குளம் அதுக்கும் பெறகு நெரம்பவே இல்ல”ன்னு கதைய முடிச்சாரு.

“அன்னிக்குக் கீழ விழுந்தவன் இன்னிக்குக் கீழ விழுத்தாட்டறாம். இதாம் உலக ஞாயம்” என்றார் நாடார்.

அவர்கள் திரும்புவதற்குள் பஜார் திருவிழா கூட்டமாகியது. திங்கக்கிழம மில்லுல போனஸ் போட்டாம். தொடர்ந்து இரண்டு நாளா

தீப்பட்டியாபீசுகள்ல போனஸ் போட்டுக்கிட்டு வேற இருக்காம்! கடை கண்ணிகள்லயும் போனஸ் போடுதாம்! மில்லு வாசல்கள்லயும், தீப்பட்டியாபீசு, அச்சாபீசு வாசல்கள்லயும் தண்டல் வட்டிக்காரன் காத்துக் கிடந்து ஏற்கனவே கொடுத்த கடனுக்கு வட்டியும் அசலும் சேத்துப் பிடுங்கிக்கிட்டு புதுசாக் கடன் கொடுத்துக்கிட்டு இருந்தாம்! நல்ல வசூல்! உண்மையில சொன்னா தண்டலுக்கு விடுறவனுக்குத்தாம் அசல் தீவாளி. ஐநூறு ரூவா கடம் வாங்குனா வட்டியோட சேத்து ரெண்டாயிரம் அழுதுட்டு, திரும்பவும் ஆயிரம் ரூவாய் கடன் வாங்கிட்டுப் போனாக. பழைய வட்டிப் பாக்கி முழுசாத் திரும்ப வந்ததுமில்லாம, இப்போ கடன் தொகையும் ரெட்டிப்பா ஆச்சு. அப்போ வட்டியும் ரெட்டிப்பாகும். வட்டிய மாசா மாசம் ஒழுங்கா கொடுக்காட்டி அழுகுற தண்டம் எத்தனை மடங்குன்னு யாருக்கும் தெரியாது. போனஸ் பணம் வீட்டுக்கு வந்ததும் பொம்பளப் புள்ளைக சாயந்தர நேரத்துல பெரிய பெரிய பைகளத் தூக்கிக்கிட்டு பஜாருக்கு வந்துட்டாக.

மொத்த ஜனமும் பஜாரில் இறங்கிட்டதால தெருவெல்லாம் பிதுங்கியது. நெருக்கடிச்சுக் கொண்டு நடந்தாக. ஒருத்தரையொருத்தர் இடித்துக் கொண்டும், உரசிக் கொண்டும் நடந்தாக. கையில இருக்கற பை, கழுத்து, காதுல கிடக்கிறது, குழந்தைக, பணம் எல்லாத்தையும் பத்தரமாகப் பாதுகாக்கணும். லவுடு ஸ்பீக்கர்ல வேற "திருடர்கள் ஜாக்கிரதை! உங்கள் கையில் உள்ள பணம், பொருள், நகைகளைப் பத்திரமாகப் பார்த்துக் கொள்ளுங்க" என்று அடிக்கடி கத்தி வயித்துல புளியக் கரைச்சாங்க!

இப்படி ரெண்டு நாள்ல மொத்தப் பணமும் வீதியில இறங்கியாச்சு. கடைக்குக் கடை கொண்டாட்டமாத்தான் இருந்துச்சு. அதுல சனங்க மடியில இருக்கற பணக்கத்தையை அதிகமா பங்கு போடறதுக்குக் கடைகள் போட்டி போட்டன. விதம் விதமா விளம்பரம் செஞ்சாக. சினிமா இல்லாம என்ன விளம்பரம்! "கண்ணைக் கவரும் வண்ண வண்ன ஜவுளிகள் வாங்க சிறந்த இடம்" என்று ஒவ்வொரு கடையும் விளம்பரம் செஞ்சாக. சீலைகளுக்குப் பேரு வச்சு அழைச்சாங்க. ரோசாப்பூ ரவுக்கைக்காரி சேலை. மண் வாசனை சேலை போக்கிரிராஜா சேலை, சகலகலா வல்லவன் சேலை என்று கூவிக் கூவி விளம்பரம் செஞ்சாக. பரிசுகள் வேறு அறிவிச்சாக. ஒம்பதேகால் ரூவாய்க்கு சேல. பதினைஞ்சு ரூவாய்க்கு பாலிஸ்டர் சட்டைன்னு கூவுனாக. சீரியல் லைட்டுபோட்டு, குழாய் வச்சுப் பாட்டுபோட்டு, ஷோகேஸ் பொம்மைகளுக்கு விதம்விதமா சேலை உடுத்திவிட்டு ஈசல் பூச்சிய இழுத்த மாதிரி சனங்களை இழுத்தாக. சனங்களும் அதில் மயங்கி, மயங்கிப் போனாக. அந்தக் கடையில பணம் சாக்கு மூட்டைல சேருதுன்னு ஊரெல்லாம் பேசிக்கிட்டாக.

யானைக்கு ஊட்டுன பொரி சிந்துனா ஆயிரம் எறும்புக்குத் தீனின்னு சொல்லுவாகள்ல அது மாதிரிதாம் சின்னக் கடைகளுக்கு யாவாரம் நடந்துச்சு. பெரிய கடைகளில் நுழைய முடியாத கூட்டம் அலைமோதியதால் சின்னக்கடைகளுக்கு வந்தார்கள். இது மோசம்னு வயிறு எரிஞ்சாக. வேற என்ன செய்ய முடியும்? அவங்களுக்குப் போட்டியா லைட்டு போட முடியாது. கண்ணாடி அலமாரி வைக்க முடியாது. பொம்மை வைச்சுத் தினம் ஒரு புடவை கட்டிவிட முடியாது! வயிறு எரிஞ்சாக. ஆனா ஏகாம்பர முதலியாருக்கு ஒரு குறையும் இல்ல. ஏழெட்டு பேரு பம்பரமா கடையில வேலை செஞ்சாக. கை,

கால் இத்துப்போச்சு. தொண்டைத் தண்ணி வத்திப் போச்சு. இத்தனை வருசமா சம்சாரிககிட்ட ஏகபோகமா சம்பாதிச்சு வச்ச நல்ல பேருதாம் முதலியாருக்குப் பணமா வந்து குவிஞ்சுது.

தீவாளி அலுப்பு முதலியாரின் மொத்தக் குடும்பத்தையும் அமுக்கிவிட்டது. ஒரு மாச அலுப்பு அது. கடைசி நாலைஞ்சு நாளில் காலு, கை உளைஞ்சு போச்சு. சந்தை நாளிலிருந்தே சரியான கூட்டம். பொதுவா தீவாளிக்கு முந்தின ராத்திரி எப்பவும் கடை பூட்டறதில்ல. தீவாளி அன்னிக்குக் காலையிலதான் கடையைப் பூட்டுவாக. முதலியார் கடை தீவாளி அன்னிக்கும் பூட்டறதில்ல. ஒவ்வொருத்தரா வீட்டுக்குப் போயி எண்ணெ முழுக்காடிட்டு வந்துருவாக. முதல்ல முதலியார் போயி குளிச்சு முழுகி பூஜை பண்ணி கோடி உடுத்திட்டு வருவாரு. அடுத்து ஒவ்வொருத்தராப் போயி எண்ணெய் முழுகிக் கோடி உடுத்திட்டு வருவாக.

கிராமங்கள்ல கொள்ளப்பேரு வடக்க எலக்டிரிக் கம்பம் நடற வேலைக்குப் போயிருக்காக. அவுகெல்லாம் கூலிய வாங்கிட்டு ரயிலு பிடிச்சு வரணும்ல. தீவாளி அன்னிக்கும் வருவாக, மறுநாளும் கூட வருவாக. அவுகள எதிர்பாத்துப் புள்ளை குட்டிக காத்துக் கிடக்கும். பிரயாணமும் இன்னிக்குக் காலைல ரயில் பிடிச்சா மறு நாக் காலைலதாம் இங்கன வந்து சேர முடியுமாம்.

சுத்துப்பட்டிக் கிராமங்களின் கடைக்கோடி மனுசனும் தீவாளி கொண்டாடற வரைக்கும் முதலியார் கடைக்குத் தீவாளி யாவாரம்தான். அதுவரைக்கும் யாருக்கும் தூக்கம் கிடையாது. தீவாளி அன்னிக்குப் பஜாரே வெறிச்சோடிக் கெடக்கும். ஆனா முதலியார் கடை

மட்டும் திறந்து ஜேஜேன்னு யாவாரம் நடக்கும். தீவாளிக்கு மறுநாளோ கேக்கவே வேண்டாம். ஒரு சுடுகுஞ்சக் கூட ரோட்டில் பார்க்க முடியாது. ஆனாலும் முதலியார் கடை மட்டும் திறந்திருக்கும். எப்பிடியாவது பணத்தப் பெரட்டித் தீவாளிக்கு இல்லாட்டியும் மறுநாளாவது ஊர்ல போயி விழுந்துரணும்னு பணத்தப் பெரட்டிக்கிட்டு வாரவுகள ஏமாத்தாம முதலியார் கடையத் தெறந்து வச்சுக்கிட்டு உக்காந்திருப்பாரு.

இப்பிடி தீவாளிக்கு மறுநாள்தாம் ஒரு வழியா கடையச் சாத்துனாக. தீவாளிச் சரக்குக் குடுத்தவுகளெல்லாம் காரு போட்டு வந்து பணத்த வாங்கிக்கிட்டு போனாக. அப்பத்தான் முதலியார் முகத்துல அருள் எட்டிப் பார்த்தது. இந்த வருசம் மோசமில்லன்னு நெனைச்சாரு. அடுத்தாப்ல, தீவாளி அலுப்புவந்து மொத்தக் குடும்பத்து மேலயும் கவுந்துக்கிட்டுது.

தீவாளிக்கு மறுநாள் போய்ப் படுத்தவுக ஒருநாள் பூராம் நல்லாத் தூங்குனாக. பொதுவாகத் தீவாளிக்கு மறுநாள் சேட்டுத் தீவாளி என்பார்கள். அதாவது தீவாளிக்கும் மொதநாள் ராத்திரிலருந்து தமிழங்க தீவாளி பட்டாசு சத்தத்தோட தொடங்கும். தீவாளி அன்னிக்கு மத்தாப்பு வாண வேடிக்கையோட முடிஞ் சிரும். மிச்ச மீதியுள்ள மத்தாப்பு, வேட்டுகளை கார்த்திகைக் கொண்டாட்டத்துக்குப் பத்திரப்படுத்தி வச்சிருவாக. மறுநாள் சேட்டுங்க தீவாளி! துட்டுக் கொழுப்பக் காட்டுதாம்னு சொல்லுவாங்க. சேட்டு வீடுக ஊருக்குப் பத்து வீடு இருந்தாப் பெரிசு. ஆனா, ஊரே வேடிக்கை பாக்கிற மாதிரி அவன் தீவாளி கொண்டாடுவான். அது மாதிரி மூணாம் நாளுதாம் முதலியார் வீட்டுக்குத் தீவாளி. தீவாளி பண்டங்கள நல்லா நொறுக்கித் தின்னாக. தீவாளிக்காக வீட்டு ஆளுகளுக்கு எடுத்த துணிமணிகள உடுத்தி

அனுபவிச்சாக. பிள்ளைக்கெல்லாம் ஒண்ணுக்கு மூணா எடுத்திருந்தாக. சிவகாசியில இருந்துவந்த பட்டாசுக தீர மறுத்தது.

இந்த வருசம் எந்த வருசமும் இல்லாத அளவுக்கு முதலியார் குடும்பம் முழுவதும் சந்தோசமா தீவாளிய அனுபவிச்சிக் கொண்டாடுனாக. முதலியார் கூட பேத்திகளோட சரிக்கு சமமா நின்னு ஆடுனாரு. அவரு ஆடுனதப் பாத்து மருமக வெக்கப்பட்டா. பெரியவன், சின்னவன், நடுவான் எல்லாரும் வீட்டுல இருந்தாக. இப்பிடி மொத்தக் குடும்பமும் வீட்டுல ஒண்ணா உக்காந்து சாப்பிட்டு எத்தனையோ வருசமாச்சு.

ஆனா மூத்தவன் மட்டும் தீவாளி அன்னிக்கும் சினிமாவுக்குப் போய்ட்டு வந்தான். மூத்தவனைப் பொறுத்தவரைக்கும் ஒரு பிரச்சனையும் இல்லாதவன். என்ன ஒண்ணுன்னா அவனுக்கு நெதமும் செகண்ட் ஷோ படம் பாக்கணும். ஏதாவது ஒரு படம். சேக்காளிககிட்ட சொல்லி டிக்கெட் வாங்கிவய்க்கச் சொல்லீருவாம். பெறகு கடையச் சாத்திட்டு நிதானமாப் போவாம். அப்பிடியும் வேலை இருந்துச்சுன்னா சொல்லிட்டுக் கெளம்பீருவாம். எப்பிடின்னாலும் இவம்போறதுக்குள்ள விளம்பரம் போட்டு, நியூஸ் ரீல் போட்டு, டைட்டில் ஓடி முடிஞ்சிருக்கும். இருந்தாலும் பாத்த இடத்துல இருந்து கதையப் பிடிச்சிருவாம். இல்லன்னா சேக்காளிக படம் பாக்கவிடாம தொணதொணன்னு கதை கேட்டுக்குட்டிருப்பாம். கலியாணத்துக்கு முன்னாடி இருந்த இந்த சினிமா கிறுக்கு, கலியாணத்துக்குப் பின்னாடியும் நீடிச்சுது. இந்தக் கிறுக்கு அவனுக்கு மட்டுமல்ல, பஜாரில் அனேகருக்கும் இருந்தது. பெரும்பாலும் கடை முதலாளிக அலுப்புத் தீர செகண்ட் ஷோ படம் பாக்கும் வழக்கம் வச்சிருந்தாக. அவுகளுக்கும் முதல்ல இருந்து

படம் பாக்கணுங்கறது கிடையாது. என்னத்தையோ ஒண்ணப் பாக்கணும். அந்தக் கிறக்கத்துலேயே வீட்டுல போயி விழணும். அடிச்சுப் போட்டதுபோல தூங்கணும். அவ்வளவுதாம்!

முதலியாரோட வீட்டம்மா அன்னத்தாயிக்கும் பெரும தாங்கல. ராத்திரி எல்லாருக்கும் சுத்திப் போடணும்னு மனசுக்குள்ள திரும்பத் திரும்பச் சொல்லிக்கிட்டா. எத்தனை கொள்ளிக் கண்ணு இந்தக் குடும்பத்து மேல விழுந்துதோ! ஒரு வருசமும் இல்லாம இந்த வருசம் இவ்வளவு சந்தோசமா தீவாளி கழிஞ்சது ஒரு மாதிரியாத்தாம் அவளுக்கு இருந்துச்சு. ரெம்ப நெய் போட்டு செஞ்ச இனிப்புப் பலகாரத்தை அளவில்லாமத் தின்னா நெஞ்சக் கரிக்குமே அதப் போல. சனீஸ்வரனுக்கு ஒரு அர்ச்சனை செய்யணும்னும் நெனச்சுக்கிட்டா. இந்த சந்தோசம் அவ மனசுக்கே ஒரு மாதிரியாத்தாம் இருந்துச்சு.

அன்னைக்கு ராத்திரி எல்லாரும் கோயிலுக்குப் போய்ட்டு வந்தாக. அன்னைக்குக் கந்த சஷ்டி மூணாவது நாளு. முதலியார் எது ஒண்ணுன்னாலும் முருகனத்தான் மனசுக்குள்ள கூப்பிடுவாரு. கந்த சஷ்டி வேற ஆரம்பிச்சு மூணு நாளாச்சு. மூணு நாளா முருகன நெனைக்கக்கூட இல்லை. அந்த நெனைப்பே முதலியாருக்கு 'திக்'குன்னு இருந்துச்சு. 'தப்பு, தப்பு'ன்னு முருகன் முன்னால தோப்புக்கரணம் போட்டு விழுந்து கும்பிட்டாரு. நெடுஞ்சாண்கிடையாக அவன் முன்னால விழுந்து கிடந்தாரு. ரெண்டு கையவும் நீட்டி விழுந்து கிடந்தவரு முகத்தத் தரையில பதிச்சு இங்கிட்டும் அங்கிட்டும் ஆட்டுனாரு. எம்பெருமான் முருகன் காலைப் பிடிச்சிக்கிட்டு கதறுன மாதிரி இருந்துச்சு, அதைப் பார்த்த அவரு வீட்டம்மாளுக்கு திக்குன்னு இருந்துச்சு.

இந்த மனுசன் என்னத்துக்கு இப்பிடி மன்றாடுறாருன்னு நெனப்பு வந்து போச்சுது. முதலியார் மனசுக்குள்ள ஒரு ஆறுதல் வந்த பொறகுதான் எழுந்திருச்சாரு.

அதுக்குள்ள சூரன் கௌம்பிக்கிட்டு இருந்துச்சு. சஷ்டியின் ஆறு நாள்களும் பெரிய கோவிலில் விஷேசமாகக் கடைப்பிடிக்கப்படும். அறுபடை வீடுகள் போல இங்கயும் முருகனுக்கு முக்கியமான இடம் இருந்தது. தினமும் ரெண்டு சூரன்கள் வீதி வலம் வருவார்கள். அண்ணன் சூரனும், தம்பி சூரனும் போடும் ஆட்டம் தாங்க முடியாது. மூங்கிலால பின்னி, முக வேலைகள் செய்த பிரமாண்டமான சூரன்கள். கோயில் மேஸ்திரியின் கை வண்ணத்தில் ஜொலிக்கும். ஒரு மாதிரி ரோஸ் கலர், பச்சை கலர் முகம் வரைந்து எந்த ஆட்டத்துக்கும் தக்க வகையில் பாவங்கள் மாறுவது பெட்ரோமாக்ஸ் லைட் வெளிச்சத்தில் தகதகக்கும். உச்சியிலிருந்து பாவாடை வரைக்குமான, அதாவது முட்டி வரைக்குமான அமைப்புக்குள் புகுந்து கொண்டு ஆடுவார்கள். வீதி உலா வரும்போது ரெண்டு பக்கமும் நின்னு சனங்க வேடிக்கை பார்ப்பார்கள். பெரும்பாலும் குழந்தைகளும் பெண்களும் அதிகமாகக் கூடி நின்று வேடிக்கை பார்த்துக் குதூகலிப்பார்கள்.

முதலியாரும் தமது பேரக் குழந்தைகள் கைகளைப் பிடிச்சுக்கிட்டு நின்னு வேடிக்கை பார்த்தார். முதலியாரைப் பார்த்ததும் அவருக்கு வணக்கம் வைக்கும் விதமாக சூரன்கள் அவரை முட்டுவது போல வேகமாக வந்து நின்றது. குழந்தைகள் பயந்து சிதறி பிறகு நின்று வேடிக்கை என்று அறிந்ததும் சிரித்து ஆரவாரம் செய்தனர். முதலியார் சட்டைப் பையிலிருந்து சில்லறைகளை எடுத்துச் சூரன்கள் பாவாடை நடுவில் இருந்து நீண்ட கையில் வைத்தார். காசுகளைக் கையில் வாங்கிய சூரன்கள் நன்றி காட்டும் வகையில் 'கிரிக்கி'

அடித்தபடி பெரிய சுற்றாக ஓடி வணக்கம் தெரிவித்தது. அதைப் பார்த்துக் குழந்தைகளும் பெண்களும் கெக்கலி கொட்டிச் சிரித்துக் குதூகலித்தனர். வீடு திரும்பும்போது பழைய நியமங்கள் எல்லாம் ஞாவகத்துக்கு வந்து போனது. அதை அசை போட்டபடியே அசைந்து, அசைந்து தேர் மாதிரி நடந்தார்.

அய்யா ஞாவகம் வந்தது.

அவரது நித்திய நியமங்களை எல்லாம் நெனைச்சுப் பாத்தார். ஆனால் அதை எல்லாத்தையும் தவற விட்டுட்டோம்னு குத்த உணர்வு பொங்கி நெஞ்சை அடைக்க முதலியார் அதை நெனச்சபடியே வீட்டுக்கு நடந்தார். தேர் போல அசராமல் இருக்கும் முதலியார், அப்ப என்னமோ மனசுக்குள் சற்று வாட்டமாகத்தான் இருந்தார்.

அடுத்த நாள் வழக்கம் போல விடிந்தது. முதலியார் கடையின் நித்திய கருமங்கள் வழக்கமாக நடந்தன. நிதமும் வழக்கம் போல காலையில் ஆறு மணிக்குக் கடை திறக்கப்பட்டது. கடையில் யாவாரம் நடந்ததோ இல்லையோ திண்ணைப்பேச்சு வெகு ஜோராக நடந்தது. முதலியார் வழக்கம் போல மதியச் சாப்பாட்டையும் அதன் பின்னான குட்டித் தூக்கத்தையும் முடித்துக்கொண்டு வந்தார். ஆனால் இப்போவெல்லாம் நெத்தியில் திருநீற்றுப்பட்டை துலாம்பரமாகத் தெரிஞ்சுது. எப்போதும் போல கடைக்கு கொடைக் கோனார் வந்திருந்தார். அருணாசல நாடாரும் வந்திருந்தார். கோவணாண்டி கூட வெக்கத்தோடு வந்து உக்காந்திருந்தான்.

முதலியார் கடையில் வந்து உக்காந்து அஞ்சு நிமிசம்கூட ஆகியிருக்காது. பஜாரில் ஒரே ரகளை. காங்கிரஸ்காரங்க கையில் கம்புகளோடு ஆக்ரோசமா வந்தாங்க. என்ன,

ஏதுன்னு எதுவும் சொல்லாமலேயே கடைகளில் இருந்த லைட்டுகளை உடைச்சாங்க. கடைக்காரங்களும் ஒண்ணும் புரியாம ஏதோ பெரிய கலகம் வருதுன்னு உணர்ந்து அவசர அவசரமாக் கடையச் சாத்துனாக. அஞ்சு நிமிசத்துல பஜார் வெறிச்சோடிப் போச்சு!

இந்திராகாந்தி அம்மாவ யாரோ சுட்டுக் கொன்னுட்டாங்கன்னு அப்புறமாத்தான் தெரிஞ்சுது! கேக்கவே நெஞ்சு பதறியது. இதைச் சாதாரணமா சொல்லியிருந்தா எல்லாரும் ஞாயமாவே கடைய அடச்சிருப்பாக. ஆனா அத அவங்க விரும்பலன்னு தெரிஞ்சுது. பழி வாங்கத் துடிச்சாக. இந்திராம்மா மெய்க்காப்பாளனா இருந்த ஒரு சீக்கியன் அவங்கள சுட்டுக் கொன்னதால, சீக்கிய சமூகம் பூராவையுமே பழிவாங்கத் துடிச்சாக. எப்படியாவது பழிக்குப் பழியா ஒரு சொட்டு ரத்தத்தையாவது பாக்கணும்னு ஒவ்வொருத்தனும் கிடந்து துடிச்சாம்.

அவங்களப் பொறுத்த வரைக்கும் அவங்க கட்சி தவிர மத்த எல்லாருமே அவங்க கண்ணுக்குக் கொலைகாரங்களாச் தெரிஞ்சாக. பஸ் ஸ்டாண்டுல ஒரு பஸ்ஸையும் போக விடல. ஊருக்குப் போக முடியாம தவிச்சவுகளுக்குக் குடிக்க ஒரு தம்ளர் தண்ணி தரக்கூட யாரும் இல்லை. மூணு நாளைக்கு ஊர் ஸ்தம்பிச்சுப் போச்சு. மில்லுல யாரோ ஒரு சீக்கியன் வேலை பாக்காம்னு தகவல் கிடைச்சு அவனப் போட்டுத் தள்ள ஒரு கூட்டம் கிளம்பியிருக்கு. ஆனால் அதுக்குள்ள அவன பாதுகாப்பா மறைச்சிட்டாகளாம்.

நாடு முழுவதும் கலவரமாப் போச்சு. அருணாசல நாடார்தான் ஒரு பேப்பர் விடாம விழுந்து விழுந்து படிச்சுப் பதட்டமானாரு. குரல் நடுங்கப் பேசுனாரு. "ஒரு சீக்கியனக்கூட விடாம பூண்டோட

கொடக்கோனார் கொலை வழக்கு | 207

அழிக்காங்க"ன்னாரு. "லங்கையில் தமிழனக் கொத்துக் கொத்தா கொன்ன மாதிரி சீக்கியன கொத்துக் கொத்தா கொல்றாங்க"ன்னாரு. டில்லியில மட்டும் பதினாயிரம் சீக்கியன கொன்றுக்காம்னாரு. மத்த மாநிலங்களிலேயும் வெளியூரு போனவுக ஒரு வாரமாச் சோறு தண்ணியில்லாம நொந்து போய் நூறு மைல் இருநூறு மைல் தொலைவு நடந்தே வீடு திரும்பியிருக்காகன்னாரு. அவர் சொல்லும்போது தன்னையே ஒரு தரம் பாத்துக்கொண்டார். நல்லவேளை, நாம வெளியூரில் மாட்டிக்கல என்ற திருப்தியும் அதுல தெரிஞ்சுது.

முதலியார் மொதத் தடவயா 'முருகா, எம் பெருமானே'ன்னு வாய் விட்டு அரற்றினார்.

அப்புறம் மறுபடியும் எல்லாமும் நிதானத்துக்கு வந்தது. நாள் சுணங்கிச் சுணங்கிக் கழிஞ்சுது. ஆனாலும் திண்ணைப் பேச்சுக்கு மட்டும் எப்போதும் குறையில்லை.

அப்பிடித்தாம் ஒரு நா. ஒரு வாரம் இருக்கும். கொடக் கோனார் மதிய நேரத்துல வந்து உக்காந்திருக்காரு. கடையில நடுவான் மட்டும் இருந்தான். பஜாரில் சுடுகஞ்சி கிடையாது. அப்பம் பாத்து நடுவானுக்கு ஒன்னுக்கு வந்துச்சு. கோனார கடையப் பாத்துக்கிட சொல்லிட்டு வேகமா வெளியில போனாம்.

ஆனால் அவன் திரும்பி வரதுக்குள்ள எல்லா சோலியும் முடிஞ்சு போச்சு.

பஜாரில் பீதிக்காத்து சுழன்றடிச்சுது. 'ஓடிரு, ஓடிரு'ன்னு ஒரே சத்தம். எங்க, என்ன, யாருக்குன்னு எதுவும் தெரியல. ஒரே குழப்பம், ஆள் நடமாட்டமில்லாத பஜாரில் சூன்யம் வேகமாகப் பரவியிருந்தது.

'நம்ம கடதாம்'னு பதறி ஓடுனாம்! கட வாசல்ல கோனார் முண்டம் மட்டும் துடிச்சிக்கிட்டு கிடந்தது. கடா வெட்டுல முண்டம் மட்டும் துடிக்கிற மாதிரி துடிச்சிக்கிட்டு கிடந்தது. கோனார் தலைய மட்டும் காணோம். எல்லாக் கடைகளிலிருந்தும் கண்கள் ஒருசேர முதலியார் கடையவே பீதியாகப் பார்த்தபடி இருந்தன.

கோனார் கதை முதலியார் ஜவுளிக்கடை வாசலில் முடிஞ்சது.

என்ன நடந்தது? எப்பிடி நடந்தது? என்பதைச் சொல்வதற்குக் கூட பஜாரில் ஆள் யாருமில்லை!

"டவுனில் முதலியார் ரெடிமேட் கடையில் கொடக் கோனார வெட்டிச் சாச்சுட்டாங்க!"

"அதுவும் எப்பிடி? கழுத்த துண்டா வெட்டி எடுத்துட்டு முண்டத்த மட்டும் போட்டுட்டு போயிருக்காங்க!"

"ஆமாம், அவருதாம்! மாடு, கன்னு பிடிப்பாருல்ல... அவருதாம்!"

"தங்கமான மனுஷன்... எப்பவும் ஞாயந்தாம் பேசுவாரு!"

"யாரு செஞ்சா, என்னன்னு தெரியல... கடையில உக்காந்துருக்கும்போது எல்லார் கண்ணையும் கட்டிப் போட்டுட்டு செஞ்சிருக்காக... இதுல ஏதோ காத்து, கருப்பு வேலையும் இருக்கும்காக. இல்ல, ஏதும் மந்திரிச்சாகளோ, ஏதும் ஏவிவிட்டாகளோ எதுவும் தெரியாது. யாரோ ஒரு ஆளு பட்டப் பகல்ல, நடு பஜார்ல யாரு கண்ணுலயும் படாம செஞ்சுட்டுப் போயிருக்காம்"

"அதெப்பிடி ஆம்பிளதாம் செஞ்சதுன்னு சொல்லுதீக? தாட்டிக்கமான பொம்பள ஒருத்திதான் தலையை அறுத்துக் கடவாப் பெட்டியில வச்சுக்கிட்டு போனாளுன்னு சொல்லிக்கிறாக."

"ஒரு ஆம்பிளையாளுதாம் வந்து செஞ்சிட்டுத் தலைய மட்டும் கையில் எடுத்துட்டுப் போனதாவும் பேசிக்கிடுதாக."

ஊருக்கு ஊர், சந்தைக்குச் சந்தை, புஞ்சைக்குப் புஞ்சை இப்பிடித்தாம் வாய் ஓயாமப் பேசிக்கிட்டாக. கோனார வெட்டுனது யாரு? ஏம் வெட்டுனாக... ஒண்ணும் தெரியல... எல்லாம் முதலியார் தலையிலதாம் வந்து விடிஞ்சது.

கோனார் குடும்பத்தச் சேந்தவுகளும் விடறதா இல்லை... முதலியார் யாரையாவது கையக் காமிக்காம போலீசும் விடமாட்டங்காம்.

அன்னிக்கு மதியச் சாப்பாட்ட முடிச்சிட்டுக் கடைக்கு வந்தவரு கண்ட கோலம்... கொலை பதறிப் போச்சுன்னு சொல்லுவாகள்ல. அதாம்! கடைக்குள்ள ஒரு ஆளு இல்ல. கடைக்கு முன்னால கோனாரு தலையில்லாத முண்டமாக் கெடக்காரு. நடுவானும் கடைக்கு வெளிய நிக்காம். திண்ணையப் பாக்காரு. ரத்தாபிசேகம் செஞ்சிருக்கு. பாயெல்லாம் ரத்தம். பெஞ்சில அடுக்கி வச்சிருந்த கல்யாணத் தலையாணியெல்லாம் ரத்தம் தெறிச்சு வழியுது.

சரசரன்னு பக்கத்துக் கடையெல்லாம் சாத்துற சத்தம் கேட்டுத்தான் உஷார் வந்தது. 'அய்யய்யோ இப்பிடி ஆயிருச்சே'ன்னு முதலியாரு கையக் கைய உதறிக்கிட்டு இருந்தவரு, திரும்பிப் பாத்தா பஜாருல ஒரு சுடுகஞ்சியக் காணோம். எல்லாக் கடையும் அடைச்சுட்டு ஓடிட்டாங்க! கோனாரோட முண்டமும் அப்பனும் மகனுமா இவங்க ரெண்டு பேரும் மட்டும்தான் போலீசு வார வரைக்கும் மெய் மறந்து, பதறித் துடிச்சு நின்னாக.

உண்மையச் சொல்லணும்னா எப்ப போலீசுக்காரன் பூட்சு காலோட கடைத் திண்ணையில் ஏறுனானோ அப்பயிருந்து முதலியாரோட தலை சிங்கத்தின் வாய்க்குள்ள ஆட்டுக்கிட்ட மாதிரி போலீஸுக்காரன் வாய்க்குள்ள மாட்டிக்கிருச்சு.

யாரையும் கடைக்குள்ள ஏறவிடல. முதல்ல போட்டோகிராபர் வந்து சுத்திச் சுத்தி போட்டோ எடுத்தாம். அப்புறமா சர்க்கிள் இன்ஸ்பெக்டர் வந்து பாத்தாரு. அவர் சொன்னதையெல்லாம் ரைட்டர் எழுதிக்கிட்டாரு. அப்புறமா கான்ஸ்டபிளப் பாத்து 'யாருன்னு' கேட்டாரு. முதலியாரக் கை காட்டுனாம். முதலியாரத் திரும்பிப் பாத்தாரு. 'நீதான் அந்தக் கொலைகாரனா?'ங்கிற மாதிரி இருந்துச்சு அந்த ஆள் பார்த்த பார்வை! முதலியாருக்கோ உள்ளூற பசங்க ஏதாவது பேசிச் சிக்கலாக்கிருவாங்களோங்கற கவலை. அதனால மனசெல்லாம் பதற வேடிக்கை மட்டும் பார்த்துக் கொண்டிருந்தார்.

முதலில் கோனாரின் முண்டத்தை எடுத்துச் சென்றார்கள். சில இடங்களில் பவுடர் தடவி ஏதோ பேப்பரால் ஒத்தி எடுத்தார்கள். அடுத்து ரத்தம் தெறிச்சிருந்த துணிகள், பாய், தலையணைகள் போன்றவற்றைத் தடயத்துக்காக எடுத்துச் சென்றார்கள். அடுத்ததாத்தான் முதலியாரை கடைக்குள் ஏறவே அனுமதிச்சாங்க. அப்ப கடைக்குள்ளயும் நுழைஞ்சு அதகளம் பண்ணினாங்க போலிசுங்க. எல்லாத்தையும் சோதனை போட்டாங்க. அப்புறமா கல்லாப் பெட்டியவும் திறக்கச் சொன்னாங்க, அதுக்குள்ள இருக்கிற சீட்டுகள், ரசீதுகள் எல்லாத்தையும் எடுத்துக்கிட்டாங்க. அதில இருந்த பணத்தையும் எடுத்துக்கச் சொன்னாங்க. "இன்னும் கடை தெறக்க ரெண்டு நாள் ஆகும்ல. அதுவரைக்கும் கைச்செலவுக்கு

வேணும்ல" முதலியாரப் பார்த்துச் சொன்னாங்க. முதலியார் கடையைப் பூட்டியதும், "நேரா ஸ்டேசனுக்கு வந்துருங்க. அங்க பேசிக்கிருவோம்" என்றார்கள். இதைக் கேட்டதும் முதலியாரும் அவரது பையன்களும் அதிர்ந்து போனாக.

முதலியார் கடைத் திண்ணையில் நடந்த கொலைதான் அதாவது கொடக்கோனார் கொலைதாம் அதன் பிறகு வட்டாரம் முழுவதும் பேச்சாகக் கிடந்தது.

"அதெப்பிடி? பஜார்ல பட்டப்பகல்ல செஞ்சாகன்னா யாரும் பாக்காமலா இருப்பாக! அப்பிடின்னா இது நல்லாத் திட்டம் போட்டு இப்பிடி ஒரு சூழ்நிலை வர வரைக்கும் காத்திருந்து செஞ்சிருக்கணும்."

"அப்பிடி எத்தனை வருசம் காத்திருந்தாகளோ!"

"இல்லியே இருபது நாளுக்கு முன்னாடிதான் சாத்தூர் ரோட்ல போடப் பாத்திருக்காம். ஆனா குடைல வெட்டு விழுந்து கோனாரு நிதானிச்சுக்கிட்டாராம்."

"அப்ப யாருன்னு செத்தவருக்கு மட்டும்தாம் தெரியும்."

"ஆனாலும் மனுசங் கதே இப்பிடி முடியக்கூடாது."

"அப்பிடி யாருதா செஞ்சிருப்பாக?"

"ஏதோ முன் விரோதம்னு சொல்லிக்கிருதாக."

"அவரு யாவாரத்துல தங்கம்ல... குடுக்க வாங்கல்லாம் நெய் அளந்தா மாரியில்லா இருக்கும். அவரு வேற எந்த வம்பு வழக்குக்கும் போறதில்லியே..."

"இது நெம்ப வருசப் பகைன்னு பேசிக்கிருதாவ. இருவது முப்பது வருசத்துக்கு முன்னால வடக்க

இவரு பழக்கத்தால இளந்தாரிப் பிள்ளை ஒன்னு நாண்டுக்கிச்சாம்... அதுக்குப் பழி தீக்கோணும்னு நெம்ப நாளா துடிச்ச துடிப்பா இருக்கலாம்னு அங்கிட்டு ஒரு பேச்சு கிடக்கு."

"அது எங்கன? ரெண்டு மாமாங்கத்துக்குப் பெறவுமா கறுவிக்கிட்டு இருப்பாக? அந்த மகராசிதாம் போய்ச் சேந்துட்டாளே!"

"ஆனா அந்த வகையறாவ லேசா நெனைக்காதீரும். எத்தனை வருசம் ஆனாலும் கறுவிக்கிட்டே இருப்பான்."

"ஆனா, ஆள யாரும் பாக்கலியே."

"இப்பிடியும் பேசிக்கிடுதாக"

"எப்பிடி?"

"அதாம், கன்னி கழியாம நாண்டுக்கிட்டுதே. அதாம் காத்திருந்து ஏவிருச்சுன்னு."

"ஆத்தாடி! ஆமாமா. கன்னி கழியாம அல்பாயுசில போனா அது சும்மாவிடாது. சுத்திக்கிட்டே இருக்கும்... ரத்தத்தப் பாத்தாத்தாம் அடங்கும்."

"அதாம் பிரியமானவன் தலையவும் எடுத்துட்டுப் போயிருச்சோ!"

"ஆமா யாரோ ஒரு பொம்பள வந்து கழுத்த அறுத்துக் கடவாப் பொட்டிக்குள்ள போட்டு எடுத்துட்டுப் போனதா சொல்றாகளே. ஒருவேள அது 'அது'வா இருக்குமோ?."

"இருக்கும். இருக்கும். ஆனா அந்தப் பொம்பளய பஜாரில் அடிக்கடி பாத்ததாவும் சொல்றாகளே?"

இப்பிடி எத்தனையோ பேச்சுகள், கதைகள் உலாவ ஆரம்பிச்சாச்சு. இது மாதிரி கதைக வளந்து கொண்டேயிருக்கும். வாய் மெள்ள மெள்ள புதிய உற்சாகத்தோடு கதை பொங்கிப் பெருகும். அது எத்தனை வெதமா உருவம் எடுத்தாலும் ஒவ்வொன்னுக்குள்ளயும் ஏதாவது ஒரு உண்ம ஒளிஞ்சிருக்கும்.

இந்தக் கேசப் பொறுத்தமட்டுல பழைய பகைய மனசுல வச்சுக்கிட்டு செஞ்சதாத்தாம் போலீசு கேஸ் போட்டாம். எவ்வளவு செலவானாலும் சும்மா விடக்கூடாதுன்னு கோனாரு ஆளுக நின்னாக. விஷயம் கேள்விப்பட்டுப் பிரதிவாதி தரப்பச் சேர்ந்த மேற்படியாளுக ஊரவிட்டே போய்ட்டாக. அந்த ஆளுக யாரையும் புடிக்க முடியல. போலிஸ் தேடுனாம். கடேசில ஜில்லா கிரிமினல் லாயர் வெங்கட் ராமய்யர பிடிச்சு சரணடைஞ்சாக.

இப்பத் தலவலி போயி முதலியாருக்குத் திருகுவலி வந்தாச்சு. யாரும் கொலையப் பாக்கலன்னாலும் முதலியார சாச்சியாப் போட்டுட்டாம். இப்ப ரெண்டு பக்கம் இல்ல மூணு பக்கமும் இடி. ஒரு பக்கம் கோனாரு குடும்பத்து ஆளுக முதலியார்கிட்ட வந்து கெஞ்சுனாக. கோனாரோட பெருமையச் சொல்லிச் சொல்லி முதலியாருகிட்ட அழுதாக. அவரைக் கொன்னவங்களச் சும்மாவிடலாமா அண்ணாச்சின்னு கேட்டாக. அதனால 'நாங்க சொல்ற ஆளுதாம் செஞ்சாம்'ன்னு 'சாட்சி சொல்லுங்க'ன்னு மன்றாடுனாக. கெஞ்சினாக. மிரட்டுனாக. இன்னொரு பக்கம் மேற்படியாளுக, அதாம் கேஸுல யார் பேர போட்டிருக்காங்களோ அந்தத் தரப்பு, முதலியாரத் தேடி வந்து "நாங்க செஞ்சத நீ பாத்தியா? இல்லல்ல? அப்போ 'இல்ல'ன்னு சாச்சி சொல்லு. இல்லன்னா உம் வீட்டுல ஒரு பொம்பளைக்கும் தாலி மிஞ்சாது"ன்னு

மிரட்டுனாக. முதலியாரோ ‘யாரும் ஒன்னுமே பாக்கல. என்னத்தச் சொல்ல’ன்னு முழிச்சாரு.

இன்னொரு பக்கம் போலீசு, தப்பிக்கதுக்கு வழி சொல்லுதம்னு சொல்லிக் காசக் கறக்க ஆரம்பிச்சாக. ஆனா கடய மட்டும் தெறக்கவிடல. நாஞ்சொல்லாமக் கடையத் தெறக்கக்கூடாது. தடயம் கலஞ்சிரும்னாக.

தெனமும் கச்சேரி வாசல்லயும் சர்க்கிள் இன்ஸ்பெக்டர் வீட்டு வாசல்லயும் முதலியார் குடும்பத்து ஆம்பிளைக அம்புட்டுப் பேரும் அவுக உத்தரவுக்குக் காத்துக் கிடந்தாக. ஒரு வாரம் ஆச்சு, ரெண்டு வாரம் ஆச்சு. ஒரு மாசம் ஆச்சு. ரெண்டு மாசம் ஆச்சு. மூணு மாசமும் ஆயிப் போச்சு. அப்பவும் கடையத் தெறக்கவிடல. மூணு மாசத்துக்குள்ள கேசு வாய்தா ஆரம்பிச்சாச்சு. தெனமும் கோர்ட் வாசல். காலைலயும் ராத்திரிலயும் ரெண்டு தரப்பு ஆளுகளும் எனக்குத்தான் சாச்சி சொல்ல வரணும்னு மிரட்டல்.

‘பாக்காத சம்பவத்துக்குச் சாச்சி சொல்ல முடியாது’ன்னு முதலியாரு திட்டவட்டமாச் சொல்லீட்டாரு. ஆனாலும் அவங்க யாரும் விடல. ‘சம்பவம் உம்ம கடையிலதாம் நடந்தது. பிரேதத்த நீருதாம் மொதல்ல பாத்தது. அதனால சம்பவம் நடந்ததுக்கு நீர்தானேய்யா சாச்சி. அத சாச்சிக் கூண்டுல ஏறி சொல்லித்தாம் ஆகணும்’னு போலீசு சொல்லுச்சு.

‘அவங்க சொன்னா சொல்றாங்க. கடையத் தெறந்தா என்ன செய்வாம்’னு நடுவானும், சின்னவனும் மல்லுக்கு நின்னாம். ஆனா, ஒண்ணு கெடக்க ஒண்ணு ஆச்சுன்னா என்ன செய்யறதுன்னு முதலியாருக்கும் முதலியார் வீட்டம்மாவுக்கும் பயம் பிடிச்சாட்டுச்சு.

இன்னொரு பக்கம் சரக்குக் கொடுத்த புள்ளிகள் பாக்கிக்காக நெருக்குனாக. என்ன செய்யன்னு புரியல. ஆறு மாசம் கழிச்சுக் கெஞ்சிக் கூத்தாடிப் பெர்மிசன் வாங்கிக் கடையத் தெறந்து பாக்கிப் பணத்துக்குக் கடையில் இருந்த சரக்குகளையே திருப்பிக் கொடுத்தாரு. ஒண்ணுக்கு பேர்வாதி வெல போட்டுத்தாம் எடுத்தாம். எல்லாம் முடிஞ்சு ஏகாம்பர முதலியார் ரெடிமேட் ஜவுளிக்கடை எலும்புக்கூடு மாதிரி நின்னுச்சு! வெறும் அட்டளைகள் மட்டும் மிஞ்சியது. பூட்டிய கடைக்குள் முப்பத்தைஞ்சு, நாப்பது வருசக் கதைகளை அட்டளை அடுக்குகள் பேசிக்கொண்டிருந்தன.

பழையபடி கடை ஓடலை. திண்ணையும் காலியா வெறிச்சுக் கெடந்துச்சு. சனங்க முதலியார் கடையக் கொஞ்சங் கொஞ்சமா மறக்க ஆரம்பிச்சுட்டாக. அதுக்கேத்த மாதிரி பஜாரும் மாறிப்போச்சு. முந்தி மாதிரி இல்ல. இப்பெல்லாம் பாலியெஸ்டர் துணி குறைஞ்ச வெலையில கெடைச்சுது. பெரிய ஷோகேஸ் கடைக்காரங்க ஆடித் தள்ளுபடி, தீபாவளிப் பரிசுக் குலுக்கல்னு போட்டு விளம்பரம் பண்ணி சனங்கள இழுத்துட்டாக. சின்னக் கடைகளில் சாயம் போற துணிய வாங்கி மூணு மாசத்துக்குள்ள பழைய துணியாகி ஒரு வருசம்கூட உடுத்த முடியாத நிலை இப்ப இல்ல. எல்லாத்துலயும் பாலியெஸ்டர். பாலியஸ்டர் புடவ குறைந்த விலையிலகூட கிடைச்சது. வேட்டியில பாலியஸ்டர் வேட்டி. சாரம்கூட பாலியெஸ்டர் சாரம் வந்துருச்சு. ஒண்ண எடுத்துப் போட்டா பல வருசத்துக்குப் பளபளன்னு இருந்துச்சு.

உழைப்பாளி சனங்க எல்லாம்கூட பாலிஸ்டருக்கு மாறிட்டாக. சாதாரணக் கைத்தறி துணியெல்லாம் இப்பம் யாரும் உடுத்தறதில்லை. எல்லாரும் உஜாலாவுக்கு மாறியாச்சு.

கேசும் முடியற மாதிரி தெரியல்ல, வாய்தாவுக்கு அலையறதும் இதுலருந்து வெளியே வர முடியுமான்னு அதிகாரிகளப் போய் சந்திக்கிறதும், பெரிய மனுசங்க சிபாரிசுக்கு நிக்கிறதுமா வருசம் கழிஞ்சுது. மொத்தக் குடும்பத்துக்கும் நிம்மதி இல்லாமப் போச்சு.

அன்னத்தாயி அம்மாதான் ரொம்பவும் ஒடைஞ்சு போயிட்டாள். திருத்தங்கலில் இருந்து வாக்கப்பட்டு வந்த காலத்திலிருந்து நிம்மதியாகக் கஞ்சியக் காய்ச்சிக் குடிச்சிக்கிட்டு இருந்தவ இப்பத்தாம் மனசுக்குள்ள கவல எட்டிப் பாக்கு. இதுக்கெல்லாம் அதாம் காரணம்னு நெனைச்சா. அது மனசுக்குள்ள அப்பப்ப வந்து எட்டிப் பாக்கும், இப்ப நிரந்தரமா அவளைப் போட்டு ஆட்டி வைக்குது.

அந்தக் கதைய அம்மா நடுவானிடம் சொன்னபோது நடுவானுக்கு ஆச்சரியமா இருந்துச்சு. “இதெல்லாம் பெண் சாபமப்பா”ன்னு ஒரு நா அம்மா சொன்னாள்.

“நீ என்னம்மா புதுக்கதை விடுத”ன்னான்.

“இல்லடா, பெரியவுக சொல்லுவாக. நமக்கு ஒரு பெண் சாபம் இருக்காம். அதனால நம்ம குடும்பத்த நிம்மதியா இருக்க விடாதாம்.”

‘சரி. இந்தக் கதையும் நல்லாத்தாம் இருக்கும் போல. கேட்டு வைப்போம்’னு நெனச்சான்.

“நாலு தலைமுறைக்கு முன்ன நடந்ததுன்னு பெரியவுக சொல்வாக. ஒம் பூட்டனுக்குப் பாட்டன் காலத்துல நடந்ததாம். அப்ப நம்ம வீட்டுல மகாலட்சுமி மாதிரி ஒரு பொண்ணு பிறந்து வளந்துருக்கா. பாக்க அம்புட்டு அழவா இருப்பாளாம். நெறமும் மாம்பழக் கலர்தானாம். மூக்கும் முழியுமா லச்சணமா இருப்பாளாம். அவ தலமயிரு ரெண்டு கஜத்துக்கும் அதிகமா இருக்குமாம். அவ தலைக்குச் சிக்கெடுக்கதுக்குள்ள கை ஓய்ஞ்சு போயிரும்னா பாத்துக்கயேன். அவ தலைக்குச் சாம்பிராணி போடதுக்குன்னே அரபு நாட்டுலருந்து சாம்பிராணி வாங்குவாகளாம். அப்பிடி ராசாத்தி மாதிரி

வளந்தவதாம். ஆனா என்னாச்சுன்னே தெரியல. வீட்டுக்கு ஏதோ மராமத்து வேலைக்கு வந்துபோன ஒருத்தனையும் அவளையும் சேத்து வச்சுப் பேச்சு கிளம்பியிருக்கு. அந்த கழுத வெள்ளந்திக் கழுதயா இருந்திருக்கும்போல. வீட்டுக்குள்ள இருக்கற வரைக்குந்தான் ராசாத்தி, மகராசின்னு ஆம்பிளைக தலையில வச்சுத் தாங்குவாக. ஆனால் கதவுக்கு வெளியே தற்செயலா பார்வை போனாக்கூட 'என்னடீ, தேவிடியா மாதிரி பாக்க'ன்னு சட்டுனு கேட்டுருவாக. இப்ப, ஒண்ணுக்குப் பத்தாப் பேச்சு கிளம்புனா சும்மா இருப்பாகளா? ஒரே சத்தம். காதால கேக்க முடியாத வசவு. அந்தப் பொம்பளப் புள்ளையும் 'அய்யா இல்லய்யா. அப்பிடில்லாம் எதுவும் இல்லய்யா'ன்னு கதறியிருக்கு. 'இல்லாமயா புகையும்'னு ஆம்பிளக நெனச்சாக. காலில் விழுந்து கதறியும் யாரும் அந்தப் புள்ளைய நம்பலை. உள்ள போட்டுப் பூட்டியிருக்காக. அவ என்ன செஞ்சா தெரியுமா? நீண்டு கெடந்த தலமயிருலயே கழுத்தச் சுத்தி இறுக்கிக்கிட்டு கூந்தல் முனையை உத்தரத்தில கட்டித் தொங்கிட்டா. அப்புறம் அழுது பெரண்டு என்ன பண்ண? ஆனா அந்த சாபம் ஒவ்வொரு தலமொறயிலயும் தொடர்ந்துக்கிட்டே இருக்குன்னு சொல்லுவாக. இப்பவும் நம்ம குடும்பத்துல பொண்ணுக யாரும் நிம்மதியா வாழ முடியல. இத மாதிரி சோதனைக வரும்போது அந்தப் பொண்ணோட சாபமா இருக்குமோன்னு மனசுக்குள்ள பயமாக் கெடக்குப்பா"

கதை கேக்க நல்லா இருந்தது. ஆனா நம்பத்தான் முடியல. இப்பிடி வீட்டு வீட்டுக்கு ஒரு கதை இருக்குமோன்னு நெனைச்சான் நடுவான். உண்மையிலயே பெண் சாபத்துக்கு இப்பிடி ஒரு எஃபெக்ட் இருந்தா எப்பிடி இருக்கும்னு யோசிச்சுப் பாத்தாம். ஒருவேளை ஊரு ஒலகத்துல நடக்குற

கொலை, கொள்ளைக்கெல்லாம் இதுபோல ஏதாவது ஒரு குடும்ப சாபம்தாம் காரணமா இருக்குமோ? ஆனாலும் அம்மாவின் வருத்தம் அவனை என்னமோ செய்தது. எப்பவோ நூறு வருசம் முன்னாடி நாண்டுக்கிட்டுச் செத்த பெண்ணுக்கும் பரிதாபப்படுதாள். அவள் சாபந்தான் இப்போக் குடும்பம் படும் கஷ்டத்துக்கும் காரணம்னும் வருத்தப்படுதாள். எப்பவும் அவள் கண் கலங்கிப் போய் இருக்கு! சரியாச் சாப்பிடுறது இல்ல. சரியாத் தூங்கிறது இல்ல. அவள யாரும் கவனிக்கிறதும் இல்ல. இப்பிடியே சாப்பிடாம, தூங்காமக் கிடந்து குடும்பத்துக்கு உழைச்சு உழைச்சு போய்ச் சேந்தாள்னா அந்தச் சாபம் இந்தக் குடும்பத்தை இன்னும் எத்தனை தலைமுறைக்குத் தாக்குமோன்னு நெனச்சிக்கிட்டாம்.

நடுவானுக்கு எதையும் தள்ளி நின்னு பாக்கும் பழக்கம் எப்படியோ வாய்த்துவிட்டது. மூத்தவன் முதல் பிள்ளை என்பதால் வீட்டுல எல்லாருக்கும் செல்லம். சின்னவன் கடைக்குட்டி என்பதால் அவனும் செல்லம்தான். இதுல இவன் நடுவான் என்பதால் கொஞ்சம் கைக்கெட்டாத தூரத்திலேயே வைச்சுப் பார்க்கப்பட்டான். எல்லாத்தையும் தூரத்திலிருந்தே பார்க்கும் பழக்கம் அப்படித்தான் அவனுக்கு வந்திருக்கணும். அப்பா, மூத்தவன், சின்னவன் ஆகியோரின் விருப்பங்களுக்காக அம்மா உழைச்சா. அவளுக்கு அனுசரணையா இருக்கவும் வேலைகளுக்கும் நடுவானை பயன்படுத்திக்கொண்டாள். அவர்கள் ராத்திரி படுத்திருந்த படுக்கையை எடுத்து வைப்பதுமுதல் கடை கண்ணிக்குப் போவது, அம்மியில் சட்டினி அரைப்பது, உரலில் மாவு ஆட்டுவது, வீடு பெருக்குவது, ஏனம் கழுவுவது என எல்லா வேலையிலேயும் அம்மாவுக்கு ஒத்தாசையா ஒரு பொம்பிளைப் பிள்ளை இல்லாதக் குறையப் போக்குறவனா அவன் இருந்தாம். நல்லா

படிச்சாம்ங்கறதால காலேஜுக்கு அனுப்புனாங்க. அங்க கெடைச்ச சேக்காளிக மூலமா புத்தகம் வாசிக்கிற பழக்கம் வியாதி மாதிரி தொத்திக்கிச்சு. அது வேற ஒரு தனி உலகம். அந்த உலகம் அவனுக்குத் தெளிவான ஒரு அரசியல் பார்வையக் கொடுத்தது. அப்பிடியே போயிருக்கணும் அவன். ஆனால் அப்பாவும் அம்மாவும் அவனைத் தடுத்தாட்கொண்டு விட்டார்கள்.

ஆனால் எல்லாத்தையும் தள்ளி நின்னு மட்டும் அவனால பாக்க முடிஞ்சது. சம்பவம் நடந்த அன்னிக்கு ஒண்ணுக்குப் போய்ட்டு வாரதுக்குள்ள கடைத் திண்ணைக்கு முன்னால் கோனாரோட முண்டம் ரத்த வெள்ளத்தில் துடிச்சபோது கூட அதனாலதான் ‘அந்தக் காட்சிய’, யாரு கடையிலயோ நடந்தது போல நின்னு வேடிக்கை பார்க்க அவனால் முடிஞ்சது. ஆனால் இது இவ்வளவு பெரிய வில்லங்கமா முடியும்னு அவன் நெனச்சுக்கூடப் பார்க்கலை.

இந்தக் கொலைக்கும் நமக்கும் என்ன சம்பந்தம்? பத்து நாளைக்கு முன்ன சாத்தூர் ரோட்டுல ஏற்கனவே கொலை செய்ய முயற்சி நடந்திருக்கு. கோனாரு அப்பவே சுதாரிச்சிருந்தா இப்பிடியெல்லாம் ஆயிருக்காது. குறைஞ்சது மேட்டுல போய் ஒரு கம்ப்ளைண்ட்டாவது அவரு செஞ்சிருக்கணும். ஏன் அதைச் சாதாரணமா எடுத்துக்கிட்டாருன்னும் தெரியல. அப்பவே கொலை செஞ்சிருந்தாம்னா கூட நிம்மதியா இருந்து தொலைஞ்சிருக்கும். இப்ப விருதுப்பட்டி சனியன வெல கொடுத்து வாங்குனா மாதிரி ஆயிப் போயிருச்சு!

ஆச்சு! ஒரு வருசத்துக்கு மேல ஆயிப் போச்சு! இன்னும் கேசு முடிஞ்சபாடில்ல. எப்ப முடியும்னும் தெரியல. கச்சேரி, கோர்ட்டுன்னா அடிமையப் போல நிக்கணும் போல இருக்கு. ஒவ்வொரு வாய்தாவுக்கும் போய் கோர்ட் திண்ணைல காத்துக் கிடக்கணும். ஏராளமான ஜனங்க ஏற்கனவே காத்துக் கிடப்பாங்க. ஒரு நாளைக்கு இத்தனை கேசா நடக்குதுன்னு ஆச்சிரியமா இருக்கும். ஒரு பக்கம் கையில் விலங்கு மாட்டப்பட்ட கைதிகள் நிக்க வைக்கப்பட்டிருப்பார்கள். அவங்களக் கூட்டிட்டு வந்த போலிஸ்காரர் தூரத்துல நின்னு பீடியக் குடிச்சிட்டு அவங்களையே பாத்துக்கிட்டு நிப்பாரு. இந்தப் பக்கம் சாச்சிகள், சொந்தக்காரங்க, வேண்டியவங்க குத்த வச்சு உக்காந்திருப்பாக. ரெண்டு தரப்புக்கும் பெரிய வித்தியாசம் எதுவும் இருக்காது. ஆனால் ஜட்ஜ் ஐயா முகத்துக்கு எதிரா யாரும் உக்காரக்கூடாது. அவர் ஜன்னல் வழியாப் பாக்கும்போது அசிங்கம் பிடிச்ச மூஞ்சி, அழுக்குப் பிடிச்ச மூஞ்சி, அழுது வடிஞ்ச மூஞ்சிக இப்படி யாரும் இருக்கக் கூடாதாம். அதனால கோர்ட் வாசல் எதிரேயோ, ஜன்னலப் பாத்தோ உக்கார யாருக்கும் அனுமதி இல்ல.

இந்த போலீஸ்காரங்களுக்கு இப்பிடிக் கச்சேரியில் நிக்கிற நேரந்தாம் ரெஸ்ட் போல. அப்பத்தாம் தொப்பியக் கழட்டி வைக்கலாம். தொப்பி இல்லாத போலிச நடுவான் இங்கதாம் பாத்தாம்.

இதப் பயன்படுத்தியும் தொழில் நடந்தது. அதாவது தொப்பியில் கிழிந்த பகுதி, நூல் பிரிந்த பகுதியைத் தைச்சுக் கொடுப்பதற்காகவே ஒரு பெரியவர் அங்கு உட்கார்ந்திருந்தார். கை விரலில் அங்குஸ்தானை மாட்டிக்கொண்டு மறு கையில் ஊசியும் நூலுமாக எப்போதும் பிஸியாக இருந்தார். விசாரிச்சா இந்த வட்டாரத்துலயே இவர் ஒரு ஆளுக்குதாம் தொப்பி ரிப்பேர் செய்யத் தெரியுமாம்.

ஜட்ஜ் ஐயா வராத நேரத்துல 'சளசள'ன்னு ஒரே பேச்சுக்காடா இருக்கும். மனசுக்குள்ள என்னதான் இருக்குமோ? ஆனா பேச்சுச் சத்தம் கொஞ்சம் ஓங்கித்தான் இருக்கும். சந்தோசம், கோபம் எல்லாத்தையும் சனங்க ஏன் இப்பிடி சத்தமா வெளிக் காட்டுறாங்கன்னு ஆச்சரியமா இருக்கும். அதோட சுண்டல், வடை, முறுக்குன்னு ஏதாச்சும் யாவாரமும் நடந்துக்கிட்டே இருக்கும். இந்தக் கூட்டத்தில் அவனும் முதலியாரும் ஐக்கியமாகிவிட்டனர். ஒவ்வொரு முறையும் இப்பிடி வேடிக்கை பாத்துக்கிட்டுதாம் இருப்பாக. ஒரு முறைகூட சாட்சிக் கூண்டில் ஏறுனதில்ல. ஒவ்வொரு முறையும் வாதி, பிரதிவாதி யாராவது வாய்தா வாங்குவாங்க. இல்லன்னா வக்கீலுக யாராச்சும் லீவு போட்ருவாக. இல்லன்னா நம்பர் கிடைக்காம கோர்ட்டே தள்ளி வைக்கும்.

இப்பிடியாக முதலியார் குடும்பத்தை அந்த வழக்கு சுக்கு நூறாக உடைத்துச் சின்னாபின்னப் படுத்திக் கொண்டிருந்தது. அவுகளுக்கு யார் எப்பிடி உதவ முடியும் என்றே தெரியவில்லை. சல்லிசான துணிமணிக்குப் பேர் போன ஏகாம்பர முதலியார் ரெடிமேட் ஜவுளிக்கடை, இப்போது கொடக்கோனார் கொலை வழக்கால வேற மாரி பிரபலமடைஞ்சுது. 'இங்கதாம் கொலை நடந்துதாமா?' என்று ஏதோ

பொருட்காச்சியை வேடிக்கை பார்ப்பது மாதிரி பார்ப்பதற்காகவே ஜனங்க ஒரு முறை டவுனுக்கு வந்து 'திண்ணைல ஒரு கொலை நடத்துச்சாமே அது எங்கிட்டு இருக்கு?'ன்னு விசாரிச்சு வந்து கடை முன்னாடி முகத்துல கை வச்ச மாதிரி நின்னுக்கிட்டு உத்து உத்துப் பாத்துட்டு போவாக. முதலியார்கூட யாரோ ஜவுளி போடத்தாம் வராகன்னு நெனச்சுச் சுதாரிப்பாரு. ஆனா நாலு எட்டு தள்ளி நின்னு உத்துப் பாத்துட்டு பேசாம போயிருவாக. அது பழகிப்போயி யாராவது ஜவுளி எடுக்க வந்தாக்கூட கொலை நடந்த இடத்தப் பாக்க வந்துருக்காகன்னு நெனச்சுக்கிட்டுப் பேசாம இருக்க ஆரம்பிச்சிட்டாரு.

ஆச்சு; மூணு வருசம் ஆகப் போகுது, கொடைக்கோனார் கொலை நடந்து!

இந்தக் காலத்துல முதலியார் கடைய சுத்துப்பட்டி சம்சாரிக முழுசா மறந்துட்டாக. தள்ளுபடி விலையில் நாகரிகத் துணிகளுக்கு மாறிட்டாக. முதலியார் குடும்பம் மொத்தமும் திக் பிரமை பிடிச்ச மாதிரி ஆனது. வருமானம் அறவே இல்லாமப் போச்சுது. இதுக்கிடையில் ஒரு நாள் நடுவானை காணவில்லை. ஒரு வாரம் கழிச்சு முதலியார் பேருக்கு ஒரு கடுதாசி மட்டும் வந்தது. தாம் மெட்ராஸ் வந்துவிட்டதாகவும் இங்கேயே மனசுக்குப் பிடித்தமான ஒரு வேலையில் சேர்ந்துவிட்டதாகவும் அவன் அதில் எழுதியிருந்தான். அப்புறம் ஒரு மாசம் கழிச்சு வீட்டுக்கு 25 ரூபாய்க்கு மணி ஆர்டர் வந்தது. அதில், தான் ஒரு பத்திரிகையில் வேலை பார்ப்பதாகத் தகவல் சொல்லியிருந்தான். அவ்வப்போது முதலியாருக்குக் கடிதமும் எழுதி ஆறுதல் சொல்லி வந்தான்.

ஆனா, சின்னவன் தான் எதுவும் சொல்லிக்காம வீட்டைவிட்டு ஓடீட்டாம். வீடே எழவு வீடு மாதிரி ஆயிருச்சி. பெருங்குரல் எடுத்து அவன் அம்மா அன்னத்தாய் வைத்த ஒப்பாரி கேட்டு, வீட்டு முன்னால் தெருவே கூடியது. ஏகாம்பரம் ஆடிப் போனார். முதலில் எங்காவது சேக்காளியப் பாக்க போயிருப்பாம்னுதாம் நெனச்சாரு. அப்புறம் எங்காவது ஊருக்குப் போயிருப்பான். ரெண்டு நாள் கழிச்சு வந்திருவாம்னு எதிர்பாத்தாரு. அப்புறம் தெரிஞ்சவங்க அறிஞ்சவங்ககிட்ட சொல்லித் தேடிப் பாத்தாரு. நாள் ஆக, ஆக ஒரு தகவலும் இல்லை. மாசமும் ஒண்ணு ஆகிப் போச்சு. வேற வழியில்லாம போலிசுலயும் சொன்னாரு. போலிசும் அனாதைப் பிணங்க அகப்படும்போதெல்லாம் முதலியாருக்குத் தகவல் சொல்லுவாக. அவரும் பதற்றத்தோட ஓடுவாரு. ஆனா அப்படியெல்லாம் ஏதும் சின்னவன் பண்ணிக்கலை. காணாமப் போனவங்க பத்தியும் துப்புத் தேடுனாக. அப்படியும் சந்தேகப்படும்படியா எதுவும் தகவல் இல்ல. ‘அப்பம் எங்கதாம் போயிருப்பாம். நடுவானாவது குடும்ப நெலம அறிஞ்சு பட்டணத்துக்குப் பிழைக்கப் போனாம். இந்த மூதி என்ன எழவுக்குப் போயிருக்கு’ன்னு அம்மா ராவெல்லாம் மூக்கைச் சிந்தி அழுதாள்.

உண்மையில கொடக் கோனார் கொலைச் சம்பவத்தால நிலை குலைஞ்சு போனவன் சின்னவன் தான்!

மொதலில் அவன் கோனாரையும் தம் குடும்பத்தில் ஒருவராகத்தான் எண்ணி வந்தான். அவரது பேச்சும் நடத்தையும் அவனுக்கு ரொம்பவும் பிடிச்சிருந்தது. வயசு வித்தியாசம் இல்லாம அவரைச் சீண்டி விளையாடுவான். ரெண்டு நாளாக் கோனார் கடைப்பக்கம் வரல்லன்னா தானாவே கண்ணு தேட ஆரம்பிச்சுரும். அவருக்கு இப்பிடி ஒரு முடிவுங்கறத அவனால நம்ப முடியல.

அதுவும் தங்களோட கடை வாசல்லயே நடந்திருச்சே! யாரும் இருந்து காப்பாத்த முடியலயேன்னு விசனப்பட்டாம். அடுத்ததா அந்தக் கொலைய ஒரு பொண்ணு செஞ்சு கடவாப் பெட்டியில தலையப் போட்டுக்கொண்டு போனாள்ங்கற தகவல நெனச்சாலே அவனுக்குப் பெரும் பீதியா இருந்துச்சு. அப்பிடின்னா கடைக்கு அடிக்கடி கடவாப் பெட்டியோட வந்து என்னயச் சீண்டுன அதே பொண்ணா இருப்பாளோன்னு நெனச்சாம். அவ சிரிப்பும், ஏகத்தாளமும், கண்ணுல தெரிஞ்ச ஓங்காரமும் பேயா முனியா காளியா விசுவரூபம் எடுத்து நின்னுது. அவள் பொண்ணா, பேயா எனக் குழம்பினான். அப்பிடின்னா அவ கோனார கொலை செய்யதுக்குத் தக்க நேரம் அமையாமத்தான் திரும்பத் திரும்பக் கோனார் வர நேரத்துல நோட்டம் பாக்க வந்தாளா? அதுக்காகத்தான் தன்னச் சீண்டுனாளான்னும் நெனைக்க, நெனைக்க பகீர்னு இருக்கும்.

தூக்கத்துக்கு நடுவுல அவள் கோபுரம் மாதிரி எழுந்து நின்னு ஓங்காரமா சிரிப்பா. வாயில ரத்தம் கசியும். இவன் அலறி முழிப்பான். வீட்டுல எல்லாரும் அலறி எழுந்திருப்பாக. 'என்ன?'ன்னு கேட்டா ஒண்ணும் சொல்ல மாட்டாம். 'என்னத்தச் சொல்றது?!' அம்மா பயந்து போனாள். பிள்ளை கோனார் கொலையப்

பாத்துதான் ஏதோ பயந்துருக்கான்னு நெனச்சாள். ஊருல உள்ள எல்லா கோயிலுக்கும் நேந்துக்கிட்டு மஞ்சள் துணியில் முடிஞ்சு வச்சாள். அந்த மஞ்சள் முடிச்சுகளே ஒரு குடம் நிறையும் அளவுக்குச் சேந்துருச்சு. ஆனாலும் சின்னவன் போக்கு மாறலை. காமம் அவனைத் தகித்தது. வெக்கை நோய் தாக்குன மாதிரி மெலிஞ்சுக்கிட்டே வந்தாம்.

அதெல்லாத்தையும்விட அவனுக்குப் 'பெண் என்பது புரியாப் புதிராக' இருந்துச்சு. தாயாகவும் சகோதரியாகவும் இருக்கும் பெண் வேற. ஆனால் உடல் வேட்கையைத் தணிக்கும் பெண் என்பவள் வேற. இதுல உருகுனாம், துடிச்சாம். இதிலிருந்து வெளியே வர முடியாத சக்கர வியூகத்துல மாட்டிக்கிட்டாம்.

அவளைத் தேடி ஓடுனாம். ரிப்பன், பவுடர், சாக்கெட் துணி, பிரா என்று வளர்ந்த காதல் கொடக்கோனார் கொலையால் நின்னு போனது. இப்போ அவளைத் தேடுனாம். சக்கிலியக்குடியில உடன கண்டுபிடிக்க முடியல. ஆனாலும் அவன் விடல. கடேசில கண்டுபிடிச்சிட்டாம். ஆனால் அவள் அவளாக இல்லை. யாருக்கோ வாக்கப்பட்டு அடியும் உதையும் வாங்கி நொறுங்கிப் போய் இருந்தா. அதே தொழில்தான். நெதமும் மலம் அள்ளும் வண்டியைத் தள்ளிக்கொண்டு புறப்பட்டாள். ஆனால் அந்தச் சிரிப்பு இல்லை. நெளிவு நெளிவான கூந்தலும் இல்லை. உடல் கந்தலாகக் கிழிந்து கிடந்தாள்.

எப்பிடியோ அவளை சமாதானம் செய்தான். ஒரு நாள் அவளை இழுத்துக்கொண்டு ஓடினான். தூத்துக்குடிக்குப் போய் பயோனியர் தியேட்டரில் 'நாயகன்' படம் பார்த்தாக. அப்பத்தாம் பம்பாய்க்கு அவளோடு

ஓடிப் போவது என தீர்மானிச்சாம். அங்கயிருந்தே கோயம்புத்தூர் போயிப் பம்பாய் டிரெயின் ஏறினார்கள்.

ஊரில் காணாமல் போனவர்களைத் தேடி வலை வீசுன போலீசு, மறந்தும்கூட சேரிப் பக்கம் போய் விசாரிக்கவில்லை.

கொஞ்சம் கொஞ்சமாக முதலியாரின் பற்றற்ற தன்மை குலைந்து கொண்டிருந்தது. இனியும் அவர் பற்றற்றவர் என்று வெளிவேஷம் போடமுடியாது. எது நடந்தாலும் சப்பணம் போட்டு உக்காந்து தொடையில் முட்டி பதித்து முகவாயைத் தாங்கியபடி வெறுமே வேடிக்கை பார்த்துக் கொண்டிருக்க முடியாது. வாழ்க்கையில் எத்தனையோ பார்த்தாச்சு. இனியும் எத்தனையோ பார்க்க வேண்டியிருக்கலாம்னு அவரால் சும்மா இருக்க முடியல. 'எம் பெருமான் முருகன' நெனைச்சு நெனைச்சு உருகாத நாள் இல்ல. முன்னெல்லாம் தேர் அசைஞ்சு போற மாதிரி நடப்பார். இப்ப அப்படியில்ல, நடையில ஒரு ஓட்டம் தெரியுது. பேச்சுலகூட ஒரு வேகத்தப் பார்க்க முடிஞ்சது.

கடையில யாவாரம் சுத்தமா நின்னாச்சு. என்ன செய்ய? மூத்தவன் பெஞ்சாதி, புள்ளைகளோட இருக்காம். அவர நம்பி மூத்தவனுக்குப் பொண்ணு குடுத்தவங்களுக்கு என்ன பதில் சொல்றது? மருமகக்காரி முகத்தப் பாக்க முடியல. யோசிச்சாரு. ஒரு முடிவுக்கு வந்தாரு. யாருக்கும் தெரியாம கடைக்கு வெல பேசினாரு. உடனே யாரும் வாங்க வந்துரல. கொலை நடந்த இடம். வழக்கு வம்புன்னு மாட்டிக்கிட்ட இடம். இன்னும் என்னன்னவோ பேச்சு இருந்துச்சு. மோகினி வந்து அடிச்ச இடம்னும் பேசிக்கிட்டாகள்ல. ஆனால் இதெல்லாம் கடையின் உண்மையான விலையைக் குறைச்சு அடிமாடு மாதிரி வாங்குறதுக்குத்தாம். ஏன்னா

பஜார்ல மெயின்ல உள்ள இடம். ஜனங்களுக்கும் பழக்கப்பட்ட இடம். இருபது லட்சம் கொடுத்தாலும் இதைப்போல ஒரு கடை இனி கிடைக்காது.

ஆனால் முதலியார் சிக்கல்ல இருக்காரு. இதிலிருந்து அவர் மீள முடியாது. இத்தோட அவர் கதை முடிஞ்சது. இனி அவர் எழுந்திருக்கிறது கஷ்டம். அதனால ஆள ஒரேயடியாகக் குழி தோண்டிப் புதைச்சுறணும்னு நெனைச்சு யாவாரிக நடந்துக்கிட்டாக.

வெளியூர்க்காரங்க யாரும் கடையப் பிடிக்க அனுமதிக்கல. சில இளைஞர்கள் புதுசா யாவாரம் செஞ்சு முன்னேறணும்னு நெனைச்சவங்க, முதலியாருக்கு உதவ முன்வந்தாங்க. அந்த இடத்துக்கு ஞாயமான விலை தர ரெடியா இருந்தாங்க. ஆனால் பஜார் யாவாரிங்க ஊடால புகுந்து அதைக் கெடுத்தாங்க. முதல்ல அந்த தைரியமான இளவட்டங்ககிட்ட பேசிப் பாத்தாங்க. அவங்க அசரலை. மெரட்டிப் பாத்தாங்க. அதுக்கும் மசியலை.

அப்புறமா அந்த இளவட்டங்களோட வீட்டுக்குப் போயி பெரியவுககிட்ட, குறிப்பா அவுக வீட்டுப் பெண்கள்கிட்ட பேசுனாங்க. அதாவது மெரட்டுனாங்க: “அது முனி பாய்ஞ்சிருக்கிற இடம். அதை முதலியார் கவனிக்காதனாலதாம் அவருக்கு இவ்வளவு சங்கடம். பாருங்க முதலியார் குடும்பம் எழுந்திருக்க முடியாம ஆயிருச்சு. அந்த நிலைமை ஒங்களுக்கும் வரணுமா? முதலியாரோட பசங்க நிலைமை என்னவாச்சுன்னு தெரியுமா? இத மாதிரித்தான் திமிரா பேசிக்கிட்டு இருந்தாங்க. இப்ப இருக்கிற இடம் தெரியல. அதுலயும் சின்னவன் உசுரோடயே இல்லன்னு பேசிக்கிடுதாங்க. அந்த நிலைமை உங்க பிள்ளைக்கும் வரணுமா? இளவட்டங்க உலக அனுபவம் இல்லாதவங்க.

அப்படித்தாம் பேசுவாங்க. நாமதாம் எடுத்துச் சொல்லணும்" என்று சொன்னதும் 'அம்மாடியோவ்! சும்மா குடுத்தாலும் அந்த எடம் வேண்டாம்'னு வீட்டுப் பெண்களும் பெரியவர்களும் குறுக்க விழுந்து தடுத்துட்டாக. இப்ப ரூட் கிளியர். முதலியார்கிட்ட வந்தாக.

முதலியாருக்கு நல்லது பேசறது போல நயந்து பேசுனாக. அவங்க பண்ணுன சூது முதலியாருக்குத் தெரியாது. தெரிஞ்சாலும்தான் அவரால் தனிச்சு நின்னு என்ன செஞ்சுற முடியும்? பஜார் யாவாரிகளைப் பத்தி அவருக்குத் தெரியாதா? இது மாதிரி சொத்துகளை வளைச்சுப்போட என்ன வேணும்னாலும் செய்வாய்ங்க. கொலை செய்யக்கூட அஞ்ச மாட்டாய்ங்க. வெளியாளுகளை விரட்டிட்டுக் கூட்டுசேர்ந்து தங்களுக்குள்ள ஏலம் போட்டு எடுத்துக்குவாங்க. அதனால முதலியாருக்கு வேறவழி இல்லை. ஆனால், அவர் கவலையெல்லாம் கிரயம் முடியற வரைக்கும் இந்த விஷயம் பெரியவன் காதுக்குத் தெரியக்கூடாது. தெரிஞ்சா கடைய விய்க்க விடமாட்டாம். அதனால, எல்லார்கிட்டயும் 'இது எம் பெரிய மகனுக்குத் தெரியாது. அவன் காதுக்குப் போச்சுன்னா விய்க்க விட மாட்டாம். அவங்கிட்ட சொல்லீராதீக' என்று முதலியார் கெஞ்சினார். அவர்களுக்கு அது இன்னமும் வசதியாய்ப் போச்சு. அடிமாட்டு விலைக்கும் கீழ கேட்டாக. ஏதோ முதலியாருக்கு உதவி செய்வதுபோல பேசுனாங்க. முதலியாருக்கும் வேற வழி தெரியல.

கடைசில இருபது லட்சத்துக்குப் போற கடையை இரண்டு லட்சத்துக்கு வித்தார்.

ஒரு நா மூத்தவனக் கூப்பிட்டாரு. 'கடைய ரெண்டு லட்சத்துக்கு வெல பேசியாச்சு. அத நீ வச்சுக்கோ.

விருதுநகர்ல போய் உம் மச்சினமார் தயவுல ஒரு கடையப் போட்டுப் பொளச்சுக்கோ'ன்னு சொல்லி ஒரு மஞ்சப்பைய அவம் கையில குடுத்தாரு.

மூத்தவனுக்கு என்ன சொல்றதுன்னு ஒன்னும் புரியல. கொஞ்ச நாளா அவனும் கலங்கித்தாம் போயிருந்தாம். எப்படியும் பொழைக்கணும்ல. பொண்டாட்டி புள்ளைகளக் காப்பாத்தணும்ல. இதவச்சு ஊனி எழுந்திருச்சாச்சுன்னா அப்புறம் அப்பா, அம்மாவ கூட்டிக்கிடலாம்னு நெனச்சாம். ஆனா மருமகக்காரி தனம் அந்தப் பணத்தைத் தொட விடல. மாமனார் காலில் விழுந்து கதறி அழுதாள். அந்தக் காசத் தொடவே மாட்டோம்னாள். மாமியார்க்காரிதான் அவளை சமாதானப்படுத்துனா. மஞ்சப்பைய எடுத்து மருமகக்காரிக்கிட்ட கொடுத்தாள். அவளும் கண்ணத் தொடச்சிக்கிட்டு வாங்கி மாமியாரக் கட்டிக்கிட்டு அழுதாள்.

இதே மருமகதாம் போன மாசம் அவளோட பெரியண்ணங்கிட்ட முறையிட்டாள். "எனக்கும் எம் பிள்ளைகளுக்கும் மாமனார் என்ன பதில் சொல்றாருன்னு கேளுண்ணே"ன்னு சொன்னாள். அவங்களுக்கும் அதே நெனப்புதாம். ஆனா எப்பிடிக் கேக்கறதுன்னு தெரியாம முழிச்சாக.

இப்ப முதலியாரே ஒரு வழியக் காட்டிட்டாரு. மூத்தவன் தன் மச்சினர்கள் உதவியோட விருதுநகரில் ஒரு கடை போட்டுப் பொஞ்சாதி, புள்ளகளைக் கூட்டிட்டுப் போயிட்டாம்.

இப்ப முதலியாரும் அவரோட சம்சாரமும்தான். என்ன செய்யன்னு யோசிச்சாரு. வீட்டுல உலை பொங்கணும். அப்புறம் உத்தியோகம் புருச லச்சணமாச்சே! கொஞ்சமும் யோசிக்காமப் பழையபடியும் பொட்டணம் தூக்க ஆரம்பிச்சாரு. முடிஞ்ச அளவுக்கு சரக்கு வாங்கிச் சந்தை, சந்தைக்குப் போக ஆரம்பிச்சாரு. சந்தைகளில் உமர் சாயுபு கடை விரிச்ச இடம் காலியாத்தானே இருந்தது. சந்தை இல்லாத நாளில் அதே தெருவில் கடை விரித்தார். அதையும் சனங்க கடந்து போய்க் கொண்டிருந்தாங்க.

இந்த ஊர் இந்த நூறு வருசத்தில் இதுபோல எத்தனையோ பார்த்துவிட்டது. அது ராட்சச இயந்திரம் போல பெருத்துக்கொண்டே இருந்தது. முதலியார் போன்றவர்கள் அதன் சக்கரங்களில் சிக்கி நகர வளர்ச்சிக்கான எருவாக மாறிக்கொண்டு வந்தார்கள். இப்பிடி நூறு சாம்ராஜ்யங்களைச் சொல்லலாம். காதிரியா பாய் ஒரே நாளில் திவாலான கதை. கோடீஸ்வரர் சிதம்பரம் செட்டியார் தமது சொந்த மருமகனாலேயே ஏமாத்தப்பட்டு பிச்சைக்காரனாகிப் பைத்தியம் பிடிச்சு செத்த கதை. இந்த ஊருக்கும் ஆயிரம் கதைகள் உண்டு.

பஜாரில் பெரும்பாலான ஓட்டு வரிசைக் கடைகள் இடிக்கப்பட்டு அடுக்கு மாடிக் கடைகளாயின. நாகரிகமான கடைகள், யாவாரம், அலங்காரம், ஆடம்பரம் எல்லாமும் பெருகிக்கொண்டே இருந்தது.

ஆனால் முதலியார் வீதியில் உக்காந்து சரக்குகளின் மீது படியும் தெருப்புழுதியைத் தட்டிக் கொண்டிருந்தார். இப்பிடித்தான் ஒருநாள் பஜாரில் நடந்து வரும்போது காலை பத்திரிகை போஸ்டரில் போட்டிருந்த ஒரு சேதி அவரை உறுத்தியது. அதாவது 'ஜீவ சமாதி அடைவது தற்கொலைதான்' என்று அதில் போட்டிருந்தது.

அதிசயமாக அன்னைக்கு அந்தப் பத்திரிகைய வாங்கிப் பாத்தாரு. அதில் ஒருவர் ஜீவ சமாதி அடைய ஏற்பாடு செய்ததாகவும் போலிஸ் அதைத் தடுத்துவிட்டது என்றும் போட்டிருந்தது. அருப்புக்கோட்டை பக்கத்தில் இதுபோல ஜீவ சமாதி ஆனவுகளைப் பத்தி நெறைய கேள்விப்பட்டிருக்காரு.

குறிப்பிட்ட காலம் வாழ்ந்த பெறகு 'வாழ்க்கை போதும்'னு முடிவு பண்ணிட்டா தனக்குப் பிடிச்சமான கார்த்திகை, அமாவாசை, பவுர்ணமி, பூசம்னு ஏதாச்சும் ஒரு நாளை முடிவு செய்வாக. ஊரு, சொந்த பந்தங்களுக்கெல்லாம் சொல்லி அனுப்பீருவாக. முத நாள்லயே உடம்ப உள்ளயும் வெளியவும் சுத்தமாக்கிக்கிருவாக.

அவுக சொன்ன இடத்துல குழி வெட்டித் தயாரா இருக்கும். அவுக தன் கடவுள வணங்கி குழியில இறங்குவாக. வடக்கு பாக்கத் திரும்பி உக்காருவாக. சொந்த பந்தமெல்லாம் உருகி நிக்கும். அப்புறம் குழிய மூடிருவாக. அப்புறம் அந்த சமாதியக் கும்பிட்டு வருவாக. இதுபோல பல ஜீவ சமாதிகளை அவர் பாத்திருக்காரு. வருசா வருசம் குரு பூஜை நடக்கும். அது தலைமுறை தலைமுறையாத் தொடரும்.

அது என்னமோ திரும்பவும் ஞாபகத்துக்கு வந்துச்சு. அப்புறமா இன்னொரு சேதியும் பாத்தாரு. அது காசிக்குப் போகறதுக்கு விளம்பரம் போட்டிருந்தது.

எழுநூத்தம்பது ரூவா கொடுத்தா அவுக ரயில் டிக்கெட், பஸ் டிக்கெட், தங்குமிடம். சாப்பாடெல்லாம் போட்டு காசிக்கு அழைச்சிட்டுப் போயி கொண்டு வந்து விடுவாகளாம். பதினைஞ்சு நாள் பயணத்துல காசியப் பாத்துட்டுத் திரும்பிடலாம். அத மனசுல நெனச்சுக்கிட்டாரு. அப்புறமா கொஞ்ச நா கழிச்சு சம்சாரத்துக்கிட்ட சொன்னாரு:

“இவளே! அன்னத்தாயி, உனக்குக் காசிக்கு டிக்கெட் வாங்கிருக்கேம். காசி போற வழியில் மத்த புண்ணிய ஸ்தலங்களுக்கும் கூட்டிட்டு போய் காம்பிப்பாங்களாம். நீ ஒரு தடவ போய்ட்டு வந்துரு இவளே. நீதான் காசியப் பாக்கணும் பாக்கணும்னு மூச்சு மூச்சா சொல்லீட்டிருக்கவ, இப்ப சல்லிசா காசிக்குக் கூட்டிட்டுப் போறாம். நீ போயிட்டு வா. நான் ஒத்த ஆளுதான, நாம் பாத்துக்கிடுதேம்”

இதக் கேட்டதும் முதலியார் வீட்டம்மாளுக்கு என்னவோ போல இருந்துச்சு.

“இப்ப இருக்குற நெலவரத்துல எனக்கெதுக்குக் காசியும் ராமேஸ்வரமும். ஒண்ணும் வேண்டாம். நாம் பாட்டுக்கு இங்கன உள்ள சாமிய கும்புட்டுக்கறேம்”

“அதுக்கில்ல இவளே. உனக்கும் நாலு கோயில் குளம் போனா மனசுக்கு அமைதியா இருக்கும்ல.”

“இப்ப அமைதிக்கு என்ன வந்துருச்சு?”

“என்னமோ நெனச்சேன். வாங்குனேன்.”

“அதுக்கில்ல. புருசன் இருக்கும்போது பொம்பிளை மட்டும் தனிச்சு காசிக்குப் போறது நல்லதில்லன்னு சொல்லுவாக. ரெண்டு பேரும் சேந்துவேணா போயிக்கலாம்”

"அதெல்லாம் ஒண்ணும் கிடையாது. அது அந்தக் காலத்துல சொல்லி வச்சது. நடந்தே போவாக. போக ஆறு மாசம், வர ஆறு மாசம் ஆயீரும். இப்ப, இன்னிக்கு ரயில் ஏறுனா நாளைக்கு காசில போயி இறங்கலாம்."

எப்படியோ சம்சாரத்தச் சம்மதிக்க வச்சு அனுப்பீட்டாரு.

ஒரு நா காலையில் எழுந்து வீட்டக் கழுவி விட்டாரு. குளிச்சு முடிச்சாரு. முந்தின நா வாங்கி வச்சிருந்த பூப்பந்தை பிரிச்சு சாமிப் படங்களுக்குப் போட்டாரு. முகத்தில் ஒரு புது அமைதி தெரிஞ்சுது. நெத்தி நெறைய வீபூதியப் பூசிக்கிட்டாரு. ஞாபகமா வீட்டுக் கதவ உள்பக்கமா தாப்பா போட்டுக்கிட்டாரு.

சாமி படம் முன்னாடி. 'முருகா, எம்பெருமானே'ன்னு விழுந்து வணங்குனாரு. வடக்கப் பார்த்து சப்பணம் கட்டி உக்காந்தாரு. ரெண்டு கையவும் மடி மீது மடக்கி வச்சாரு. கண்ண மூடுனாரு.

அதன் பிறகு அந்த வீட்டின் கதவு உடைக்கப்பட்டுத்தான் திறக்கப்பட்டது.